# दलितांचे
## आणि
# आदिवासींचे
# समाजशास्त्र

प्रा. पी. के. कुलकर्णी

डायमंड पब्लिकेशन्स

दलितांचे आणि आदिवासींचे समाजशास्त्र

प्रा. पी. के. कुलकर्णी

Dalitanche ani Adivasinche Samajshastra

Prof. P. K. Kulkarni

प्रथम आवृत्ती : २०१२

ISBN 978-81-8483-452-9

© डायमंड पब्लिकेशन्स, पुणे

अक्षरजुळणी
अक्षरवेल, पुणे

मुखपृष्ठ
शाम भालेकर

प्रकाशक
डायमंड पब्लिकेशन्स
१२५५ सदाशिव पेठ, लेले संकुल, पहिला मजला
निंबाळकर तालमीसमोर, पुणे - ४११ ०३०
☎ ०२० - २४४५२३८७, २४४६६६४२

diamondpublications@vsnl.net
www.diamondbookspune.com

प्रमुख वितरक
डायमंड बुक डेपो
६६१ नारायण पेठ, अप्पा बळवंत चौक
पुणे - ४११ ०३० ☎ ०२० - २४४८०६७७

## श्री. मधुकरराव देवळालकर

'जीवन हे लढण्यासाठी असते' हे तुम्ही तुमच्या कृतीतून सिद्ध केले. स्वरयंत्राच्या कर्करोगाचा सामना साहसीपणे करून तुम्ही त्यातून बाहेर आलात. सतत बोलण्याची सवय असणाऱ्या तुम्हास, तुमच्या बोलण्यावर बाधा येऊनही तुम्ही घाबरला नाहीत. कृत्रिम स्वरयंत्राच्या साहाय्याने तुम्ही पूर्वीप्रमाणेच इतरांशी संवाद साधणे चालूच ठेवले. अशा कठीण परिस्थितीचा सामना करीत तुम्ही ७७ व्या वर्षात पदार्पण करीत आहात याचा आम्हास आत्यंतिक अभिमान आहे. तुमच्या या जीवनसंग्रामाला विनम्र अभिवादन करण्यासाठी हे पुस्तक तुम्हास सादर समर्पण!

– प्रभाकर

## कुसुमताई उर्फ अनघा पूरकर....

ती. आण्णांचे दुःखद निधन हा मानवी जीवनचक्राचाच एक भाग आहे, असे मानून तुम्ही तुमचा जीवनलढा चालूच ठेवला; अनेक संकटांवर मात करीत तुम्हीही ७७ व्या वर्षात पदार्पण करीत आहात. तुमच्या या जीवनलढ्याला सलाम करण्यासाठी हे पुस्तक तुम्हासही सादर समर्पण!

– आप्पा

# मनोगत

विद्यापीठ अनुदान मंडळ नवी - दिल्ली यांच्या नवीन मार्गदर्शक तत्त्वानुसार लिहिलेले, महाराष्ट्रातील सर्व विद्यापीठांत शिकणाऱ्या मराठी माध्यमाच्या पदवी / पदव्युत्तर विद्यार्थ्यांना डोळ्यांसमोर ठेवून त्यांच्या अभ्यासक्रमावर आधारित 'दलितांचे व आदिवासींचे समाजशास्त्र' हे पुस्तक प्रकाशित करताना खूपच आनंद होत आहे. हे पुस्तक लिहिताना डोळ्यांसमोर जरी पदवी आणि पदव्युत्तर वर्गांचे विद्यार्थी असले तरी इतर सवर्ण जातीतील लोकांनीही हे पुस्तक वाचावे अशी अपेक्षा आहे. समाजात सामाजिक जीवन जगत असताना, इतरांशी सामाजिक संबंध प्रस्थापित होत असताना एक गोष्ट सातत्याने जाणवत होती; ती ही की, दलितांविषयी आणि विशेषत: पूर्वास्पृश्यांविषयी सवर्णांमध्ये, अशिक्षितांतच नव्हे तर सुशिक्षितांतही प्रचंड चीड आहे, राग आहे, तिरस्कार आहे. दलितांचा सर्व क्षेत्रांतील प्रवेश, त्यांना मिळणारा आरक्षणाचा लाभ यांमुळे सर्व सरकारी, निमसरकारी, शैक्षणिक, प्रशासकीय, कायदेविषयक यंत्रणा या दोषपूर्ण झाल्या आहेत, हाही एक गैरसमज तथाकथित उच्चवर्णियांत आहे. हा गैरसमज अभ्यासातून नव्हे तर पूर्वग्रहांतून निर्माण झाला आहे. या पुस्तकाच्या वाचनामुळे दलितांना आजही कोणकोणत्या परिस्थितीचा सामना करावा लागतो, त्यांच्यावर आजही कसे अत्याचार होतात इत्यादींचे ज्ञान वाचकांना होईल, या संदर्भात संशोधनात्मक पुरावे या ग्रंथात दिले असल्याने सर्वसामान्य वाचकांनाही हे पुस्तक मार्गदर्शक ठरेल. त्याद्वारे दलितांविषयीचे पूर्वग्रह कमी झाल्यास, हे पुस्तक लिहिल्याचे सार्थक झाले असे मी म्हणेन.

या पुस्तकाच्या लिखाणासाठी आवश्यक ते ग्रंथ उपलब्ध करून देण्यासाठी श्री सिद्धीविनायक कला, वाणिज्य महिला महाविद्यालय, कर्वेनगर, पुणेच्या प्राचार्या डॉ. पुष्पा रानडे; ग्रंथपाल प्रा. फरिदा सय्यद आणि समाजशास्त्र विभाग प्रमुख प्रा. वंदना पलसाने यांनी जी मदत व मार्गदर्शन केले त्याबद्दल मी त्यांचा आभारी आहे. त्याचप्रमाणे स्वाध्याय महाविद्यालय, सदाशिव पेठ, लक्ष्मी रस्ता, पुण्याचे संचालक प्रा. धनंजय महाजन, प्रा. दिलीप महाजन यांनीही काही संदर्भग्रंथ उपलब्ध करून देण्यात मोलाची मदत केली म्हणून त्यांचाही मी आभारी आहे.

नेहमीप्रमाणेच या ग्रंथाची मुद्रणपत तयार करण्यात महत्त्वाचा वाटा उचलला तो

माझी पत्नी सौ. प्रतिभा हिने. शिवाय काही प्रकरणांचे लिखाण माझी नात कु. सायली सहस्रबुद्धे (विद्यार्थिनी एम. ए. मानसशास्त्र, फर्ग्युसन महाविद्यालय, पुणे) हिने, त्या दोघींनाही मी त्यांचे आभार मानणे आवडणार नाही. परंतु, त्यांच्याकडून अशाच प्रकारच्या सहकार्याची मी अपेक्षा करीन.

डायमंड प्रकाशनचे संचालक श्री. दत्तात्रेय गं. पाष्टे हे नेहमीच नवीन लिखाणाला प्राधान्य व प्रोत्साहन देत असतात. त्याचेच फलित म्हणजे हे पुस्तक. पुस्तकप्रकाशन ही एक सामूहिक जबाबदारी आहे. डी. टी. पी. करणारे सर्व कर्मचारी, मुखपृष्ठकार इत्यादींचाही मी अत्यंत आभारी आहे.

धन्यवाद !

– प्रा. पी. के. कुलकर्णी

# पुस्तकाविषयी थोडेसे

हे पुस्तक प्रामुख्याने पदवी व पदव्युत्तर वर्गांच्या मराठी माध्यमाच्या विद्यार्थ्यांसाठी जरी लिहिलेले असले तरी अन्य वाचकांनाही हे पुस्तक उपयोगी ठरू शकेल कारण यात अतिप्राचीन काळापासून आजपर्यंत दलितांना सामोरे जाव्या लागणाऱ्या अनेक प्रश्नांचा ऊहापोह केलेला आहे. दलित कितीही शिकले, उच्चपदावर विराजमान झाले, तरी दलित म्हणून त्यांच्यावर मारलेला शिक्का पुसला जात नाही. आज अनेक सुशिक्षितांच्या मनात दलितांबद्दल, त्यांना मिळणाऱ्या आरक्षणसवलतींबद्दल प्रचंड राग व तिरस्कार आहे. त्यातूनच दलितांत अस्मिता निर्माण झाली आहे. दलित साहित्यातून दलित अस्मितेचे दर्शन होते. दलितांवर आजही कसे अत्याचार केले जातात, त्यांना कशी भेदभावाची वागणूक दिली जाते, याचे चित्रण या पुस्तकात विविध संशोधनांचा आधार घेऊन करण्याचा प्रयत्न केला आहे. दलितांविषयीची कटुता कमी व्हावी असे मला मनापासून वाटते. ती कटुता कमी करण्यात हे पुस्तक उपयोगी पडल्यास तो सुयोग ठरेल.

# लेखक परिचय

## लेखकाचे नाव

- प्रा. प्रभाकर काशिनाथ कुलकर्णी, समाजशास्त्र विभाग प्रमुख (सेवानिवृत्त), महाराष्ट्र उदयगिरी महाविद्यालय, उदगीर (४१३५१७), जि. लातूर
- सहयोगी प्राध्यापक, सिद्धीविनायक कला व वाणिज्य महिला महाविद्यालय, कर्वेनगर, पुणे – ४११ ०५२
- सहयोगी प्राध्यापक, स्वाध्याय महाविद्यालय, सदाशिव पेठ, लक्ष्मी रस्ता, पुणे ४११ ०३०
- मराठवाडा विद्यापीठ (डॉ. बाबासाहेब आंबेडकर मराठवाडा विद्यापीठ) औरंगाबाद, समाजशास्त्राच्या अभ्यासमंडळावर दोन वेळा निवड.
- स्वामी रामानंद तीर्थ मराठवाडा विद्यापीठ, नांदेड, प्राध्यापक निवड– समितीवर 'तज्ज्ञ', म्हणून सतत चार वर्षे कार्यरत.
- १८ वर्षे, महाराष्ट्र उदयगिरी महाविद्यालयाच्या राष्ट्रीय सेवा योजनेचा कार्यक्रम– अधिकारी म्हणून कार्य केले.
- १८ वर्षे, महाराष्ट्र उदयगिरी महाविद्यालयाच्या राष्ट्रीय विस्तार व प्रौढ शिक्षण योजनेचा कार्यक्रम अधिकारी म्हणून कार्यरत होतो.

## शैक्षणिक परिषदांचे सभासदत्व

(१) अखिल भारतीय समाजशास्त्र परिषद, नवी दिल्ली
(२) मराठी समाजशास्त्र परिषद
(३) मराठी विज्ञान परिषद, मुंबई
(४) मराठवाडा समाजशास्त्र परिषद
(५) मराठवाडा साहित्य परिषद या सर्व संघटनांचा आजीव सदस्य

## संशोधनप्रकल्प

(१) महाविद्यालयीन विद्यार्थ्यांचा जातीविषयक दृष्टिकोन
(२) महाविद्यालयीन विद्यार्थ्यांची स्नेहसंमेलनाबाबतची अभिरुची

(३) विनाअनुदान शिक्षणसंस्थांची परिस्थिती

## विविध संमेलनांचे / परिषदांचे आयोजन

मराठवाडा समाजशास्त्रीय परिषदेच्या ५ व्या अधिवेशनाचे आयोजन. दिनांक ७ व ८ ऑक्टोबर १९८८

## परिषदेतील सहभाग

(१) आंतरराष्ट्रीय पातळी    ३
(२) राष्ट्रीय पातळी    १०
(३) प्रादेशिक पातळी    १०

## क्रमिक व संदर्भ ग्रंथांचे लिखाण

- **स्वतंत्रपणे लिहिलेली पुस्तके**
    (१) सामाजिक विचारप्रवाह (चौथी आवृत्ती प्रकाशित)
    (२) उद्योगाचे समाजशास्त्र
    (३) प्रगत समाजशास्त्रीय सिद्धान्त
    (४) भारतातील धर्म
    (५) भारतातील सामाजिक समस्या
    (६) सामाजिक संस्था
    (७) औद्योगिक समाजशास्त्र – उद्योगधंदे, नोकरशाही, कामगार व व्यवस्थापन यावर पुस्तिका.
    (८) समाजशास्त्रातील सैद्धान्तिक दृष्टिकोन
    (९) ग्रामीण व नागरी समाजशास्त्र
    (१०) आरोग्य व समाज
    (११) वस्तुनिष्ठ समाजशास्त्र

- **सहलेखकांसमवेत**
    (१२) भारतीय सामाजिक समस्या (प्रा. सिंगरू)
    (१३) सामाजिक संस्था (डॉ. काचोळे)
    (१४) सामाजिक गानसशास्त्र (डॉ. काचोळे)
    (१५) भारतीय समाजरचना (डॉ. काचोळे)
    (१६) नेट / सेट समाजशास्त्र (डॉ. व्ही. के. जोशी)
    (१७) भारतीय समाज (१२वी साठी. बोर्डाने मान्य केलेला) (डॉ.व्ही.के. जोशी)
    (१८) सामाजिक संस्था व सामाजिक गट (प्रा. गंदेवार)

(१९) समाजशास्त्रातील मूलभूत संकल्पना (प्रा. गंदेवार)

(२०) संस्थांचे समाजशास्त्र (प्रा. गंदेवार)

● **अनुवाद**

(२१) डॉ. विद्याभूषण व डॉ. डी. आर. सचदेव यांच्या 'ॲन इंट्रोडक्शन टू सोशिऑलॉजी' या ग्रंथाचे 'समाजशास्त्र परिचय' या शीर्षकाने मराठी रूपांतर (सह अनुवादक) डॉ. सुधाताई काळदाते.

● **कोश**

(२२) समाजशास्त्र व मानवशास्त्र संज्ञाकोश सहलेखक म्हणून सहभाग (अन्य लेखक – डॉ. बी. आर. जोशी (संपादक), (डॉ. सु. दा. गोरे व डॉ. शौनक कुलकर्णी)

● **अन्य लिखाण**

सामाजिक, शैक्षणिक, राजकीय आणि ललित विषयांशी संबंधित २५ पेक्षा जास्त लेख, विविध वृत्तपत्रे व नियतकालिके यांत प्रकाशित.

# अनुक्रम

## प्रकरण १

# शूद्रांपासून - दलितांपर्यंत

**अध्ययनाची उद्दिष्टे :**

१. समाजातील कनिष्ठ दुर्लक्षित - उपेक्षित मानवी गटांची माहिती विद्यार्थ्यांना व्हावी यासाठी.
२. शूद्र ते दलित अशी या गटाची झालेली वाटचाल व त्याचा इतिहास याचे ज्ञान विद्यार्थ्यांना व्हावे यासाठी.
३. महात्मा फुले व डॉ. बाबासाहेबांचे या संदर्भातील विचार विद्यार्थ्यांना समजावेत म्हणून.
४. एक सामाजिक - राजकीय वर्ग म्हणून दलितांचा उदय कसा झाला हे समजावे म्हणून.

---

## प्रस्तावना

जगातील ज्ञात संस्कृतींपैकी भारतीय संस्कृतीचा इतिहास अतिप्राचीन असा आहे. भारतीय संस्कृतीला सुमारे ६००० वर्षांचा इतिहास असून त्याचा प्रारंभ तज्ज्ञांच्या मताने इ. स. पूर्व ४००० वर्षांपासून झाला असावा. वैदिक ग्रंथांची सुरुवात याच कालखंडात झाल्याने हा कालखंड वैदिक कालखंड म्हणून ओळखला जातो. इ. स. पूर्व ४००० वर्षे इ. स. नंतरची २००० वर्षे अशी एकूण ६००० वर्षे ही भारतीय परंपरा कार्यरत असल्याने त्या परंपरेच्या अध्ययनाची उत्सुकता व इच्छा अनेकांच्या मनात असते. परिणामत: या भारतीय परंपरेचा अभ्यास अनेक पाश्चात्त्य व भारतीय विद्वानांनी केल्याचे आढळून येते. या विद्वानांच्या मताने भारतीय सामाजिक परंपरा हा चांगल्या-वाईटांचा संगम होय. एकीकडे आत्यंतिक त्याग व कर्म यांना प्राधान्य देणाऱ्या या भारतीय समाजात दुसरीकडे वर्णव्यवस्था, जातिव्यवस्था व विशेषत: त्यातील शूद्र वर्ण व नंतर त्यातून आकाराला आलेली अस्पृश्यता इत्यादी बाबी या भारतीय परंपरेला कलंकित करतात असे अनेकांना

वाटते. विषमता किंवा असमानता हा प्रत्येक समाजाचा स्थायिभाव असला तरी भारतीय विषमतेचे वेगळेपण असे की ही विषमता जन्मावर आधारित अशी होती. एवढेच नव्हे तर भारतातील तथाकथित उच्चवर्णीयांनी या कनिष्ठ वर्गातील म्हणजे शूद्र वर्णातील व तसेच अस्पृश्य म्हणून ओळखल्या जाणाऱ्या अनेक जातींना त्यांच्या अनेक हक्कांपासून वंचित केले होते. त्यांचा उल्लेख पुढे येणारच असला तरी ज्या हक्कांपासून या जातींना वंचित केले होते त्यांत शिक्षण, धार्मिक ग्रंथांचे अध्ययन व वाचन इत्यादींचा समावेश.

या प्रकरणात आपण प्रामुख्याने शूद्र वर्णांच्या इतिहासाचा, त्याच्यातील बदलाचा, वसाहतवादी कालावधीतील त्यांच्या स्थितीचा, त्यासंबंधी विविध दृष्टिकोनांचा व शेवटी एक सामाजिक व राजकीय वर्ग म्हणून दलितांचा उदय कसा झाला इत्यादींचा आढावा घेणार आहोत.

## शूद्र ते दलित - वाटचालीचा इतिहास

भारतीय समाजाचा इतिहास फार प्राचीन म्हणजे इ. स. पूर्व ४००० वर्षांचा आहे. या इतिहासाकडे दृष्टिक्षेप टाकल्यास त्या काळात भारतात अस्तित्वात असलेली सर्वात महत्त्वाची संस्था होती वर्णव्यवस्था परंतु काळाच्या ओघात वर्णव्यवस्थेचे स्वरूप परिस्थितीनुरूप बदलत गेले. ते कसे हे आपण आता पाहू.

(अ) सुरुवातीचे वर्ण

वर्णाचा प्रथम उल्लेख ऋग्वेदात आढळतो. 'वर्ण' या शब्दाचा ऋग्वेदात दिलेला अर्थ आहे 'शरीराचा रंग' या अर्थाने विचार करता ऋग्वेदकाळात दोन वर्ण होते.

एक : आर्य जे रंगाने गोरे होते.

दोन : दास किंवा दस्यू हे रंगाने काळे किंवा कृष्णवर्णीय होते.

परंतु आर्य आणि दास (दस्यू) यांच्यातील भेद केवळ शरीरवर्णापुरताच मर्यादित नव्हता. भाषा, धार्मिक विधी, शरीराचा बांधा व अन्य (मानव) वंशीय वैशिष्ट्ये यांबाबतही भिन्नता होती. दास व दस्यू हे आर्यांचा द्वेष करीत. त्या पोटी त्यांच्यात युद्ध झाले व या युद्धात आर्य विजयी झाले म्हणून श्रेष्ठ तर दस्यू पराभूत झाले म्हणून कनिष्ठ.

'दास' या शब्दाला नंतर सेवक, गुलाम असा अर्थ प्राप्त झाला व समाजातील कनिष्ठ दर्जा हे दासाचे एक वैशिष्ट्य ठरले.

(ब) पारंपरिक वर्ण :

पारंपरिक वर्ण चार (१) ब्राह्मण (२) क्षत्रिय (३) वैश्य (४) शूद्र. यांचा विचार करण्यापूर्वी भारतीय इतिहासाचा आढावा घेता प्राचीन भारतीय कालखंड हा प्रामुख्याने तीन विभागांत विभागला जातो.

(१) इ. स. पूर्व ४००० ते १००० वर्षे : सर्व वैदिक संहिता, ब्राह्मणग्रंथ आणि उपनिषदे यांचा हा काळ होय.

(२) इ. स. पूर्व १००० ते ३०० वर्षे : वैदिक काळानंतरची गृह्यसूत्रे, धर्मसूत्रे यांचा हा कालावधी इ. स.

(३) इ. स. पूर्व ३०० ते १०० वर्षे : स्मृतिग्रंथांचा कालावधी

वैदिक काळात वर्णाचा अर्थ वेगळा होता. संस्कृतमधील 'वृ' धातूपासून वर्ण हा शब्द बनला. वृ वृणोति म्हणजे निवडणे. या ठिकाणी निवडणे म्हणजे व्यवसाय निवडणे असा अर्थ. ऋग्वेदात वरील चार वर्णांचा उल्लेख आढळत नाही. पहिले तीनच वर्ण आढळतात. ऋग्वेदात शूद्र वर्णाचा उल्लेख नाही खऱ्या अर्थाने या चारही वर्णांचा उल्लेख प्रथम पुरुषसूक्तात आढळतो, पण तेथे 'क्षत्रिय' या वर्णाचा उल्लेख राजन्य असा केला असून काही तज्ज्ञांच्या मताने पुरुषसूक्ताची रचना ऋग्वेदातील इतर सूक्तांच्या नंतर झाली असावी. याचा अर्थ वैदिक काळाच्या अखेरीस वरील चार वर्ण त्यांच्या नामनिर्देशाने निश्चित झाले होते. अर्थात हे सर्व निश्चित होण्यासाठी १००० वर्षांचा कालावधी लोटला असावा त्यानंतर क्रमाने या चार वर्णांची कर्तव्ये निश्चित करण्यात आली असावीत. अधिक खोलात न जाता या चारही वर्णाची कर्तव्ये आपण थोडक्यात किंवा एका वाक्यात पाहू.

- ब्राह्मण - अध्ययन, अध्यापन, यज्ञकार्यातील पौरोहित्य, दान देणे इत्यादी कामे ब्राह्मणांची होती. उपजीविकेसाठी मोबदला म्हणून पौरोहित्य केल्याबद्दल दक्षिणा घेण्याचा अधिकार.
- क्षत्रिय - पुरुषसूक्तात क्षत्रियाचा उल्लेख राजन्य असा केला असून क्षात्रतेजाशी निगडित अध्ययन, शासकीय कर्म आणि सैनिकी कर्म इ.
- वैश्य - सुरुवातीच्या काळात वैश्याने पशुपालन करावे असे सांगितले जात होते. नंतर मात्र शेती व व्यापार ही कर्मे वैश्यासाठी निश्चित झाली.
- शूद्र - शूद्र वर्णाचा उल्लेख पुरुषसूक्तात आढळतो. वर्णव्यवस्थेत शूद्रांना तेव्हाही इतर वर्णाच्या तुलनेने अत्यंत हीन दर्जा प्रदान करण्यात आला होता. त्रैवर्णिकांची सेवा करणे हा धर्म (आपल्या या अभ्यासक्रमात प्रामुख्याने वर्णव्यवस्थेतील या चौथ्या वर्णावर अधिक चर्चा करणार आहोत).

घरगुती नोकर वा इतरांची सेवा करणारे म्हणूनच ते ओळखले जातात. शूद्राला केव्हाही कामावरून कमी करावे, बहिष्कृत करावे किंवा वाटल्यास ठारही मारावे असे सांगितले होते. सुरुवातीच्या काळात दास, दस्यू यांच्यावर जी बंधने होती ती शूद्रांवरही लादण्यात आली. यज्ञयागादी पवित्र कार्यात शूद्रांना प्रवेश नाकारला जाई. असे असले

तरी वेदकाळात राजदरबारी काही शूद्र मंत्री असल्याचा जरी उल्लेख असला तरी त्यांचा दर्जा सातत्याने हीनच राहिला हे सत्य नाकारता येत नाही.

**सूत्रकालावधीत** शूद्राचे पाच प्रकार विशद केले होते. (१) आर्यावर्ताच्या बाहेर राहणारे शक आणि यवन (२) जे आर्यांच्या ग्रामनगरीत राहत होते असे चांडाळ व डोम त्यांची भांडी शुद्ध करूनही आर्यांना वापरता येत नसत. (३) ज्यांची भांडी शुद्ध करून आर्यांना वापरता येत पण ब्राह्मणांच्या यज्ञयागांत व धार्मिक कर्मांत ज्यांना सहभागी होता येत नसे असे सुतार, लोहार इत्यादी कारागीर (४) धार्मिक विधीच्या प्रसंगी उपस्थित राहण्यास ज्यांना मान्यता होती असे लोक आणि (५) आर्यांच्या ग्रामाबाहेर राहणारे लोक (आजच्या भाषेत गावकुसाबाहेरील लोक - शूद्रांचे हे पाच प्रकार पातंजल सूत्रकाळात होते.

## स्मृतिकाळ -

स्मृतिकाळात शूद्रांचा दर्जा आणखीनच खालावला. गुलामगिरी किंवा दुसऱ्याची चाकरी ही शूद्रांची कायम अवस्था मानण्यात येऊ लागली. शूद्राने धनसंपादन करू नये, कारण शूद्र जर श्रीमंत झाला तर तो ब्राह्मणांना तापदायक ठरू शकेल, असे मनूला वाटले. शूद्राला कोणतीच नैतिक बंधने सांगितलेली नाहीत. कोणत्याही अपराधाने तो वर्णभ्रष्ट किंवा वर्णबहिष्कृत होत नाही कारण शूद्र - वर्णाहून खालचा कोणताच दर्जा नाही. काही तज्ज्ञांच्या मताने अस्पृश्यतेची बीजे समाजात याच काळात रोवली गेली. परंतु याच काळात काही धार्मिक विधी करण्यास शूद्रांना मान्यता देण्यात आली. ब्राह्मणांच्या पौरोहित्याखाली शूद्राने धर्मास अनुसरून सर्व धर्मविधिकर्मे करावीत असे सांगण्यात आले. शूद्र हे समाजात बहुसंख्येने होते ते त्या काळातही बौद्ध धर्माकडे आकर्षित झाले होते. शूद्रांकडे सहानुभूतीने व समतेच्या दृष्टीने पाहावे म्हणून वैष्णव पंथीयांचा प्रयत्न चालला होता. त्यामुळे ब्राह्मणांनी याची दखल घेतली शिवाय शूद्रांना धार्मिक विधींची परवानगी दिल्यास पौरोहित्यासाठी ते आपणाकडेच येतील व त्याने आपले महत्त्व वाढेल या विचारांनीच ब्राह्मणांनी शूद्रांना धार्मिक विधी करण्याची अनुमती दिली असे तज्ज्ञांचे मत आहे. आर्यांचे धार्मिक कर्मकांड करणारे ***सत्‌शूद्र*** व कर्मकांडाकडे पाठ फिरविणारे ***असत्‌शूद्र*** असे त्यांचे दोन प्रकार पाडले. शूद्रांना कर्मकांडाची अनुमती देऊनही त्यांना इतर वर्णांइतका दर्जा प्रदान केला गेला नाही. धार्मिक विधी करताना शूद्रासाठी वैदिक मंत्रांचा वापर न करता पौराणिक मंत्रांचाच वापर करावा असे सांगण्यात आले.

स्मृतिकाळातच शूद्रांबरोबर बसणे. त्यांच्यासमवेत प्रवास करणे, शूद्रांच्या पंगतीत जेवणे, त्यांच्या हातचे अन्न खाणे वा पाणी पिणे इत्यादी गोष्टींनी उच्चवर्णीयांना विटाळ होतो. त्यांचे पावित्र्य नष्ट होते असेही मत या काळात पुढे आले होते.

- अस्पृश्यतेकडे वाटचाल - याशिवाय चांडाळादी काही जातींनी गावाबाहेर राहवे असे मनू म्हणतो, कारण ते अपात्र आहेत. त्यांच्या विहिरीचे पाणी स्पृश्यांनी पिऊ नये, स्पृश्यांनी शूद्रांना स्पर्श करू नये इत्यादी नियम हे पुढच्या काळात निर्माण झालेल्या अस्पृश्यतेची नांदीच ठरली.
- अस्पृश्यतेचा उगभ स्रोत - वेगवेगळ्या धर्मशास्त्रात अस्पृश्यतेच्या निर्मितीच्या किंवा उगमाच्या संदर्भात विविध दृष्टिकोन आहेत.
- मनुस्मृती - यानुसार ब्राह्मणाची हत्या, ब्राह्मणाच्या सोन्याची चोरी करणारे, मद्यपान करणारे लोक यांना जातिबहिष्कृत करावे, त्यांना स्पर्श करू नये, जे धर्मविहिन असतात. ते अस्पृश्य.
- स्मृतिचंद्रिका - या स्मृतिग्रंथानुसार बौद्ध, पाशुपती, शैव आणि नास्तिक यांना स्पर्श झाल्यास विटाळ होतो म्हणून पवित्र जलात स्नान करून जलशुद्धी करावी. सारांश वरील चार गटांचे लोक अस्पृश्य मानावेत.
- अन्य स्मृतिग्रंथ - या अन्य स्मृतिग्रंथांनी अस्पृश्यतेचा तिसरा उगमस्रोत म्हणून व्यवसायाचा उल्लेख केला आहे. घाणेरड्या किंवा त्याज्य व्यवसायाचा स्वीकार करणाऱ्या व्यक्तींसाठी अस्पृश्य ही संज्ञा वापरली आहे. यात मैला वाहून नेणारे भंगी, मेलेल्या जनावरांना गावाबाहेर नेऊन कातडे काढणारे चांभार, सफाई करणारे झाडूवाले, जनावरांची शिकार करणारे व्याध, धोबी इत्यादींना अस्पृश्य मानले आहे तर धर्मशास्त्रानुसार म्लेच्छ - देशाचे रहिवासी अस्पृश्य मानले जात.

## अस्पृश्य जातींची विविध नावे -

वेगवेगळ्या धर्मशास्त्रानुसार, विचारवंतांनुसार अस्पृश्य जातींचा उल्लेख वेगवेगळ्या संज्ञांनी केला जातो.

१. ऋग्वेदात चर्मन म्हणजे चामडे कमविणारा अर्थात चांभार यांना अस्पृश्य मानले होते.

२. मनुस्मृती - मनुस्मृती या ग्रंथानुसार प्रतिलोम विवाहातून निर्माण झालेल्या संततीला अस्पृश्य म्हटले जात असे. प्रतिलोम विवाह, म्हणजे श्रेष्ठ जातींतील स्त्री जेव्हा कनिष्ठ जातीतील पुरुषाशी विवाह करते तेव्हा त्याला प्रतिलोम विवाह म्हणतात. यात स्त्रीचा दर्जा सध्या तिचा जो दर्जा आहे, त्यापेक्षा खालावतो.

३. विष्णुधर्मसूत्र - या धर्मग्रंथानुसार चांडाळ, म्लेच्छ आणि पारसी यांना अस्पृश्य म्हणत.

ब्रिटिशांचे भारतात आगमन होईपर्यंत अस्पृश्य (Untouchable) ही संज्ञा सर्वमान्य व सर्व उपयोगी म्हणून स्वीकारण्यात आली होती.

४. महात्मा गांधी - महात्मा गांधींना अस्पृश्यांबद्दल अत्यंत आपुलकी होती त्यांनी अस्पृश्यांसाठी हरिजन या संज्ञेचा वापर केला होता.

५. डॉ. बाबासाहेब आंबेडकर - डॉ बाबासाहेब आंबेडकर स्वत: एका अस्पृश्य समजल्या जाणाऱ्या जातीत जन्माला आले होते. अस्पृश्यतेचे चटके त्यांनी स्वत: अनुभवले होते. त्यांनी स्वत: अस्पृश्यतानिर्मूलनाच्या चळवळीचे नेतृत्व केले होते. पण अस्पृश्यतेचे संपूर्ण निर्मूलन करण्यात ते यशस्वी ठरू शकले नाहीत. म्हणून त्यांचे हृदय विदीर्ण झाले होते. डॉ. बाबासाहेब आंबेडकर यांनी अस्पृश्यांसाठी 'भग्नहृदयी माणसे' (Broken men) ही संज्ञा वापरली होती किंवा बहिष्कृत जाती (Outcaste) हीपण संज्ञा उपयोगात आणली होती.

६. ब्रिटिश सरकार - ब्रिटिश सरकारने या जातीतील लोकांसाठी प्रथमत: 'दलित वर्ग' किंवा दलित जाती (Depressed Class or Caste) या संज्ञेचा वापर केला.

७. जनगणना आयुक्त - इ. स. १९३१ च्या जनगणना अधिकाऱ्यांनी जनगणना अहवालात या जातींचा उल्लेख बाह्य जाती (Exterior Caste) असा केला. याचा अर्थ हिंदू धर्मात नसलेल्या जाती असा होतो.

८. सायमन कमिशन - सायमन कमिशनने या जातींसाठी प्रथमत:च अनुसूचित जाती (Scheduled Caste) या संज्ञेचा वापर केला होता. नंतर भारतीय राज्यघटनेनेपण अस्पृश्य समजल्या जाणाऱ्या जातींसाठी 'अनुसूचित जाती' ही संज्ञाच स्वीकारली होती.

## अस्पृश्यता - वसाहतवादी किंवा ब्रिटिश कालावधी

ब्रिटिश सरकारचे, जातिसंस्था व त्यातील अस्पृश्यता याकडे पाहण्याचे धोरण तटस्थतेचे होते. जर आपण यात हस्तक्षेप केला तर कदाचित वरिष्ठ जातीतील लोक नाराज होतील ही भीती त्यांना वाटत होती. ब्रिटिश काळात राजा राममोहन रॉय, दयानंद सरस्वती, न्यायमूर्ती रानडे यांनी अस्पृश्यतेविरुद्ध आवाज उठविला होता. पण त्यांचे प्रयत्न धार्मिक पातळीवर होते. भारतातील काही समाजसुधारकांनी मात्र जातिव्यवस्थेतील अस्पृश्यतेच्या या प्रथेविरुद्ध आवाज उठविला होता. ब्रिटिशांमुळे पाश्चात्त्य तत्त्वज्ञानाशी त्यांचा परिचय झाला व स्वातंत्र्य, समता, बंधुता या तत्त्वांनी ते भारले गेले. त्या पार्श्वभूमीवर भारतातील विषमता व अस्पृश्यांकडे पाहण्याचा स्पृश्य जातींचा तिरस्करणीय दृष्टिकोन याविरुद्ध या समाजसुधारकांनी आवाज उठविण्याचे ठरविले या मंडळीत क्रमाने सर्व श्री ठक्कर बाप्पा, ईश्वर चरण बाबू, महात्मा गांधी, महात्मा जोतिबा फुले, डॉ. बाबासाहेब आंबेडकर इत्यादी नेत्यांचा समावेश होतो व अस्पृश्यतानिर्मूलनात त्यांचा वाटा महत्त्वाचा होता. या मंडळींच्या चळवळींमुळे ब्रिटिशांना स्वातंत्र्यपूर्व काळात अस्पृश्यतानिर्मूलनाच्या संदर्भात काही कायदे करणे भाग पडले. ते खालीलप्रमाणे -

इ. स. १९२० - ब्रिटिश सरकारने असा आदेश काढला की सार्वजनिक शाळेत अस्पृश्य जातीतील मुलांना ते केवळ अस्पृश्य जातीतील आहेत म्हणून प्रवेश नाकारू नये. तसेच या आदेशाप्रमाणे ब्रिटिश सरकारने अस्पृश्यांच्या मुलांना सरकारी नोकरीत विशेष सोयी उपलब्ध करून दिल्या होत्या.

इ. स. १९३५ - १९३५ च्या अधिनियमानुसार ब्रिटिश सरकारने प्रथमत: अस्पृश्य समजल्या जाणाऱ्या जातींची एक यादी तयार करून त्यानुसार या जातीतील लोकांना काही विशेष अधिकार देण्यात आले होते.

इ. स. १९३७ - भारतातील काही प्रांतात काँग्रेस पक्षाची सरकारे स्थापन झाली. त्यांनी त्यांच्या प्रांतापुरत्या अस्पृश्यतानिर्मूलनाच्या काही विशेष योजना आखल्या होत्या.

## महात्मा जोतिबा फुले (१८२७ - १८९०)

महात्मा जोतिबा फुले महाराष्ट्रातील एका महत्त्वाच्या सामाजिक चळवळीचे आद्य प्रवर्तक. जोतिबा फुलेंच्या दृष्टीने भारतातील जातिभेदाला, अस्पृश्यतेला जर कारणीभूत कोण असेल तर ते ब्राह्मण जातीतील लोक. त्यांच्या मताने शूद्रातिशूद्रांच्या दुरवस्थेला कारणीभूत आहेत ब्राह्मण. ब्राह्मणांच्या वर्चस्वाविरुद्ध बहुजनसमाजाला व विशेषत: त्यांच्यातील तरुणांना त्यांच्या सामाजिक कर्तव्यांची जाणीव करून देण्यासाठी फुले यांनी इ. स. १८६९ साली **'ब्राह्मणांचे कसब'** हा ग्रंथ पद्यस्वरूपात लिहिला. त्यात त्यांनी धार्मिक कार्यात व विशेषत: अंत्यसंस्कारप्रसंगी ब्राह्मण पुरोहित मृत पुरुषाच्या पत्नीला कसा त्रास देतो, याचे दाखले दिले आहेत. कोणतेही धर्मकृत्य घेतले तरी त्याची सांगता पुरोहिताच्या उपस्थितीशिवाय होत नसे. धर्म हा जात्याच श्रद्धेचा प्रांत. त्याचा फायदा पुरोहित घेत. फुले यांचा ब्राह्मणजातीला विरोध नव्हता, तर ब्राह्मण्याला विरोध होता. एवढेच नव्हे तर एका फसवल्या गेलेल्या ब्राह्मण स्त्रीला जोतिबांनी आत्महत्येपासून नुसतेच परावृत्त केले एवढेच नाही तर स्वत:ची मुलगी मानून तिला स्वत:च्या घरी आश्रय दिला. त्यांनी १८५१ साली भिडे वाड्यात मुलींसाठी शाळा काढली, स्वत:च्या घरचा पाण्याचा हौद अस्पृश्यांना खुला करून दिला. कर्मठ ब्राह्मणांनी याविरुद्ध रान उठविले. परंतु फुले त्यास बधले नाहीत. फुले यांनी सर्वसमावेशक अशा *"सार्वजनिक सत्यधर्माची स्थापना"* केली. सामाजिक सुधारणांत म. फुले यांचा वाटा मोठा होता. वर्णव्यवस्थेवर व त्यातील विषमतेवर भाष्य करताना फुले म्हणतात,

> *"मानव सारिके निर्मिके निर्मिले।*
> *कमी नाहीं केलें। कोणी एक॥*
> *कमी जास्त बुद्धी मानवा वोपोली॥*
> *कोणी नाहीं दिली। पिठी जादा॥*

*निर्मीकें निर्मीलें मानव पवित्र।*
*कमी जास्त सूत्र। बुद्धीमध्ये॥*
*पिढीजादा बुद्धी नाही सर्वांमधीं।*
*शोध करा आधीं। पुर्तेपणी॥''*

बुद्धीप्रमाणे गुणसंपदा व कर्तृत्वही वर्णसापेक्ष व पिढीजात असत नाही. उच्चवर्णातील कितीतरी लोक दुराचारी व व्यसनाधीन असतात तर कनिष्ठ वर्गातील लोक सत्प्रवृत्त, महत्त्वांकाक्षी व कर्तबगार असल्याची अनेक उदाहरणे आहेत.

*'दैवायत्तं कुले जन्म मदायत्तं तु पौरुषम्'* ही उक्ती देऊन, फुले शूद्रातिशूद्रांच्या मनातील न्यूनगंड नाहीसा करतात.

आपल्या स्वत:चे धर्मग्रंथ आपल्याच धर्मअनुयायांतील एक गट अस्पृश्य यांना वाचण्यास बंदी करणारा जगातील बहुधा एकमेव धर्म असेल, तो हिंदू धर्म होय.

**अस्पृश्यतेविरुद्ध प्रहार -** ज्या अस्पृश्यांचा धर्म हिंदू होता त्या अस्पृशांनाच हिंदू धर्मात मान नव्हता, स्थान नव्हते, त्यांना स्पर्श करणे स्पृश्यांना मान्य नव्हते.त्यांना गावकुसाबाहेर राहावे लागे. या भेदाभेदाला मूठमाती देण्यासाठी २४/९/१८७३ या दिवशी सर्व समविचारी सभासदांच्या साहाय्याने त्यांनी एक संघटना स्थापन केली. त्या संघटनेचे नाव **'सत्यशोधक समाज'** असे ठेवण्यात आले. महात्मा जोतिबा किंवा जोतीराव फुले हे या समाजाचे पहिले अध्यक्ष बनले. या समाजाची तीन तत्त्वे होती. दुर्दैवाने महात्मा जोतिबा फुले यांच्या मृत्यूनंतर १९११ साली (मृत्यू २७/११/१८९०) सत्यशोधक समाजाची तीन तत्त्वे निश्चित करण्यात आली होती. ती खालीलप्रमाणे,

(अ) सर्व माणसे एकाच देवाची लेकरे आहेत व देव त्यांचा आई/बाप आहे.

(ब) आईला भेटण्यास अगर बापाला प्रसन्न करण्यास ज्याप्रमाणे मध्यस्थांची गरज नसते त्याचप्रमाणे देवाची प्रार्थना करण्यास पुरोहित किंवा गुरू यांची आवश्यकता नाही.

(क) वरील तत्त्व कबूल असल्यास कोणीही या समाजाचा सभासद बनू शकतो.

सत्यशोधक समाजाचे मार्गदर्शक तत्त्व म्हणून सत्यशोधक धर्म आकाराला आला या धर्माची तीन सूत्रे होती(१) सत्य (२) समता (३) शांती.

*'सत्यापरता नाही धर्म! सत्य हेच परब्रह्म!'*

हा मंत्र सत्यशोधक समाजाचा मंत्र असून तो प्रत्येकाने लक्षात ठेवावा. पुरोहित-शाहीवर टीका करताना जोतिबा म्हणतात, *''कल्पनेचे देव कोरीले उदंड, रचिले पाखांड,*

*हितासाठी''* याद्वारे जोतिबा फुले यांनी पुरोहितशाहीवर टीका केली. इतर धर्मासारखा सत्यशोधक धर्माचा मूर्तिपूजेला विरोध होता.

*'धातू दगडाच्या मूर्तीस भजून।*
*घंटा वाजवून। स्वत: खाई॥'*

जोतिबा यांनी धर्मातील अपप्रवृत्तीवर प्रहार केले होते. केवळ हिंदू धर्मावरच नव्हे तर इतर धर्मांतील अपप्रवृत्तीवरपण जोतिबांनी टीका केली होती खालील पद्य-रचना पहा.

*गुरुजींनी आम्हा निर्मिक दावीला*
*त्यास खरी वार्ता। पुसू आम्ही॥*
*तूच का येशू। खरा बाप होशी।*
*पुत्रा मोकलीशी दुष्टा हाती॥*
*कुराण हदीस यवनास देशी।*
*व्यर्थ लढवीशी सुन्नी शिया॥*
*तूच रामचंद्र झाला अयोध्येस।*
*वधी रावणास पत्नीसाठी॥*
*कृष्ण होऊनिया मामास मारीले*
*कोळ्याते वधीले। तो तूच का॥*
*सत्य आचरण निर्मीक आधार।*
*सुखाचे माहेर। ज्योती म्हणे॥*

**सारांश सत्य हाच धर्म, सत्याप्रमाणे आचरण ही ईश्वरपूजा, सर्वत्र बंधुभाव हीच ईश्वरनिष्ठा** हे त्यांच्या विचाराचे सार! जोतिबा फुले यांचे विचार ब्राह्मणांविरुद्ध नव्हते. ब्राह्मणी प्रवृत्तीविरुद्ध होते. विशेषत: पेशवाईच्या काळात ब्राह्मणशाहीचा जो पुण्यातील बहुजनांना व विशेषत: जो त्रास अतिशूद्रांना झाला त्याविरुद्ध आवाज उठविण्याचे कार्य महात्मा जोतिबा फुले यांनी केले होते. त्या काळच्या परंपरेनुसार जोतिबांनी जरी जातीचा उल्लेख केला असला तरी त्यांचा रोख जातिशोषणाविरुद्ध होता.

ब्राह्मण समाजातील विधवा स्त्रियांच्यावर होणाऱ्या छळाला सीमा नव्हती. सर्व बाजूंनी त्यांची छळवणूक होई. केशवपनासारख्या दुष्ट प्रवृत्ती त्या काळच्या ब्राह्मण समाजात होत्या. घरातील नातेवाईक पुरुषच तिच्या असहाय्यतेचा फायदा घेऊन तिच्यावर शारीरिक अत्याचार करीत त्यातून ती गरोदर राहिल्यास तिलाच कुलटा ठरवून हाकलून देत. अशा अनेक असहाय्य ब्राह्मण स्त्रियांना जोतिबांनी आश्रय तर दिलाच पण त्यांच्या मुलांचाही सांभाळ केला ही वास्तवता दुर्लक्षित करता येत नाही.

## डॉ. बाबासाहेब आंबडेकर व त्यांच्या अस्पृश्यतानिर्मूलन चळवळी

भारतात अस्पृश्यतेच्या कुप्रथेविरुद्ध लढणारे दुसरे शूद्रातिशूद्रांचे प्रतिनिधी म्हणून डॉ. बाबासाहेब आंबेडकर १८९१-१९५६ यांचा उल्लेख करावा लागेल. अन्य नेत्यांपेक्षा बाबासाहेबांचे वेगळेपण हे की ते स्वत: एका अस्पृश्य समजल्या जाणाऱ्या जातीत जन्माला आले होते **व अस्पृश्यतेचे चटके त्यांनी त्यांच्या कौटुंबिक, सामाजिक, राजकीय, शैक्षणिक आणि धार्मिक जीवनात मोठ्या प्रमाणात अनुभवले होते.** शिवाशीव, विटाळ-चांडाळ यांचे त्यांना विलक्षण अनुभव आलेत व त्यामुळे त्यांना आत्यंतिक मानसिक क्लेश झाले हे सत्य स्वीकारणे अत्यंत महत्त्वाचे आहे. **महात्मा गांधी, नेहरू, पटेल, सावरकर, टिळक, आगरकर, रानडे, ठक्करबाप्पा, डॉ. राधाकृष्णन, डॉ. राजेंद्र प्रसाद** हे व त्यांच्यासारखे अनेक राजकीय व सामाजिक नेते, यांना अस्पृश्यतेबद्दल सहानुभूती होती परंतु त्यांनी स्वत: ती अनुभवली नव्हती त्यामुळे या नेत्यांना अस्पृश्यतेचे निर्मूलन व्हावे असे वाटत असले तरी त्यांच्या त्यासंबंधीच्या भावना डॉ. बाबासाहेबांइतक्या तीव्र नव्हत्या.

### जोतिबा बाबासाहेबांचे गुरू :

डॉ. बाबासाहेब आंबेडकर महात्मा जोतिबा फुले यांना स्वत:च्या विचारांचे आदर्श व गुरू मानीत. फुल्यांकडूनच डॉ. बाबासाहेबांनी या अस्पृश्यतेच्या कु-प्रथेविरुद्ध लढण्याची प्रेरणा घेतली होती. जोतिबा फुले यांचे निधन २७/११/१८९० रोजी झाले. तर डॉ. बाबासाहेबांचा जन्म १४/४/१८९१ रोजी इंदौरजवळच्या महू येथे झाला. एका युगाचा अंत व दुसऱ्या युगाची सुरुवात हा एक योगायोग म्हणावा लागेल.

### अस्पृश्यतानिर्मूलन चळवळी :

त्या काळात अस्पृश्य समजल्या जाणाऱ्या जातींवर अनेक बंधने लादण्यात आली होती. (१) त्यांना गावकुसाबाहेर राहावे लागे. (२) त्यांना सवर्ण (स्पृश्य) हिंदूंच्या विहिरीवर पाणी भरता येत नसे. (३) त्यांना हिंदू मंदिरांत प्रवेश नव्हता व काही ठिकाणी हा भेद दिसतो. (४) त्यांना हिंदू धर्मग्रंथांचे वाचन करण्यास अनुमती नव्हती. (५) सवर्ण हिंदू समाजासमवेत भोजन करण्यास परवानगी नव्हती इत्यादी. या विरोधात डॉ. बाबासाहेबांनी अनेक आंदोलने वा सत्याग्रह केलेत पण कर्मठ हिंदूंची मने द्रवली नाहीत. या सत्याग्रहांचा धावता आढावा आपण घेऊ.

१. १९२७ चा महाडचा चवदार तळ्यावरचा सत्याग्रह : २०/३/१९२७ रोजी हा सत्याग्रह झाला. त्या प्रसंगी प्रतिगामी, कर्मठ धर्ममार्तंडांनी आपल्या धर्माचे रक्षण करावयाचे म्हणून सत्याग्रही अस्पृश्यांवर भ्याड हल्ला केला. म्हणून महाड व त्या-नंतरच्या सर्व

सत्याग्रहांसाठी डॉ. बाबासाहेबांनी 'धर्मसंगर' ही संज्ञा वापरली व ती अर्थपूर्ण आहे असेच म्हणावे लागेल.

२. इ. स. १९२७ : याच वर्षी त्यांनी अमरावती येथील अंबाबाईच्या मंदिरात अस्पृश्यांना प्रवेश मिळावा म्हणून सत्याग्रह केला.

३. इ. स. १९२९ : पुण्यातील पर्वती मंदिरात प्रवेश मिळावा म्हणून सत्याग्रह केला.

४. इ. स. १९३० : नाशिक येथे काळाराम मंदिरात प्रवेश मिळावा म्हणून सत्याग्रह यालाही कर्मठांनी प्रचंड विरोध केला व हा सत्याग्रह हाणून पाडण्याचा प्रयत्न केला.

हे सर्व सत्याग्रह करूनसुद्धा कर्मठ, सनातनी धर्ममार्तंडांच्या अस्पृश्यांकडे पाहण्याच्या वृत्तीत फरक पडला नाही. यामुळे डॉ. बाबासाहेबांचे मन विदीर्ण झाले. जो धर्म आम्हाला माणूस म्हणून वागवीत नाही, त्या धर्मात आम्ही का रहावे ? असा प्रश्न डॉ. बाबासाहेब आंबेडकर स्पृश्य हिंदूंना विचारतात, सवर्ण कर्मठांच्या अस्पृश्यतेकडे पाहण्याच्या तिरस्करणीय दृष्टिकोनामुळे डॉ. बाबासाहेबांसारख्या सहृय माणसाचे मन भग्न झाले. या *भग्नमनाच्या अवस्थेत १३/१०/१९३५ रोजी त्यांनी येवले येथे* दोन घोषणा केल्या.

(१) मी हिंदू धर्मात जन्माला आलो तरी हिंदू धर्मात मरणार नाही.

(२) त्याचवेळी त्यांनी धर्मांतराचीपण घोषणा केली.

तथाकथित सवर्णीय पुढारी व नेते जरी अस्पृश्यतानिर्मूलनाची भाषा करीत असले तरी अस्पृश्यतानिर्मूलनाच्या चळवळींना त्यांनी सक्रिय पाठिंबा दिल्याचेही दिसत नाही. या सर्वांमुळे हिंदू धर्माच्या अस्पृश्यतेच्या बेड्या तोडावयाच्या असतील तर हिंदू धर्माच्या त्यागाशिवाय दुसरा पर्याय नाही. अत्यंत *भग्न हृदयाने* डॉ. बाबासाहेबांनी हा निर्णय घेताना त्यांनी त्यांच्या अनुयायांना काही प्रश्न विचारले होते.

(१) जो धर्म तुमच्या माणुसकीस किंमत देत नाही. त्या धर्मात तुम्ही का राहता ?

(२) जो धर्म तुम्हाला देवळात जाऊ देत नाही. त्या धर्मात तुम्ही का राहता ?

(३) जो धर्म तुम्हाला पाणी मिळू देत नाही. त्या धर्मात तुम्ही का राहता ?

(४) जो धर्म तुम्हाला शिक्षण मिळू देत नाही. त्या धर्मात तुम्ही का राहता ?

(५) माणूस धर्माकरिता नाही, तर धर्म माणसांकरिता आहे. माणुसकी प्राप्त करावयाची असेल तर धर्मांतर करा.

डॉ. बाबासाहेबांचे हे प्रश्न मूलभूत असून ते सोडविण्याच्या दृष्टीने अपवाद वगळता कोणाही स्पृश्य नेत्याने प्रामाणिक प्रयत्न केल्याचे दिसत नाही. त्यामुळेही डॉ. बाबासाहेब

खूपच नाराज होते. त्याचप्रमाणे ब्रिटिश सरकारचा या संदर्भातील दृष्टिकोनही उदासीनतेचा होता त्यांनी अस्पृश्यांना काही सवलती दिल्यात पण अस्पृश्यतानिर्मूलनाचे प्रामाणिक प्रयत्न त्यांनी केले नाहीत.

एकूणच स्पृश्य हिंदूंचा अस्पृश्यांकडे पाहण्याचा दृष्टिकोन, त्यांच्या संदर्भातील विटाळाच्या कल्पना, अनेक सुविधांपासून त्यांना वंचित करण्याची वृत्ती यांमुळे *डॉ. बाबासाहेबांचे (आंबेडकर) हृदय भग्न झाले* व त्यातून त्यांनी धर्मांतराची घोषणा केली म्हणून या सर्वांचा उल्लेख *'भग्नहृदयी सिद्धान्त'* (Broken Man Theory) असा केला जातो.

## दलितांचा उदय (Origins of Dalits)

सर्वसामान्यपणे ''दलित'' ह्या शब्दात, अनुसूचित जातींतील सर्व जाती, अनुसूचित जमातींतील सर्व जमाती आणि अन्य मागासवर्गीय जातींतील सर्व जाती यांचा समावेश करण्यात आला असून प्रशासकीय पातळीवर या सर्वांसाठी दलित या संज्ञेचा वापर केला असल्याचे दिसून येते. परंतु सामान्य राजकीय संभाषणात किंवा संवादात *'दलित'* ही संज्ञा फक्त अनुसूचित जातींसाठीच वापरली गेली किंवा वापरली जाते. ''अनुसूचित जाती'' ही संज्ञा १९३५ च्या भारत सरकारच्या कायद्यात ब्रिटिश सरकारने प्रथम वापरली होती. यापूर्वी अस्पृश्य जातींचा उल्लेख दुर्बल जाती (Depressed Castes) म्हणून केला जात होता.

पारंपरिक दृष्टीने विचार करता वर्तनाच्या हिंदू नियमानुसार अस्पृश्यांना सामाजिक श्रेणीरचनेत अगदी कनिष्ठ दर्जा प्रदान करण्यात आला होता. देशाच्या विविध विभागांत अस्पृश्यांचा उल्लेख अनेक नावांनी केला जात होता. ते खालील नावांनी संबोधले जाते होते.

*'शूद्र, अतिशूद्र, चांडाळ, अंत्यज, परिया, धेड, पंचमास, अवर्ण, नामशूद्र, अस्पृश्य इत्यादी'*

दलित हा शब्द मराठी, हिंदी, गुजराती आणि अनेक भारतीय भाषांत वापरला जातो व त्याचा अर्थ आहे गरीब आणि शोषित व्यक्ती. *इ. स. २००१ साली घनश्याम शहा यांनी जे संशोधन केले त्यानुसार ते असे प्रतिपादन करतात की ''समाजातील सर्व दलित व शोषित व्यक्तींचा समावेश ''दलित'' या संकल्पनेत होतो.''* शहा पुढे म्हणतात, दलित या संज्ञेत केवळ आर्थिक शोषणाचाच समावेश होतो असे नाही तर त्यात सांस्कृतिक दडपशाही, की जी जीवनशैली व मूल्यव्यवस्था यांच्याशी संबंधित आहे आणि अधिक महत्त्वाचे म्हणजे ''अधिकारवंचितता'' यांचाही समावेश या संकल्पनेत होतो. दलित वर्गाचा उदय एक 'राजकीय संघटना' म्हणून मुख्यत्वेकरून झाला. काही समाजशास्त्रज्ञांच्या मताने या (दलित) संज्ञेत ''सामाजिक संरचना आणि सामाजिक

संबंध" या मूलभूत परिवर्तन करण्याच्या प्रक्रियेचा समावेशही आहे. *इ. स. २००१ साली झेलिऑट* (Zelliot) यांनी केलेल्या अभ्यासावरून असे निदर्शनास येते की समानतेवर आधारित समाजव्यवस्थेच्या निर्मितीसाठी संघर्ष करणारी यंत्रणा किंवा संघटना म्हणजे दलित होय. (महाराष्ट्रात दलित पँथर्स ही संघटना याचे प्रतीक होय.)

काही तज्ज्ञांच्या मताने डॉ. बाबासाहेबांच्या चळवळीचे एक अपत्य म्हणून ''दलित'' या संकल्पनेची निर्मिती झाली असून अस्पृश्यांतील राजकीय व सामाजिक जागृतीचे ते प्रतीक होय. अनुसूचित जातींच्या मुक्ततेसाठी डॉ. बाबासाहेब आंबेडकरांनी वेगळा दृष्टिकोन आणि वेगळे तत्त्वज्ञान यांचा स्वीकार केला होता. त्यांच्या या दृष्टिकोनानुसार आणि तत्त्वज्ञानानुसार डॉ. बाबासाहेब आंबडेकरांना *''समानतेवर आधारित सामाजिक व्यवस्थेची बांधणी करून दलितांना मुक्त करावयाचे होते.''* परंतु त्यांना हेही माहिती होते की हिंदुत्वाच्या चौकटीत की जी चौकट आजही श्रेणीरचनेवर आधारित आहे की, ज्यात दलितांना कनिष्ठतर श्रेणीत ढकलण्यात आले होते, हे शक्य नाही. ते असे ठासून प्रतिपादन करतात की दलितांनी आत्मविश्वासाने पुढे यावे व त्यांच्या कनिष्ठतर दर्जाचे कारण स्वत:च शोधून काढावे त्यासाठी ते दलितांना पुढील मंत्र देतात. *शिका, संघटित व्हा आणि आंदोलन करा.* (Educate, Organize, Agitate)

### भारतातील दलित लोकसंख्येचा विस्तार :

इ. स. २००१ च्या जनगणना अहवालानुसार भारतातील सर्व प्रांतांतील दलित लोकसंख्येचा विचार करता भारतात दलितांची लोकसंख्या १३ कोटी ८२ लाख एवढी असून हे प्रमाण एकूण लोकसंख्येच्या १६.४८% एवढे आहे. भारतातील काही प्रमुख प्रांतांतील दलित लोकसंख्येचे प्रमाण खालीलप्रमाणे

| अ.क्र. | प्रांताचे नाव | एकूण लोकसंख्येत दलित लोकसंख्येचे प्रमाण |
|--------|--------------|-----------------------------------------|
| (१) | पंजाब | २८.८५% |
| (२) | हिमाचलप्रदेश | २४.७२% |
| (३) | पश्चिम बंगाल | २३.०२% |
| (४) | उत्तरप्रदेश | २१.१५% |
| (५) | हरियाना | १९.३५% |
| (६) | तमिळनाडू | १९.००% |
| (७) | उत्तराखंड | १७.८७% |

| अ.क्र. | प्रांताचे नाव | एकूण लोकसंख्येत दलित लोकसंख्येचे प्रमाण |
|---|---|---|
| (८) | चंडीगड | १७.५०% |
| (९) | त्रिपुरा | १७.२०% |
| (१०) | राजस्थान | १७.१६% |
| (११) | दिल्ली | १६.९२% |
| (१२) | ओरिसा | १६.५३% |
| (१३) | कर्नाटक | १६.२०% |
| (१४) | आंध्रप्रदेश | १६.१९% |
| (१५) | पुडुचेरी (पाँडेचेरी) | १६.१९% |

तक्ता क्र. (१.१)

वरील तक्त्यावरून तुमच्या हे लक्षात येईल की सर्वसाधारणपणे उत्तर भारतात दलितांची संख्या सर्वाधिक आहे. दलितांचे अनेक प्रश्न असून ते सोडविण्यासाठी दलितांनी संघटित होण्याची आवश्यकता डॉ. बाबासाहेब आंबेडकरांना वाटत होती. त्यासाठी डॉ. बाबासाहेब आंबेडकरांच्या प्रेरणेने श्री. विठ्ठल रामजी शिंदे यांनी सर नारायण चंदावरकर यांच्या सहकार्याने 'डिप्रेस्ड क्लासेस मिशन ऑफ इंडिया' आणि 'ऑल इंडिया डिप्रेस्ड क्लास फेडरेशन' (मराठीत भारताची दलित वर्ग संघटना व अखिल भारतीय दलित महासंघ) यांची निर्मिती करून अस्पृश्यतानिर्मूलन चळवळीला गती दिली. आयुष्याच्या उत्तरार्धात त्यांनी रिपब्लिकन पक्षाच्या स्थापनेचा निर्णय घेतला. परंतु त्यांच्या हयातीत तो मूर्तरूप धारण करू शकला नाही. नंतर मात्र ह्या पक्षाची स्थापना झाली असली (२० जुलै १९५७) तरी सर्व अस्पृश्यांना एकत्र करण्यास हा पक्ष यशस्वी ठरला नाही. महाराष्ट्र राज्य निर्माण झाल्यानंतर या पक्षात दोन तट पडले. एका गटाने संयुक्त महाराष्ट्राच्या संघटनेवर प्रभुत्व असणाऱ्या लाल पक्षांबरोबर सहकार केला तर दुसऱ्या गटाने प्रजासमाजवादी गटांबरोबर सहकार केला होता. डॉ. बाबासाहेब आंबेडकरांना अभिप्रेत असल्याप्रमाणे इतर पक्षांतील एकही नेता या पक्षात सामील झाला नाही. कालांतराने या पक्षाने वैयक्तिक राजकारणाचे रूप धारण करून प्रत्येक नेता म्हणजे एक रिपब्लिकन पक्ष गट असे त्यांचे स्वरूप झाले. सर्व दलितांना एकत्र आणण्याचे स्वप्न, जे डॉ. बाबासाहेबांनी पाहिले होते ते साध्य झाले नाही. तिकडे उत्तर भारतात मायावतींनी बहुजन समाज पक्ष स्थापन करून स्वत:ची वेगळी चूल

मांडली. परिणामत: दलित चळवळ विभाजित झाली. दलित चळवळीतही जातीय राजकारण शिरले. महार, मांग, चांभार इत्यादी जातींनी पक्षापेक्षा जातीय हितसंबंधांना महत्त्व दिले. परिणामत: ते एकत्र येऊ शकले नाहीत. महाराष्ट्रातील विधानसभानिवडणुकीच्या निमित्ताने (२००९ च्या) या पक्षाच्या विविध गटांच्या नेत्यांनी परत एकत्र येण्याचा विचार केला असला तरी त्याला फुटीची किनार आहे. प्रकाश आंबेडकर यात सहभागी नसून प्रथम एकत्र येण्याचा देखावा करून नंतर वेगळा सूर आमदार टी. पी. कांबळे यांनी लावला आहेच. त्यामुळे हे ऐक्य प्रत्यक्षात किती टिकेल याबद्दल शंका आहे.

### दलितांवर डॉ. बाबासाहेब आंबेडकरांचे ऋण :

डॉ. बाबासाहेब आंबेडकर हे महाराष्ट्रातील अनेक दलित चळवळींचे अग्रणी असून इतर प्रांतांतील दलित चळवळींचे ते प्रेरणास्थान होय. डॉ. बाबासाहेब आंबेडकर यांची भारताच्या घटनासमितीवर निवड झाल्यामुळेच, घटनेने दलितांना अनेक हक्क व सवलती मिळाल्यात. ते जर घटनासमितीवर नसते तर या सवलती दलितांना मिळाल्या असत्या की नाही याबाबत शंकाच आहे. डॉ. बाबासाहेब आंबेडकरांच्यामुळेच या दलित चळवळीला व्यापक राष्ट्रीय व आंतरराष्ट्रीय स्वरूप प्राप्त झाले.

डॉ. बाबासाहेबांनी १९३५ साली (१३/१०/१९३५) जरी धर्मांतराची घोषणा केली व प्रत्यक्ष बौद्ध धर्माची दीक्षा अश्विन शुद्ध १०, म्हणजे विजयादशमी (दसरा) दिनांक १४/१०/१९५६ या दिवशी घेतली. धर्मांतर केले. या २१ वर्षांत त्यांनी ''बौद्ध धर्म का?'' याचे स्वतंत्र अध्ययन करून तो लोकांना समजून सांगण्यात हा कालावधी त्यांनी व्यतीत केला. त्यानंतर डॉ. बाबासाहेब आंबेडकरांची प्रकृती खालावत गेली व ६ डिसेंबर १९५६ रोजी डॉ. बाबासाहेब आंबेडकरांचे महानिर्वाण (निधन) झाले व दलित चळवळीच्या दुसऱ्या पर्वाचा अंत झाला.

डॉ. बाबासाहेबांच्या नंतर दलित चळवळीची वाटचाल आणि अस्पृश्यतानिर्मूलनाच्या कायदेशीर तरतुदी यांचा आढावा प्रकरण ६ मध्ये आपण घेणार आहोत. त्यामुळे त्याची पुनरावृत्ती येथे टाळतो.

## समारोप

'दलितांचे व आदिवासींचे समाजशास्त्र या अध्ययनक्षेत्रात आपला भर प्रामुख्याने मागासवर्गीय समाजातील लोकांच्या विविध आंतरक्रियात्मक सामाजिक संबंधांच्या अभ्यासाला प्राधान्य देण्यावर आहे. 'मागासवर्गीय' गट ही संज्ञा प्रामुख्याने मुख्य समाजप्रवाहाच्या बाहेर जीवन जगणाऱ्या सामाजिक गटांसाठी वापरली जाते. भारतापुरता

विचार करावयाचा झाल्यास भारतात अतिप्राचीन कालापासून सुरुवातीला वर्णव्यवस्था व नंतर त्यातून उदयाला आलेली जातिव्यवस्था यातील शूद्र व अस्पृश्य यांसाठी मागासवर्गीय जाती ही संज्ञा वापरली जाते. त्याशिवाय दूरवर डोंगरांच्या दऱ्याखोऱ्यात राहणाऱ्या आदिवासी लोकांसाठीही 'मागासवर्गीय गट' ही संज्ञा वापरण्यात आली होती.

आपल्या या पहिल्या प्रकरणात आपण प्रामुख्याने भारतीय जातींवर आधारित स्तरीकरणातील कनिष्ठ व अस्पृश्य किंवा शूद्र व अतिशूद्र या तथाकथित मागासवर्गीय जातींचा इतिहास 'शूद्रा' पासून 'दलितापर्यंत' च्या वाटचालींच्या द्वारे पाहिला आहे. हे पाहताना सुरुवातीची वर्णव्यवस्था, पारंपरिक वर्णव्यवस्था यांचा विचार केला आहे. भारतीय समाजाचा ज्ञात इतिहास हा इ. स. पूर्व ४००० वर्षांपासून ते इसवी सनानंतरची दोन हजार वर्षे असा एकूण सहा हजार वर्षांचा आहे. या कालखंडात वर्णावर आधारित स्तरीकरणव्यवस्था अस्तित्वात असून व्यक्तीचा वर्ण वा जात निर्धारित करणारा महत्त्वाचा घटक म्हणजे 'जन्म'. एकदा का एखाद्या व्यक्तीचा जन्म विशिष्ट वर्णात व जातीत झाला की त्यात बदल करता येत नसे. यात शूद्र जातींना व त्यातून कालांतराने आकाराला आलेल्या अस्पृश्यांना वा आजच्या भाषेत दलितांना मागासवर्गीय गट या संज्ञेने संबोधले जात होते.

शूद्रातून अस्पृश्य समजल्या जाणाऱ्या जातींचा जन्म कसा झाला यासंबंधी मनुस्मृती, स्मृतिचंद्रिका, अन्य स्मृतिग्रंथ यांचा आढावा घेऊन स्पष्ट करण्याचा प्रयत्न केला आहे. या सुमारे ६००० वर्षांच्या कालखंडात अस्पृश्यांना ज्या विविध नावांनी संबोधले गेले होते त्याचा ऊहापोह या प्रकरणात आपण केला आहे. त्याचप्रमाणे ब्रिटिश वसाहतीवादी कालखंडात अस्पृश्यांची स्थिती कशी होती यावरही विवेचन करण्यात आले.

अस्पृश्यतेविरुद्ध आंदोलन छेडणाऱ्या महात्मा जोतिबा फुले यांचा अस्पृश्यते-संबंधीचा दृष्टिकोन, त्यांचा 'सत्यशोधक समाज' यावर चर्चा केल्यानंतर आपण डॉ. बाबासाहेब आंबेडकर यांच्या अस्पृश्यतेसंबंधीच्या विचारांवरही विवेचन केले आहे. अस्पृश्यतानिर्मूलनाच्या अनेक चळवळी, त्यावर प्रबोधन करूनही अस्पृश्यतानिर्मूलनात त्यांना यश न आल्याने त्यांना अत्यंत दु:ख झाले. त्यांचे हृदय विदीर्ण झाले वा भंग पावले व त्यातून त्यांनी प्रथम नाशिक जिल्ह्यातील येवले येथे धर्मांतराची घोषणा (इ. स. १९३५) साली केली.

प्रकरणाच्या शेवटी दलितांच्या उदयाचा व त्यासंबंधीच्या विविध प्रक्रियांचा आढावा घेऊन या प्रकरणाचा समारोप केला आहे.

## स्वअध्ययनासाठी प्रश्न (२० गुण दीर्घोत्तरी)

(१) मागासवर्गीय गटातील शूद्र - अतिशूद्र ते दलित या वाटचालीचा सविस्तर आढावा घ्या.

(२) महात्मा जोतिबा फुले व डॉ. बाबासाहेब आंबेडकर यांच्या अस्पृश्यतेसंबंधीच्या विचारांच्या विविध पैलूंचे परीक्षण करा.

## लघुत्तरी प्रश्न (१० गुण)

(१) डॉ. बाबासाहेब आंबडेकरांचा 'भग्नहृदयी' सिद्धान्त

(२) महात्मा जोतिबा फुले यांचा 'सत्यशोधक' समाज

(३) 'दलितांचा उदय' चर्चा करा

(४) ब्रिटिश कालखंडातील अस्पृश्यता

## टिपा द्या. (५ गुण प्रत्येकी)

(१) डॉ. आंबेडकरांचे मंदिरप्रवेश सत्याग्रह

(२) सत्यधर्माची तत्त्वे

(३) पारंपरिक वर्ण

(४) अस्पृश्य जातींची विविध नावे

## प्रकरण २

# आदिवासी जमाती किंवा आदिवासी समाज

## अध्ययनाची उद्दिष्टे :

१. भारतीय समाजातील दुसरा मागासवर्गीय गट म्हणजे आदिवासी जमाती किंवा समाज यांच्या स्वरूपाची माहिती व्हावी म्हणून.

२. आदिवासी समाजाचा विस्तार हा लक्षात यावा म्हणून.

३. आदिवासी जमाती - दोन परस्परसंबंधी दृष्टिकोनांची माहिती व्हावी म्हणून.

## प्रस्तावना

भारतीय समाजाचा विचार करता भारतीय समाज हा तीन विभागांत विभागला गेला आहे. हे तीन विभाग म्हणजे नागरी समाज, ग्रामीण समाज आणि आदिवासी समाज. आदिवासी समाजासाठी आदिवासी जमाती या संज्ञेचाही वापर केला जातो. भारतीय जातिव्यवस्थेतील शूद्र अतिशूद्राप्रमाणेच हा आदिवासी समाज हापण सर्व क्षेत्रांत मागासलेला असून नागरी समाजापेक्षा अनेक सुविधा सवलतींपासून वंचित आहे. दूरवर दऱ्याखोऱ्यांत वास्तव्य करणाऱ्या या जमाती अनेक बाबतींत इतरांपेक्षा खूपच मागे आहेत. या प्रकरणात आपण प्रथमत: आदिवासी जमातींच्या विविध व्याख्या व त्या समाजाची विविध वैशिष्ट्ये या जमातीचे स्वरूप जाणून घेण्यासाठी, पाहणार आहोत. यानंतर भारतातील आदिवासी जमातींचा विस्तार कसा झाला, प्रत्येक प्रांतातील त्यांचे प्रमाण यांचा आढावा घेतल्यानंतर ब्रिटिशांच्या किंवा वसाहतवादी कालखंडात आदिवासी जमातींच्या संदर्भात तज्ज्ञांनी जे दृष्टिकोन प्रतिपादन केले होते त्यासंबंधी त्या त्या तज्ज्ञांचे विचार जाणून घेणार आहोत. प्रकरण एकमध्ये आपण भारतीय जातिव्यवस्थेतील वंचित जातींचा विचार करताना त्यांच्यातील बदलाचा कालखंडानुसार आढावा घेतला तर या प्रकरणात आपण मूळ प्रवाहापासून दूर राहणाऱ्या व सर्वसाधारणपणे एकाकी जीवन जगणाऱ्या आदिवासी जमाती व समाज यांना ज्या वंचिततेचा सामना करावा लागला होता त्यावर विचार करणार आहोत.

# आदिवासी जमाती विविध संज्ञा किंवा विविध नावे -

इंग्रजीमध्ये ट्राइबल (Tribal) म्हणून ज्यांचा उल्लेख केला जातो. त्यांना आदिम, रानटी टोळीवाले, आदिवासी समाज वा जमाती, तर भारतीय संविधानानुसार (घटनेनुसार) त्यांच्यासाठी अनुसूचित जमाती इत्यादी विविध संज्ञांनी संबोधले जात होते. प्रत्येक आदिवासी समाजाची वा टोळीची भाषा वेगळी होती. त्याचप्रमाणे प्रत्येक आदिवासी टोळीची स्वतःची अशी स्वतंत्र संस्कृती, स्वतःचा असा स्वतंत्र धर्म, देव देवता होत्या म्हणून त्यांचा उल्लेख हिंदू म्हणून करू नये असे काही तज्ज्ञांचे मत होते. सुप्रसिद्ध भारतीय समाजशास्त्रज्ञ व मानवशास्त्रज्ञ कै. डॉ. जी. एस. घुर्ये यांचा मात्र या विचाराला विरोध होता. त्यांच्यामताने भारतातील प्रत्येक आदिवासींचा धर्म व देव देवता यांचे स्वरूप वेगवेगळे असले तरी त्या सर्वांचा आधार हिंदू धर्म असल्याने, भारतीय आदिवासी हिंदूच आहेत. आदिवासी जमाती दूरवर जंगलात डोंगर दऱ्याखोऱ्यांत राहत असल्याने भारताचे राष्ट्रपिता महात्मागांधी यांनी त्यांचा उल्लेख गिरिजन असा केला होता. भारताला स्वातंत्र्य मिळाल्यानंतर भारत सरकारने भारतातील आदिवासी जमातींची एक यादी वा सूची तयार केली होती व ती प्रकाशित केली होती. म्हणून भारतीय राज्यघटनेत सुरुवातीला म्हटल्याप्रमाणे यांच्यासाठी 'अनुसूचित जमाती' ही संज्ञा वापरली होती. आजही सरकारदरबारी हीच संज्ञा मुख्यत्वेकरून वापरली जाते.

## आदिवासी जमातीची व्याख्या

आदिवासी जमाती वा समाज ही संज्ञा स्पष्ट होण्यासाठी व त्यांचे स्वरूप लक्षात येण्यासाठी या संज्ञेच्या काही समाजशास्त्रज्ञांनी मानवतज्ज्ञांनी व सरकारी अधिकाऱ्यांनी या आदिवासी जमातीच्या केलेल्या काही व्याख्या आपण तपासून पाहू.

### (I) साम्राज्यवादी राजपत्रक (इंम्पिरिअल) गॅझेटिअर (Imperial Gazetteer)

ब्रिटिश साम्राज्याच्या कालखंडात ब्रिटिश सरकारच्या वरिष्ठ अधिकाऱ्यांनी आदिवासी समाजाची व्याख्या खालील शब्दांत केली होती.

एक आदिवासी समाज म्हणजे कुटुंबांचे असे एक संकलन होय की ज्यांचे एक सामान्य नाव असते, जे एका सामान्य भूभागावर राहतात, जे एक समानभाषा बोलतात आणि विवाह, व्यवसाय, उद्योग इत्यादी संदर्भात काही निषेध नियमनांचे पालन करतात आणि ज्यांची परस्पर देवाण - घेवाण आणि कर्तव्ये इत्यादींची परस्पर संबंधांची व्यवस्था होय.

### (II) डॉ. डी. एन. मुजुमदार

आदिवासी टोळी म्हणजे सामान्यपणे एकच नाव धारण करणाऱ्या एका विशिष्ट भूभागावर निवास करणाऱ्या एकाच प्रकारची भाषा बोलणाऱ्या, विवाहसंबंध, व्यवसाय,

इत्यादी बाबतींत एकाच प्रकारचे (निषेधात्मक किंवा नकारात्मक) नियम पाळणाऱ्या व निश्चितपणे एका विशिष्ट प्रकारची मूल्ये व विचारप्रणाली यांची जपणूक करणाऱ्या कुटुंबांचा समूह होय.

**(२) जेकब आणि स्टर्न -** समान भू प्रदेश, समान भाषा, समान संस्कृती यांचा अवलंब करणाऱ्या आणि आर्थिक दृष्ट्या एकमेकांशी अत्यंत निगडित व परस्परसंबंधी धाग्यांनी विणलेल्या खेड्यांच्या एकत्र अशा स्थितीचा उल्लेख पुष्कळदा टोळी किंवा आदिवासी समाज म्हणून केला जातो.

**(३) गिलिन आणि गिलिन -** एका विशिष्ट भूभागावर राहणारा समान बोलीभाषा व समान सांस्कृतिक जीवन जगणाऱ्या पण अक्षरओळख नसलेल्या स्थानीय गटांच्या समुदायाला आदिवासी समाज ही संज्ञा दिली जाते.

**(४) डॉ. रिव्हर्स -** ज्या समूहातील सर्व सदस्य एक समान बोलीभाषा बोलतात. युद्ध वगैरेसारख्या उद्दिष्टपूर्ततेकरिता एक होऊन झटतात, अशा सरळ व साध्या सामाजिक समूहाला आदिवासी समाज असे म्हणतात.

या वरील सर्व व्याख्यांकडे एक दृष्टिक्षेप टाकला असता आपल्या असे लक्षात येते की, सर्व व्याख्यांत आदिवासी समाजाच्या विविध वैशिष्ट्यांवर प्रकाश टाकण्याचा प्रयत्न केला आहे.

## आदिवासी समाजाची प्रमुख वैशिष्ट्ये -

आदिवासी समाज हा ग्रामीण व नागरी समाजांपेक्षा अनेक बाबतींत वेगळा आहे. या समाजाचे हे वेगळेपण त्या समाजाची विविध वैशिष्ट्ये पाहिल्यावर आपल्या लक्षात येईल. आदिवासी समाजाची खालील प्रमुख वैशिष्ट्ये शास्त्रज्ञ प्रतिपादन करतात, ती आपण पाहू.

### (१) समान भूप्रदेश -

प्रत्येक आदिवासी टोळीचा वा समाजाचा स्वत:चा असा विशिष्ट भूप्रदेश असतो व त्या त्या आदिवासी समाजाच्या व टोळींच्या सभासदांचे अस्तित्व त्या भूप्रदेशावर असते. वास्तविक प्रत्येक मानवी समूहाला वस्ती करण्यासाठी भूप्रदेशाची आवश्यकता असते. आदिवासी समाज याला अपवाद नाही. आदिवासी समाजाचे वेगळेपण हे की, त्यांनी आपल्या निवासासाठी किंवा वस्तीस्थानासाठी दूरवरच्या डोंगरातील, दऱ्याखोऱ्यांतला भूप्रदेश निवडला. उदा. नीलगिरी पर्वताच्या सान्निध्यात राहणारे तोडा, सातपुडा आणि विंध्यपर्वताच्या दऱ्याखोऱ्यांत राहणारे भिल्ल, आसाममधील

हिमालयाच्या कुशीत राहणारे खासी व जैतिया तर आपल्या महाराष्ट्रातील सह्याद्री-पर्वताच्या कुशील राहणारे कोळी, वारली, कातकरी, कोकणा इत्यादी. भूप्रदेशामुळे आदिवासी टोळीतील सभासदांना सांस्कृतिक वेगळेपण प्राप्त होते. सारांश स्वत:च्या टोळीचे वेगळेपण जपण्यासाठी वा टिकविण्यासाठी आदिवासींना निश्चित भूप्रदेशाची जरुरी असते.

**(२) एकात्मभावना -**

एकाच भूप्रदेशावर अनेक काळ वास्तव्य केल्यामुळे समान भाषा, समान संस्कृती यांमुळे एकाच आदिवासी टोळीतील वा समाजातील सभासदांमध्ये परस्परांबद्दल प्रेम आणि सहकार्य यांची वृद्धी होते. त्यातून आपण सर्व एक आहोत या विचाराला प्राधान्य मिळते व त्यातून एकात्मभावना वाढीस लागते. एकमेकांच्या सान्निध्यात सतत अनेक वर्षे राहिल्यामुळे सहवासातून एकात्मभावना निर्माण होते वा वाढीस लागते.

**(३) समान भाषा -**

एकाच भूप्रदेशावर राहणाऱ्या एका आदिवासी टोळीची भाषा (बोलीभाषा) सर्वसामान्यपणे एकच असते. भाषा हे कोणत्याही समाजाच्या विचारआचाराच्या आदानप्रदानाचे एक महत्त्वाचे साधन आहे. भाषेमुळे आशयसंप्रेषणाची प्रक्रिया सुलभ होते. समान भाषेमुळे एका आदिवासी टोळीचे लोक इतर टोळ्यांपासून आपले सांस्कृतिक वैशिष्ट्य जतन करू शकतात. लोकगीते, लोकनाट्य, लोकसंगीत जतन करण्याचे काम बोलीभाषेने मोठ्या प्रमाणता केल्याचे दिसते. समान भाषा ह्या टोळी - टोळींतील आत्मीयता वाढण्यास कारणीभूत होतात. एका विभागातील एका आदिवासी टोळीची भाषा समान असते. समान भाषा त्या आदिवासी टोळीचे इतर आदिवासी टोळ्यांपासून स्वत:चे वेगळे असे सामाजिक अस्तित्व टिकविण्यास मदत करते.

**(४) रक्तसंबंध -**

एकाच आदिवासी टोळीतील सभासद परस्परांशी रक्ताच्या नात्यांनी बांधले गेलेले असतात, अशी त्या त्या आदिवासी टोळीप्रमुखाची श्रद्धा असते. याचे कारण प्रतिपादन करताना ते असे सांगतात की, टोळीतील सर्व सभासद एकाच पूर्वजाची (Ancestor) पूजा करतात व त्याच पूर्वजापासून टोळीतील लोकांची उत्पत्ती व वृद्धी झाली असल्याचे ते मानतात. सामान्यत: एकाच टोळीतील सर्व सभासदांचे गोत्र समान असते. गोत्र म्हणजे असा मूळ पुरुष ज्यापासून आजची पिढी निर्माण झाली आहे. दुसऱ्या शब्दात आजच्या पिढीत त्या एकाच पूर्वजाचे रक्त खेळत असते. या अर्थानेही आदिवासी टोळीतील प्रत्येकजण दुसऱ्याचा रक्ताचा नातेवाईक असतो.

### (५) अंतर्विवाही गट -

प्रत्येक आदिवासी समाज हा अंतर्विवाही गट आहे. अंतर्विवाही गट याचा अर्थ विवाह जुळविताना वधू - वर हे एकाच आदिवासी समाजाचे सभासद असले पाहिजेत असे बंधन असते. उदा. कोया आदिवासी जमातीतील मुलाला विवाह करावयाचा तर त्याला त्याची वधू वा पत्नी हीपण कोया आदिवासी जमातीतूनच निवडावी लागते. त्याचप्रमाणे वारली स्त्री - पुरुष, यांच्यात वैवाहिक संबंध प्रस्थापित होऊ शकतात. यालाच अंतर्‌विवाह म्हणतात. अंतर्‌विवाहाच्या या नियमानुसार वारली जमातीतील पुरुष व भिल्ल जमातीतील स्त्री यांच्यात मात्र वैवाहिक संबंध प्रस्थापित होऊ शकत नाही कारण ते उभयता वेगवेगळ्या जमातींचे सभासद आहेत. थोडक्यात, आदिवासी समाजातील कोणत्याही व्यक्तीला आपला वैवाहिक साथीदार आपल्या समाजातून वा टोळीतूनच निवडावा लागतो. दुसऱ्या आदिवासी समाजातील वा टोळीतील व्यक्तीशी जर वैवाहिक संबंध प्रस्थापित करण्याचा प्रयत्न झाला तर दोन्हीही टोळींतील लोक या कृत्याचा कडक शब्दात निषेध तर करतातच पण अशा टोळीबाहेरील व्यक्तीशी विवाह करणाऱ्या व्यक्तीवर सामाजिक बहिष्कारही टाकतात. सारांश, टोळीअंतर्गत विवाह हे आदिवासी समाजाचे एक महत्त्वाचे वैशिष्ट्य होय.

### (६) समान संस्कृती -

समान सांस्कृतिक जीवन हे आदिवासी टोळ्यांचे वा आदिवासी समाजाचे आणखी एक वैशिष्ट्य. संस्कृतीत परंपरा, मूल्य, आदर्श, जीवनपद्धती, रीतिरिवाज, खाणे - पिणे वा आहार, पोशाखाच्या पद्धतीतीत आचार - विचार इत्यादी बाबींचा समावेश संस्कृतीत होतो. एका आदिवासी समाजाची संस्कृती, मग ती भौतिक असो वा अभौतिक, सारखी व समान असते. भिल्ल आदिवासी स्त्रिया ज्या प्रकारचा पोशाख करतात त्या प्रकारचे दागदागिने व पोशाख, हा वारली वा कोकणा आदिवासी समाजातील स्त्रिया करणार नाहीत. कारण भिल्लांची संस्कृती ही वारली वा कोकणा आदिवासींपेक्षा भिन्न असली तरी सर्व भिल्ल आदिवासी जमातीतील भिल्लांची संस्कृती मात्र समान असते. या ठिकाणी समान संस्कृती याचा अर्थ सर्व आदिवासी समाजाची संस्कृती समान असते, असा नाही तर एकाच आदिवासी टोळीतील सर्व लोक एकाच प्रकारच्या संस्कृतीचा स्वीकार करतात असा आहे. सांस्कृतिक जीवनातील समानता ह्या गोष्टी आणि सामाजिक व्यवहारातील समानता आदिवासी टोळीतील वा समाजातील सभासदांत एकतेची वृद्धी करण्याची महत्त्वाची भूमिका बजावतात.

### (७) समान धर्म -

आदिवासी समाज किंवा आदिवासी टोळीच्या संदर्भात, धर्म अणि धर्मभावनेला

अनन्यसाधारण असे महत्त्व आहे. दैवतांची व निसर्गाची पूजा करणे, त्यांच्याबद्दल भीतियुक्त आदर बाळगणे हे आदिवासी समाजाच्या वा टोळीच्या धर्माचे वैशिष्ट्य समजले जाते. पूर्वजपूजा, मृतव्यक्तींची पूजा (उदा. काज विधी-क ठाकूर आदिवासी समाजातील) मृतपूर्वजांना संतुष्ट करण्याचे विधी हा आदिवासी समाजाच्या धर्माचरणाचा प्रमुख आधार मानावा लागतो. प्रत्येक आदिवासी समाजाचे वा आदिवासी टोळीचे स्वत:चे असे कुलदैवत असते. त्या कुलदैवताची पूजाअर्चा हेही या लोकांच्या धर्माचरणाचे एक अंग मानले जाते. निसर्गावर पूर्णपणे अनभिज्ञ असणारे पण निसर्गाचक्राबद्दल पूर्णपणे अनभिज्ञ असणारे हे आदिवासी लोक निसर्गाला शरण जातात. निसर्गालाच देव मानून त्याची पूजा करतात. निसर्गपूजा हेही आदिवासी समाजाच्या धर्माचरणाचे एक महत्त्वाचे अंग मानले जाते. निसर्गाच्या सान्निध्यात आदिवासी सतत राहतो. निसर्गातील चमत्कार तो पाहतो व अनुभवतो पण या चमत्काराची कारणमीमांसा त्यांना करता येत नाही. मनुष्याला रोग झाला असता काही माणसे बरी का होतात व काही का मरतात, हे व त्या पाठीमागचे विज्ञान त्यांना माहीत नसते. त्यामुळे चमत्काराचा आधार घेऊन या बाबतीत त्यांना कोणी फसविण्याचा प्रयत्न केल्यास ते सहज फसतात. यालाच जादू म्हणतात. संकटातून जादूच्या साहाय्याने आपण बाहेर पडू शकतो ही श्रद्धा आदिवासी लोकांना अधिकाधिक जादूच्या कह्यात जाण्यास साहाय्यभूत होते. सारांश धर्म व जादू यांचा प्रचंड पगडा आदिवासी समाजावर पडलेला असतो. तसेच आदिवासी समाजातील काही किरकोळ अपवाद वगळता धर्म व जादू यांचे स्वरूप सारखे म्हणजे समान असते.

### (८) समान (एकच) नाव -

प्रत्येक आदिवासी समाजातील लोकांना किंवा टोळीतील लोकांना स्वत:चे असे स्वतंत्र नाव असते. इतर आदिवासी समाजापासून किंवा टोळ्यांपासून आपल्या टोळीचे वेगळे असे अस्तित्व, आपल्या टोळीतील व तसेच अन्य टोळीतील लोकांच्या लक्षात येण्यासाठी, प्रत्येक आदिवासी समाजाला वेगळे असे नाव दिले गेले असावे. उदा. ओरांग, कोरकू, कुकी, कोलाम, खासी, गड्डी, गोंड, चेंचू, लेपचा, नागा, मिझो इत्यादी प्रत्येक टोळीला तिच्या पूर्वजाचे वा मूळ पुरुषाचे नाव दिले गेले असावे असे विद्वान मानतात. सारांश प्रत्येक आदिवासी समाजाला स्वत:चे असे स्वतंत्र नाव असते व त्या नावावरूनच त्या आदिवासी टोळीतील लोक ओळखले जातात.

### (९) आकाराने अत्यंत छोटा समुदाय -

शहरी व तसेच ग्रामीण समुदायाशी तुलना करता आदिवासी समुदायाचा आकार फारच छोटा असतो. आदिवासी खेड्यांची लोकसंख्या ग्रामीण परिसरातील खेड्यांपेक्षा

फारच कमी असते. एखाद्या आदिवासी गावाची लोकसंख्या ही केवळ १०० ते ५०० च्या घरात असते. ठाणे, नाशिक जिल्ह्यातील आदिवासी ज्या भूभागावर राहतात त्यांना पाडा म्हणतात तर मराठवाड्यात त्यांना तांडा म्हणतात. या पाड्यावर किंवा तांड्यावर आदिवासींची १०/ १५ सुद्धा घरे नसतात. हा प्रदेश दुर्गम असल्याने आदिवासी खेड्यात येऊन राहण्याची इच्छा इतरांना होत नसावी. लहान लोकसंख्या, दुर्गम प्रदेश यांमुळे आदिवासी समाजातील लोकांचा बाह्य जगाशी फारच थोडा संपर्क येतो. सारांश शहर वा खेडेगाव या तुलनेने आदिवासी लोकांची वस्ती असलेल्या खेड्यांचा आकार फारच कमी असतो. एकंदर भारतातील आदिवासी लोकसंख्येचा विचार भारतात ग्रामीण लोकसंख्येचे प्रमाण ६८%, शहरी लोकसंख्येचे प्रमाण २५% तर आदिवासी टोळ्यांच्या लोकसंख्येचे प्रमाण केवळ ७% एवढे आहे. या दृष्टीने विचार करता आदिवासी समुदायाचा आकार खूपच छोटा आहे.

### (१०) साधी अर्थव्यवस्था -

आदिवासी समाजाची अर्थव्यवस्था ही अत्यंत साधी आहे. साधी अर्थव्यवस्था याचा अर्थ असा की, या अर्थव्यवस्थेत व्यक्तीच्या सर्व क्रिया या पोट भरण्याच्या उद्देशानेच केल्या जातात. दिवसभर काम करण्याचे ध्येय, आपल्या व आपल्या कुटुंबातील व्यक्तींची टिचभर पोटाची खळगी भरली पाहिजे, एवढे मर्यादित असते. अर्थशास्त्राच्या भाषेत सांगावयाचे झाल्यास उपभोगासाठी उत्पादन एवढाच मर्यादित उद्देश उत्पादनामागे असतो; परंतु काही वेळेस हा मर्यादित उद्देशही सफल होत नाही. कारण आवश्यक गरजांचे उत्पादनही इतके कमी असते की, स्वत:च्या या आवश्यक गरजाही आदिवासींना धडपणे पूर्ण करता येत नाहीत याचा परिणाम असा की वस्तूंचा संचय, विनियम या कल्पनांचा अभावच आदिवासी लोकांत दिसून येतो. त्यामुळे पैसा, बाजारपेठा यांचा अभाव हा आदिवासी अर्थव्यवस्थेचा महत्त्वाचा पैलू मानला गेला होता. नफा मिळविणे हे आधुनिक अर्थव्यवस्थेत आढळणारे ध्येय आदिवासी लोकांच्या अर्थव्यवस्थेत आढळत नाही. अर्थोत्पादनक्रियेत स्त्री व पुरुष दोघेही सहभागी होतात व हे श्रमविभाजन शारीरिक भेदावर आधारलेले असते. अर्थोत्पादनक्रियेसाठी आदिवासी लोक हे प्रामुख्याने नैसर्गिक साधनसामग्रीवर, नैसर्गिक शक्तीवर अवलंबून राहतात. सारांश मर्यादित गरजा, त्या पूर्ण करण्यापुरतेच आर्थिक प्रयत्न हे आदिवासी समाजाच्या अर्थव्यवस्थेचे साधे स्वरूप स्पष्ट करतात.

आदिवासी समाजाच्या या काही वैशिष्ट्यांकडे दृष्टिक्षेप टाकला की असे लक्षात येते की आदिवासी लोकांचे जीवन हे अत्यंत निष्कृष्ट असे होते. अनेक आदिवासी समाज हे अत्यंत दुर्गम प्रदेशात राहत असल्यामुळे जनसंपर्कापासून दूर होते. परिणामी हे आदिवासी

आहे त्या स्थितीतच राहिले. भिन्न-भिन्न भाषा, भिन्न-भिन्न भूप्रदेश, भिन्न - भिन्न संस्कृती यांमुळेच आदिवासी समाजाचे अनेक गटांत वा टोळ्यांत वर्गीकरण झाल्याचे दिसते. त्यांनी त्यांची संस्कृती आजही हस्तांतरणप्रक्रियेद्वारे जतन करण्याचा प्रयत्न केला आहे. एकीकडे कमालीचे दारिद्र्य तर दुसरीकडे प्रचंड निरक्षरता यांमुळे आदिवासी जमातीची स्थिती आहे तशीच राहिली. स्वातंत्र्यप्राप्तीनंतर भारत सरकारने आदिवासी जमातीची स्थिती सुधारण्यासाठी विविध कल्याणकारी योजना हातात घेतल्या असून त्यांचे दृश्य परिणाम गेल्या काही वर्षांपासून लक्षात येऊ लागले आहेत, त्यामुळे या जमातींत काही संरचनात्मक बदल दिसून यावयास लागले आहेत.

## आदिवासी समाजाचा किंवा जमातीचा विस्तार -

भारतात अनेक पर्वतराशी आहेत. दक्षिणेकडील निलगिरी पर्वतापासून उत्तरेकडील नगाधिराज हिमालयापर्यंत अनेक छोट्या - मोठ्या पर्वतराजी भारतात असून त्यांच्या दुर्गम दऱ्याकपाऱ्यांत आजही असंख्य आदिवासी वस्ती करून राहतात. गेल्या ४ दशकांत भारतातील आदिवासी समाजाच्या लोकसंख्येत झालेली वाढ खालील तक्त्यावरून तुमच्या लक्षात येईल.

भारतातील आदिवासी समाजाचा विस्तार दर्शविणारा तक्ता.

| अ.क्र | जनसंख्येचे वर्ष | आदिवासी समाजाची लोकसंख्या |
|-------|-----------------|----------------------------|
| १ | १९७१ | ३ कोटी ८३ लाख |
| २ | १९८१ | ५ कोटी १९ लाख |
| ३ | १९९१ | ५ कोटी ९४ लाख |
| ४ | २००१ | ६ कोटी ७८ लाख |

(तक्ता क्र. २.१)

वरील तक्त्यात दर्शविल्याप्रमाणे भारतात आदिवासी जमातीची, इ. स २००१ सालच्या खानेसुमारी अहवालानुसार लोकसंख्या ६ कोटी ७७ लाख ६० हजार एवढी होती. यानंतरच्या तक्त्यात भारतातील सर्वाधिक लोकसंख्या असलेल्या राज्यांची नावे व एकूण लोकसंख्येत त्यातील आदिवासी लोकसंख्येचे प्रमाण नमूद केले आहे.

| अ.क्र | प्रांताचे नाव | लोकसंख्येतील आदिवासी लोकसंख्येचे प्रमाण (टक्केवारी) |
|---|---|---|
| (१) | लक्षद्वीप | ९४.५१ |
| (२) | मिझोराम | ९४.४६ |
| (३) | मेघालय | ८५.९४ |
| (४) | दादरा नगरहवेली | ६२.२४ |
| (५) | अरुणाचल प्रदेश | ६४.२२ |
| (६) | मणिपूर | ३४.२० |
| (७) | छत्तीसगड | ३१.७६ |
| (८) | त्रिपुरा | ३१.०५ |
| (९) | झारखंड | २६.०२ |
| (१०) | ओरिसा | २२.१३ |
| (११) | सिक्कीम | २०.६० |
| (१२) | मध्यप्रदेश | २०.२७ |

**(तक्ता क्र. २.२)**

वरील तक्त्याकडे जर दृष्टिक्षेप टाकला तर असे लक्षात येते की बहुसंख्य आदिवासींची लोकसंख्या ही पूर्वोत्तर भारत व उत्तर भारत या विभागात केंद्रित झाल्याचे तुमच्या लक्षात येईल. महाराष्ट्रात आदिवासींचे प्रमाण केवळ ८.८५% आहे तर गोव्यात ते प्रमाण फक्त ०.०४ टक्केच आहे.

## आदिवासी जमाती.... ब्रिटिश कालखंडातील म्हणजेच वसाहतवादी कालातील स्थिती

ब्रिटिश काळातील भारतातील आदिवासींच्या स्थितीचा विचार करता ब्रिटिश सरकारचे आदिवासी समाजाबाबतचे धोरण तटस्थतेचे होते. ब्रिटिशांनी जमीनदारी पद्धती व महसूल या संदर्भात जे धोरण निर्धारित केले होते ते आदिवासी जमातीच्या शोषणास प्रोत्साहन देणारे होते. शिवाय हे धोरण जमीनदार वा जमीनमालक, सावकार, जंगलांचे

ठेकेदार आणि तसेच जकातदार, महसूल अधिकारी, पोलिस अधिकारी यांना पूरक व अनुकूल होते. शेती करणाऱ्या आदिवासी लोकांवर इतका शेतसारा बसविला की तो त्यांच्या आर्थिक क्षमतेपेक्षा खूपच जास्त होता. परिणामत: आदिवासींच्या शोषणाची प्रक्रिया अधिक गतिमान बनली.

तसेच वसाहतवादी कालावधीत ब्रिटिश सरकारच्या आशीर्वादाने ख्रिस्ती धर्माच्या मिशनऱ्यांनी आदिवासीचे मोठ्या प्रमाणात शोषण करण्यास सुरुवात केली. या ब्रिटिश मिशनऱ्यांनी अनेक आदिवासींचे लोकांचे ख्रिस्ती धर्मात धर्मांतर करून आदिवासी समाजासाठी त्यांनी काही शिक्षणसंस्था व दवाखाने निर्माण केले असले तरी त्यामुळे आदिवासी समाज त्यांच्या संस्कृतीपासून दूर गेला.

सारांशरूपात असे म्हणता येईल की वसाहतवादाच्या काळात ब्रिटिशांचा आदिवासींकडे पाहण्याचा एकूण दृष्टिकोन उदासीन, आदिवासींच्या विरोधात व जमीनदार, सावकार, सरकारी अधिकारी यांच्या बाजूंचा, तर आदिवासींच्या शोषणास प्रोत्साहन देणारा ठरला.

## आदिवासी समाजाचे सिद्धान्त

यानंतर आपण आदिवासी समाजाच्या संदर्भात मांडण्यात आलेल्या दोन सिद्धान्तांवर चर्चा करणार आहोत.

(१) अलगाववादी सिद्धान्त (Isolation Theory)

(२) एकात्मवादी सिद्धान्त (Integration Theory)

### (१) अलगाववादी किंवा अलिप्ततावादी सिद्धान्त (The Theory of Isolation)

या अलगाववादी किंवा अलिप्ततावादी सिद्धान्ताचे प्रणेते म्हणून **'व्हेरिअर एल्विन'** **(Verrier Elwin)** (१९०२ - १९६४) या मानवशास्त्रज्ञाचे नाव घेतले जाते. त्यांनी आदिवासी समाजाच्या संदर्भात अलगाववादी किंवा अलिप्ततावादी सिद्धान्ताची मांडणी त्यांचे पुस्तक लॉस ऑफ नर्व्ह (Loss of Nerve) (मनोधैर्य गमावलेला) या पुस्तकात आदिवासी जमातीच्या संदर्भात हा सिद्धान्त मांडला होता. या सिद्धान्ताचा मूळ गाभा अलिप्ततावाद असल्यामुळे प्रथम आपण अलिप्ततावाद किंवा अलगाववाद या संज्ञेचा अर्थ समजावून घेऊ.

**(१) एच. पी. फेअरचाइल्ड (H. P. Fairchild) -**

समाजशास्त्रीय दृष्टिकोनातून विचार करता अलगाव किंवा अलिप्तता म्हणजे ''विशिष्ट सामाजिक गटाला मोठ्या सामाजिक व्यवस्थेत सामाजिक संबंध ठेवण्यापासून वंचित

करणे वा दूर ठेवणे होय.''

एच. पी फेअरचाइल्ड यांनी 'अलिप्ततावाद किंवा अलगाववाद' (Isolation) या संज्ञेचे तीन पैलू वा तीन पदर विशद केले आहेत.

**(अ) संघटित स्वत्व** आकाराला येणे अशक्य आहे या दृष्टीने विचार करता मानवाच्या एका गटाला, अन्य मानवी गटांपासून किंवा एकूण मानवी समाजापासून जन्मत: व जन्मानंतरही विकासाच्या विविध कठीण अवस्थांत वेगळे वा दूर ठेवून त्यांना इतरांना मिळणारे विशेषाधिकार नाकारणे म्हणजे अलिप्तता व अलगाव होय.

**(ब)** शिवाय व्यक्तींना ज्या अन्य व्यक्तींशी वा गटांशी सामाजिक संबंध प्रस्थापित करण्याची इच्छा आहे त्यांना त्यापासून परावृत्त करणे किंवा तसेच संबंध प्रस्थापित करण्यास प्रतिबंध करणे म्हणजे अलगाववाद किंवा अलिप्ततावाद होय.

**(क)** विद्वानांचा किंवा तज्ज्ञांचा असा विश्वास आहे की अलगाववाद किंवा अलिप्ततावाद तयार होण्याची प्रक्रिया ही व्यक्तिव्यक्तिपरत्वे, समाजसमाजपरत्वे वेगवेगळी असते.

या तिन्ही पदरांचा विचार करता सामान्यपणे व वास्तविकत: अलिप्ततेच्या व्याख्येत केवळ नकारात्मकतेवर भर देण्यात आला असून '**अलगाववाद ही अशी एक परिस्थिती असून त्यात काही प्रकारचे सामाजिक संबंध अन्य व्यक्तींशी वा गटांशी प्रस्थापित करण्यास नकार दिला जातो वा प्रतिबंध केला जातो.**'

**अलगाववादाचे किंवा अलिप्ततावादाचे प्रकार** (Types of Isolation)

सर्वसामान्यपणे अलिप्ततावादाचे किंवा अलगाववादाचे तीन प्रकार पाडले जातात. ते खालीलप्रमाणे

अलगाववादाचे किंवा अलिप्ततावादाचे प्रकार दर्शविणारी आकृती

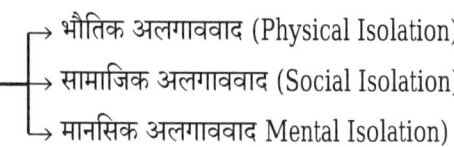

- → भौतिक अलगाववाद (Physical Isolation)
- → सामाजिक अलगाववाद (Social Isolation)
- → मानसिक अलगाववाद Mental Isolation)

या तिन्ही प्रकारांवर आपण चर्चा करू.

**(१) भौतिक अलगाववाद (Physical Insolation) ॲलेक्झांडर सेलकिर्क (Alexander selkirk)** यांनी हा प्रकार विशद केला असून त्यानुसार भौतिक अलगाववाद म्हणजे एक प्रकारचा एकान्तवास किंवा सर्वांपासून वेगळा निवास करणे होय. उदा. पिटकेर्न बेटावरील आदिवासी किंवा अंदमानातील अदिवासी होत.

**(२) सामाजिक अलगाववाद (Social Isolation)** - तथाकथित पवित्र

समाजापासून तथाकथित अशुद्ध वा अपवित्र लोकांना वेगळे करणे म्हणजे सामाजिक अलगाववाद होय. यानुसार युरोपातील नागरिकांनी जिप्सी लोकांना, ख्रिस्ती धर्मीयांनी ज्यू धर्मीयांना, हिंदू समाजातील स्पृश्यांनी अस्पृश्यांना तर बहुसंख्याकांनी अल्पसंख्याकांना कधीच मुख्य प्रवाहात सामील करून घेतले नाही तर त्यांना सतत अलग वा वेगळे ठेवले. यासाठी सामाजिक अलगाववाद ही संज्ञा वापरतात.

**(३) मानसिक अलगाववाद (Mental Isolation) -** या ठिकाणी मानसिक हा शब्द, मानवी अवयवांतील एक अवयव व त्यांचे कार्य, या अर्थाने वापरला असून त्याचा मनाच्या द्विविधतेशी काही संबंध नाही. या प्रकारच्या अलगाववादाचे क्षेत्र हे स्वयंपूर्ण विचाराच्या अनुबंधाशी निगडित असून त्यात एखादा मनोरुग्ण जेव्हा ठाम विचारापासून अलग होऊन इतरांशी संवाद साधण्याऐवजी स्वत:च्या मनोराज्यात रममाण होतो तेव्हा तो इतरांपासून वेगळा पडतो तेव्हा त्यास मानसिक अलगाववाद म्हणतात किंवा दुसरीकडे उच्चशिक्षितांच्या उद्धटपणामुळे साध्या सरळ लोकांचा स्वसमूहश्रेष्ठतावाद जेव्हा तोकडा पडतो तेव्हा त्यातूनही मानसिक अलगाववाद जन्माला येतो. भारतात आर्यांनी मूळ स्थानिक द्रविडवंशीयांवर गाजविलेल्या वर्चस्वातून मानसिक अलगाववाद जन्माला आला असे म्हणता येईल.

**(२) ॲनी वेव्हेल (Anne Wevell) संपादक**

या विदुषीने संपादित केलेल्या 'वर्ल्ड पॉवर डिक्शनरीत' अलगाववाद किंवा अलिप्ततावाद या संकल्पनेचे अनेक अर्थ विशद केले असून आपल्या अभ्यासक्रमाशी संबंधित अर्थाचा आपण आढावा घेऊ.

"एकंदर समाजापासून किंवा समाजजीवनापासून स्वत:ला किंवा स्वत:च्या गटाला वेगळे करणे म्हणजे अलगता किंवा अलिप्तता होय."

काही वेळा ही अलिप्तता लादली जाते. (उदा. हिंदूंतील अस्पृश्य, अमेरिकेतील काळे) तर काही वेळा संबंधित व्यक्ती वा संबंधित गट अलिप्तता स्वत:हून स्वीकारतात. उदा. संत, महंत, तपस्वी, संन्यासी इत्यादी

या ठिकाणी आपण '**एल्विन**' यांनी आदिवासी जमातीच्या संदर्भात अलगाववादाचा जो सिद्धान्त मांडला होता त्याचा आढावा घेऊ.

वरील दोन्ही व्याख्यांचा विचार करता या ठिकाणी आपण आदिवासी जमातीच्या संदर्भात अलगाव किंवा अलिप्ततावादी म्हणजे काय याचा आढावा घेणार आहोत. या दृष्टिकोनाचे प्रणेते मानवशास्त्रज्ञ असे मानतात, की आदिवासींनी त्यांच्या पारंपरिक जीवनपद्धतीवरच अवलंबून राहणे आवश्यक आहे, इतर तथाकथित प्रगत समाजाच्या जीवनपद्धतीचा व अन्य बाबींचा स्वीकार करण्याचे टाळणे गरजेचे नव्हे तर अत्यावश्यक आहे. थोडक्यात जे आदिवासी पारंपरिक जीवनपद्धतीला चिकटून राहतात व अन्य

समाजाशी संपर्क ठेवण्याचे टाळतात त्या जमाती वेगळ्या वा अलग (अलिप्त) असतात. आदिवासी जमातींनी त्यांचे स्वतंत्र वेगळेपण व अस्तित्व टिकवून ठेवले पाहिजे असे मानणाऱ्या मानवशास्त्राचे विचार हे अलगाववादी सिद्धान्त म्हणून ओळखले जातात. या शास्त्रज्ञांनी त्यांच्या अध्ययनातून अलगाववादी आदिवासी जमातीची काही वैशिष्ट्ये प्रतिपादन केली असून ती खालीलप्रमाणे.

**अलगाववादी वा अलिप्ततावादी सिद्धान्तकारांनी प्रतिपादन केलेली अलिप्त राहणाऱ्या आदिवासी समाजाची वैशिष्ट्ये**

**(१) कमी परस्परावलंबन -** आदिवासी जमाती-जमातीत कमीत कमी परस्परावलंबन असले पाहिजे.

**(२) आर्थिक मागासलेपण -** आदिवासी जमाती या आर्थिक दृष्ट्या मागासलेल्या असल्या पाहिजेत. याचा अर्थ पुढीलप्रमाणे (अ) जमातीतील लोकांना आर्थिक जीवनाचे मर्म उमगलेले नसले पाहिजे (ब) शेती उत्पादनासाठी त्यांनी पारंपरिक, जुन्या पद्धतीच्या उत्पादन-साधनांचा वापर केला पाहिजे. उदा. स्थानांतरित शेती, कुदळीवर आधारित शेती-मशागत इत्यादी (क) त्यांची अर्थव्यवस्था ही अविकसित असणे आवश्यक आहे. (ड) त्यांचे आर्थिक उत्पादनाचे मार्ग भिन्न - भिन्न असले पाहिजेत.

**(३) अलिप्त किंवा वेगळे वसतिस्थान -** आदिवासी जमातीतील लोकांनी इतर जमाती, ग्रामीण समूह यांपासून भौगोलिक दृष्टीने दूर, तुटक, अलग किंवा अलिप्त राहिले पाहिजे. सर्वसाधारणपणे या प्रकारच्या आदिवासी जमाती दूरवर डोंगरांतील दऱ्याखोऱ्यांत वास्तव्य करतात.

**(४) बोली भाषेची समानता -** या प्रकारच्या अदिवासी जमातीची स्वतंत्र अशी बोलीभाषा असली पाहिजे की जी लिपिबद्ध करणे अशक्य असेल. मात्र त्यात प्रादेशिकतेनुसार काही भेद असू शकतात.

**(५) राजकीय संघटन व जमात पंचायतीचा प्रभाव -** यात समाविष्ट होणाऱ्या आदिवासी जमाती या राजकीय व शासकीय दृष्ट्या संघटित असल्या पाहिजेत. जमातीतील लोकांत काही संघर्ष, भांडण वा अन्य प्रश्न जर निर्माण झाले तर त्यांची सोडवणूक त्या त्या आदिवासी जमातींच्या नियमनानुसार, जमातीत पंचायतीकडूनच झाली पाहिजे. राजकीय संघटनेचा विचार करता प्रत्येक आदिवासी जमातीचा एक 'मुखिया' (प्रमुख) असतो व त्याचा शब्द कायदा असतो. जमात पंचायतीचे प्रभुत्व व नियंत्रण महत्त्वाचे असून त्याकडे एक नियंत्रणसंस्था म्हणूनच पाहिले जाते.

**(६) परस्पराभिमानी वृत्ती -** जमातीचे सभासद हे एकीकडे परस्पराभिमानी असले पाहिजेत तर दुसरीकडे ते आत्मसंस्कृतिकेंद्रित किंवा स्वसमूहश्रेष्ठतावादी (Ethnocentric)

असले पाहिजेत. कोणत्याही प्रकारच्या परिवर्तनास त्यांचा कडाडून विरोध असला पाहिजे.

**(७) रूढ कायद्याचे प्राबल्य** - या प्रकारच्या आदिवासींवर परंपरेने चालत आलेल्या रूढींवर आधारित रूढ कायद्याचेच प्राबल्य असले पाहिजे.

**(८) स्वतंत्र धर्म** - या प्रकारच्या अलिप्त स्वरूपाच्या आदिवासी जमातीचा स्वत:चा असा स्वतंत्र धर्म असतो. जगातील अन्य धर्मांशी व धर्मतत्त्वज्ञानांशी त्यांचा कोणताही संबंध नसतो. प्रत्येक आदिवासी टोळीचा धर्मप्रमुख, इंग्रजीत Shaman या संज्ञेने संबोधला जातो. मराठीत त्यासाठी देवर्षी, भगत या संज्ञांचा वापर केला जातो. तो ईश्वराचा हस्तक असतो, दूत असतो. या व्यतिरिक्त धार्मिक विधी करणारे दोन मध्यस्थ असतात त्यांना उपाध्याय व पंड्या या संज्ञेने संबोधतात.

**(९) युवागृहाचे किंवा शयनगृहाचे अस्तित्व (Youth Dormitories)** - युवागृहाचे किंवा शयनगृहाचे अस्तित्व हे अलिप्ततावादी आदिवासी जमातीचे वैशिष्ट्य होय. युवागृहे किंवा शयनगृहे, काही तज्ज्ञांच्या मताने लैंगिक शिक्षणाचे केंद्र, युवा - युवतींचे रक्षकगृह केंद्र म्हणून कार्य करतात. युवागृहाचे महत्त्व. तीन प्रकारची युवागृहे असतात **(अ) फक्त मुलांची युवागृहे त्यांना Ban म्हणतात. (ब) फक्त मुलींची वसतीगृहे त्यांना यो (Yo) असे म्हणतात. (क) मुलांची व मुलींची एकत्र युवागृहे.** मुरिया, गोंड आदिवासीत त्यांना गोतुल (Gotul) या संज्ञेने संबोधतात. विवाहाचा साथीदार निवडणे हे या युवागृहाचे कार्य. प्रत्येक तरुण - तरुणीला युवागृहाचे सभासदत्व स्वीकारणे अनिवार्य असून तेथील निवास ही प्रथा आहे.

सारांशरूपात असे म्हणतात येईल की, इतर समाजांच्या संपर्कापासून स्वत:ला जाणीवपूर्वक दूर ठेवून स्वत:चा पारंपरिक धर्म, संस्कृती, जमात पंचायत जपणारा आदिवासी समूह हा अलिप्ततावादी आदिवासी समूह म्हणून ओळखला जातो. भारतातील गोंड, माडिया, अंदमानी आदिवासी जमाती, ऑस्ट्रेलियातील 'आरुता' आदिवासी जमात या प्रकारात समाविष्ट होतात.

**अलिप्ततावाद : आणखी काही विवाद / चर्चा. व्हेरिअर एल्विन** यांच्या समवेत काही ब्रिटिश अधिकारी व काही सनदी नोकर यांनी अलिप्ततावादी विचारांना पाठिंबा दिला होता. या आदिवासी जमातीच्या अलिप्तवादाचा पुरस्कार करणाऱ्या तज्ज्ञांचे म्हणणे असे की किंवा ते असा युक्तिवाद करतात की जर आदिवासींचा हिंदुधर्मीयांशी वा प्रगत समाजाशी संपर्क पडून आला तर आदिवासी जमातीची मूळ संस्कृती नष्ट होऊन हिंदू समाजातील अस्पृश्यता, जातिसंस्था, बालविवाह यांसारख्या समाजघातक रूढी ते आत्मसात करतील. फार काय आदिवासींची सुधारणा घडवून आणणाऱ्या समाज-कार्यकर्त्यांकडूनही त्यांना धोका पोहचू शकतो. अशी भीती अलिप्ततावादी तज्ज्ञ व्यक्त करतात. **एतद्देशीय समाजकार्यकर्ते, राष्ट्रीय मुत्सद्दी हे आदिवासींच्या जीवनात**

**केवळ ढवळाढवळ करणारे किंवा हस्तक्षेप करणारे (Interventionist) आहेत असे अलिप्ततावादी सिद्धान्तकारांना वाटते. अलिप्ततावादी सिद्धान्तकारांचे हे मत 'ठक्कर आणि नवेंदुदत्त मुजुमदार'** यांना मान्य नाही त्यांच्या मताने अलगाववादाचा पुरस्कार करणे म्हणजे काळाची चक्रे उलट्या दिशेने फिरविणे होय. ते योग्य नाही.

**(२) एकात्मवादी सिद्धान्त (Integration Theory) एकात्मवादी सिद्धान्ताचे प्रणेते म्हणून सुप्रसिद्ध भारतीय समाजशास्त्रज्ञ व भारतीय समाजशास्त्राचे जनक कै. डॉ. गोविंद सदाशिव तथा जी. एस. घुर्ये संबोधले जातात.** डॉ. घुर्ये यांचे आदिवासी जमातीसंबंधातील योगदान दोन प्रकारचे होते. **(अ) सर्वसाधारण (General)** या अंतर्गत त्यांचा ग्रंथ **'अनुसूचित जमाती' (Scheduled Tribes)** हा खूप गाजला व अन्य विद्वानांनी तो नावाजला होता. या ग्रंथात डॉ. घुर्ये यांनी भारतातील आदिवासी जमातीचा ऐतिहासिक, प्रशासकीय आणि सामाजिक पैलूतून अभ्यास केला होता. **(ब) विशेष अध्ययन (Specific Study)** या अंतर्गत डॉ. घुर्ये यांचा महाराष्ट्रातील **महादेव कोळी (The Mahadev Koli)** विशेष स्वरूपाच्या आदिवासी जमातीवरील संशोधनात्मक ग्रंथ होता. डॉ. घुर्ये यांनी हा संशोधनात्मक प्रबंध अशा वेळेस सादर केला की ज्यावेळेस बहुसंख्य सुस्थापित मानवशास्त्रज्ञ (Anthropologists) आणि प्रशासक (Administrators) हे या मताचे होते की आदिवासी जमातीची वेगळी ओळख किंवा स्वतंत्र अस्मिता (Separate Indentity) जपली पाहिजे किंवा जतन केली पाहिजे.

या उलट डॉ. घुर्ये यांचा असा विश्वास होता की भारतातील अनेक आदिवासी जमाती प्रदीर्घ काळ हिंदूंच्या संपर्कात आल्यामुळे त्या हिंदुत्ववादी बनल्या आहेत. **डॉ. घुर्ये असे धरून चालले होते की आदिवासींची स्वतंत्र किंवा वेगळी अस्मिता असते, असे सिद्ध करण्याचा प्रयत्न करणारी संशोधने ही निरुपयोगी आहेत. भारतातील आदि जमाती दुसरे तिसरे काही नसून त्या 'मागासवर्गीय हिंदू जाती आहेत.' (Backward Caste Hindus)** डॉ. घुर्येंच्या मताने त्यांचे मागासलेपण हे केवळ त्यांचे हिंदूशी झालेले एकात्मीकरण हे सदोष वा अपूर्ण स्वरूपाचे होते. **'दक्षिण मध्य भारतात राहणाऱ्या किंवा जीवन जगणाऱ्या संताळ, भिल्ल, गोंड इत्यादी जमाती मागासवर्गीय हिंदू जातींची'** उदाहरणे होत.

या संदर्भात आदिवासी समाजाची वेगळी वा स्वतंत्र अस्मिता जपली पाहिजे, या विचारांचे पुरस्कर्ते **व्हेरिअर एलूविन व डॉ. जी. एस्. घुर्ये** यांच्यात आक्रमक किंवा उग्र स्वरूपाची चर्चा झाली. पूर्वी म्हटल्याप्रमाणे एलूविन हे आदिवासी जमातीची स्वतंत्र किंवा वेगळी अस्मिता जपली पाहिजे यावर आधारित अलिप्तता किंवा अलगाववादी **(Isolation Theory)** सिद्धान्ताचे ठाम पुरस्कर्ते होते तर दुसरीकडे डॉ. घुर्ये असा विवाद

करतात की आदिवासी समाज हा भारतातील हिंदू समाजात विलीन झाला किंवा सम्मीलित झाला पाहिजे.

यापुढे जाऊन डॉ. घुर्ये त्यांच्या एकात्मीकरणाच्या विचाराला चिकटून राहताना ते असे प्रतिपादन करतात की (आदिवासी जमाती आणि हिंदू जाती) या दोन समुदायांच्या सम्मीलनाची किंवा एकात्मीकरणाची प्रक्रिया जवळ जवळ पूर्ण झाली आहे. परिणामत: आदिवासी जमातींना आता किंवा या पुढे **'मागासवर्गीय हिंदू'** या संज्ञेने संबोधावे. आदिवासी जमातींच्या जीवनशैलीत हिंदू मूल्ये व हिंदू प्रमाणके यांचा समावेश झाल्या मुळे किंवा अंतर्भाव झाल्यामुळे आदिवासी जमातींच्या विकासप्रक्रियेची ती एक सकारात्मक बाजू होय. **भारतातील आदिवासी जमाती हिंदू सामाजिक समूहाच्या संपर्कात आल्यामुळे त्या हलके हलके हिंदूंची मूल्ये व त्यांची जीवनशैली स्वीकारताना किंवा आत्मसात करताना दिसतात.** डॉ. घुर्ये यांच्या मताने आज आदिवासी जमाती या हिंदू समाजाचाच एक भाग असल्याचे मान्य केले जाते. डॉ. घुर्ये पुढे असे म्हणतात की हिंदूच्या प्रभावाखाली आल्यामुळे आदिवासी जमातीतील लोकांनी दारू पिणे सोडले, शिक्षण घेण्यास सुरुवात केली आणि त्यामुळे त्यांनी त्यांच्या शेतीत सुधारणा केली. आदिवासी जमातीचा विकास व्हावा म्हणून हिंदूंच्या रामकृष्ण मिशन, आर्यसमाज यांसारख्या ऐच्छिक किंवा स्वयंसेवी संघटनांनी विधायक भूमिका या संदर्भात बजावल्याचे किंवा पार पाडल्याचे दिसते. उत्तरपूर्व भारतातील आदिवासींच्या नंतरच्या अध्ययनयोगदानात डॉ. घुर्ये असा इशारा देतात की या प्रदेशातील आदिवासींच्या फुटीर प्रवृत्तीमुळे जर त्या प्रवृत्तीवर नियंत्रण ठेवले नाही तर भारताच्या राष्ट्रीय व राजकीय ऐक्याला धोका पोहचू शकतो व ते धोक्यात येऊ शकते. डॉ. घुर्ये यांनी त्या काळात केलेले प्राक्कथन सत्य ठरण्याची भीती आज भारतीय नेतृत्वापुढे असून चीन या पूर्वोत्तर भारताचा घास घ्यावयास टपला आहे, तेथील आदिवासी जमातीतील फुटीर प्रवृत्तीच यास कारणीभूत आहेत.

याशिवाय डॉ. घुर्ये यांनी मध्य भारतीय प्रदेशात राहणाऱ्या आदिवासी जमातींचे विचार, व्यवहार आणि सवयी या संदर्भात अवाढव्य तथ्यसंकलन केल्याचे दिसते. या आधारे केलेल्या विस्तृत स्वरूपाच्या लिखाणाच्या आधारे ते असे प्रतिपादन करतात किंवा निदर्शनास आणून देतात की मध्य भारतातील कटौरी (Katauri), भुइया (Bhuiya), ओरॉन (Oraon), खोंड (Khond), गोंड (Gonds), कोरकू (Korku) इत्यादी आदिवासी जमातींनी त्यांचा धर्म म्हणून हिंदुत्ववादाचा किंवा हिंदू धर्माचा स्वीकार केला होता. डॉ. घुर्ये याद्वारे असे सूचित करतात की या आदिवासींनी हिंदू धर्माचा स्वीकार करण्यामागे या प्रदेशातील आदिवासी जमातीत असलेली सबळ आर्थिक प्रेरणा आहे. डॉ. घुर्ये यांच्या मताने आदिवासी जमातींनी त्यांच्या पारंपरिक व्यवसायातून बाहेर पडून विशेष

प्रकारच्या व स्वरूपाच्या व्यवसायाचा त्यांनी स्वीकार करावा कारण ती त्यांच्या जमातीची मागणी आहे.

सारांशरूपात असे म्हणता येईल, की डॉ. घुर्ये हे आदिवासी जमातींनी ते ज्या प्रदेशात राहतात त्या प्रदेशात राहणाऱ्या लोकांच्या मूळ जीवनप्रवाहापासून वेगळे न होता त्या मूळ जीवनप्रवाहाशी एकात्म व्हावे वा त्यांच्याशी तादाम्य साधावे या विचाराचे सतत समर्थन केले होते व त्यांचा हा विचार म्हणजे एकात्मीकरणाचा सिद्धान्त होय.

## समारोप -

भारतीय समाजातील दुसरा कनिष्ठ वा मागासवर्गीय गट म्हणजे दूरवर दऱ्याखोऱ्यात राहणाऱ्या आदिवासी जमाती किंवा आदिवासी टोळ्या होत. या प्रकरणात आपण या तथाकथित मागासवर्गीय गटावर प्रकाशझोत टाकताना त्या जमातीच्या विविध बाजूंवर चर्चा केली आहे. आदिवासी जमातीचा विचार करता आपण आपल्या चर्चेचा प्रारंभ आदिवासी जमातीसाठी विविध तज्ज्ञ, सरकारमधील वरिष्ठ अधिकारी यांनी वापरलेल्या अनेक संज्ञांचा आढावा घेऊन केला होता. त्यानंतर क्रमाने आदिवासी जमातींच्या अनेक मानवशास्त्रज्ञ, समाजशास्त्रज्ञ, तत्कालीन ब्रिटिश सरकारातील प्रशासकीय अधिकारी यांनी केलेल्या व्याख्या पाहिल्यानंतर या जमातीच्या विविध वैशिष्ट्यांवर प्रकाशझोत टाकला आहे. यानंतर भारतातील आदिवासी जमातींच्या विस्तारावर विवेचन केल्यावर ब्रिटिश सरकारच्या किंवा वसाहतवादाच्या कालखंडात भारतातील अदिवासींची स्थिती काय होती यावर विचारविनिमय केला. प्रकरणाच्या अंतिम टप्प्यात आदिवासी जमातीच्या संदर्भात मांडलेल्या सिद्धान्ताचा सविस्तर आढावा घेतला. या संदर्भात दोन सिद्धान्त महत्त्वाचे आहेत.

**एक :** अलगाववादी सिद्धान्त या सिद्धान्ताचे प्रणेते आहेत सुप्रसिद्ध मानवशास्त्रज्ञ 'व्हेरिअर एलूविन' त्यांच्या मताने 'आदिवासी जमातींनी' तथाकथित सुसंस्कृत, नागरी समाजापासून दूर राहून आपले स्वतंत्र अस्तित्व, स्वतंत्र भाषा, स्वतंत्र धर्म व स्वतंत्र संस्कृती जतन करून आपले वेगळेपण टिकविले पाहिजे.

**दोन :** दुसरा सिद्धान्त आहे एकात्मवादी सिद्धान्त व या सिद्धान्ताचे प्रणेते आहेत सुप्रसिद्ध समाजशास्त्रज्ञ, मानवशास्त्रज्ञ डॉ. गोविंद सदाशिव तथा जी. एस. घुर्ये. यांच्या मताने आदिवासी जमातीला जर त्यांचा विकास करावयाचा असेल तर त्यांनी त्यांच्या स्वतंत्र अस्तित्वाचा त्याग करून समाजाच्या मुख्य प्रवाहात सामील होऊन त्यांच्याशी एकरूप झाले पाहिजे. डॉ. घुर्ये यांच्या मताने भारतातील आदिवासींच्या अनेक परंपरा, श्रद्धा, देवदेवता, आचारविचार यांवर न कळत का होईना हिंदू धर्माचा प्रभाव आहे. भारतातील आदिवासींसाठी डॉ. घुर्ये यांनी 'मागासवर्गीय हिंदू' ही संज्ञा वापरली होती.

भारतातील मुख्य समाजप्रवाहाशी तादात्म्य पावणे व एकात्म होणे म्हणजे एकात्मवादी होय.

शेवटी आपण असे प्रतिपादन करू की या प्रकरणात आदिवासी जमातीच्या विविध पैलूंवर चर्चा करताना त्यासंबंधीच्या दोन परस्परविरोधी सिद्धान्तांचाही आढावाही घेतला आहे.

---

## स्वअध्ययनासाठीचे प्रश्न

**(अ) खालील प्रश्नांची उत्तरे प्रत्येकी ५०० शब्दांत लिहा.** (२० गुण)

  (I) आदिवासी जमातीच्या व्याख्या द्या. आदिवासी जमातीच्या विविध वैशिष्ट्यांवर चर्चा करा.

  (II) आदिवासी जमातीच्या संदर्भात मांडलेल्या सिद्धान्ताचे परीक्षण करा.

**(ब) खालील प्रश्नांची उत्तरे प्रत्येकी १५० शब्दांत द्या.** (१० गुण)

  (I) आदिवासी जमातीची वैशिष्ट्ये. कोणतीही पाच.

  (II) आदिवासी जमातीचा 'एकात्मवादी सिद्धान्त'

  (III) आदिवासी जमातीचा अलगाववादी सिद्धान्त

**(क) टीपा द्या. प्रत्येकी ५० शब्दांत** (५ गुण प्रत्येकी)

  (I) अलगाववादी सिद्धान्ताची वैशिष्ट्ये (कोणतीही तीन)

  (II) भौतिक अलगाववाद

  (III) सामाजिक अलगाववाद

  (IV) मानसिक अलगाववाद

  (V) मागासवर्गीय हिंदू

  (VI) आदिवासी जमातीसाठी वापरण्यात आलेल्या विविध संज्ञा.

## प्रकरण ३

# अ-नोंदित / अ-सूचित जमाती किंवा भटक्या जमाती व भटक्या विमुक्त जमाती

### अध्ययनाची उद्दिष्टे :

१. अ-नोंदित किंवा अ-सूचित किंवा भटक्या जमाती व तसेच भटक्या विमुक्त जमाती याचा अर्थ विद्यार्थ्यांना समजण्यासाठी.
२. भटक्या जमातींवर गुन्हेगारी जमाती म्हणून शिक्कामोर्तब कसे झाले याचे ज्ञान विद्यार्थ्यांना व्हावे म्हणून.
३. गुन्हेगारी जमाती कायदा १८७१ व त्यातील दुरुस्त्या यासंबंधीची जाणीव विद्यार्थ्यांना व्हावी म्हणून.
४. भटक्या विमुक्त जमाती या संज्ञेचे ज्ञान विद्यार्थ्यांना व्हावे म्हणून.

---

### प्रस्तावना

भारतात आदिवासी जमातींचे अस्तित्व मोठ्या प्रमाणात आहे. सुरुवातीला सर्वच आदिवासी जमाती भटक्या होत्या. कालांतराने त्यांतील काही आदिवासींनी विशिष्ट ठिकाणी वस्ती करून राहण्यास सुरुवात केली. परंतु काही आदिवासी जमातींना मात्र त्यांच्या भटकेपणावर मात करण्यात अपयश आल्याने त्या आदिवासी जमाती कायम भटक्याच राहिल्यात. या प्रकरणात आपण प्रामुख्याने अ-नोंदित व अ-सूचित जमाती (De-notified Tribes), भटक्या जमाती (Nomadic Tribes) व नंतर भटक्या विमुक्त जमाती (Free nomadic Tribes) या संकल्पनांचा अर्थ जाणून घेणार आहोत. व्यतिरिक्त या भटक्या जमातीतील लोकांवर तत्कालीन ब्रिटिश सरकारने 'गुन्हेगारी जमाती' (Criminal Tribes) म्हणून शिक्कामोर्तब केले व त्यावर नियंत्रण ठेवण्यासाठी गुन्हेगारी जमाती कायदा, १९७१ (Criminal Tribes Act, 1971) मंजूर केला. या प्रकरणात या

कायद्याचे स्वरूप, त्यात वेळोवेळी झालेल्या दुरुस्त्या व त्याचे परिणाम यांचा आढावा घेणार आहोत. स्वातंत्र्योत्तर काळात १९६० साली त्यांवर असलेला गुन्हेगारीचा शिक्का पुसून टाकण्यात आला व त्यांचा उल्लेख भटक्या विमुक्त जमाती असा करण्यात येऊ लागला इत्यादींवरही या प्रकरणात आपण प्रकाशझोत टाकणार आहोत.

## अ-नोंदित किंवा अ-सूचित जमाती : अर्थ व स्वरूप (De-notified Tribes)

भटक्या जमाती (Nomadic tribes) गुन्हेगारी जाती म्हणून जन्म. गुन्हेगारी जमाती कायदा १८७१, दडपणाचे नवे पैलू.

### अ-नोंदित / अ-सूचित जमाती / भटक्या-विमुक्त जमाती (De-notified Tribes)

भारताची घटना जेव्हा तयार झाली तेव्हा घटनाकारांनी भारतातील आदिवासींची एक यादी तयार केली. यादीत ज्या आदिवासी जमातींची नावे नोंद झाली, त्यांच्यासाठी घटनाकारांनी 'अनुसूचित जमाती' (Scheduled Tribes) ही संज्ञा वापरली. पण ज्या आदिवासी जमातींची त्यांच्या भटकेपणामुळे अथवा काही कारणाने नोंद होऊ शकली नाही त्यांच्यासाठी अनोंदित किंवा भटक्या जमाती ही संज्ञा प्रामुख्याने वापरली जाते (de-notified tribes.) भारतात व भारताबाहेर अशा अनेक जमाती या संज्ञेला पात्र ठरतात. १९५० साली भारताच्या राष्ट्रपतींनी त्या काळात अस्तित्वात असलेल्या १४ राज्यांतील २१२ लोकसमूहांना 'अनुसूचित जमाती' म्हणून जाहीर केले. या यादीत समाविष्ट न केलेल्या जमातींसाठी असूचित किंवा नोंद न केलेल्या जमाती ही संज्ञा प्राप्त झाली.

### भटक्या जमाती (Nomadic Tribes) :

भटक्या जमाती ही संज्ञा प्रामुख्याने अशा टोळ्यांसाठी वापरली जाते ज्या सतत एका ठिकाणाहून किंवा एका गावातून दुसऱ्या ठिकाणाकडे किंवा गावाकडे स्थलांतरित होतात. या टोळ्यांचे कायमस्वरूपी गाव किंवा वसतिस्थान नसते. ते जिथे जातात तिथे तंबू ठोकून (Bedouin) राहतात. विशेषत: वाळवंटात भटकणारे लोक या प्रकारे तंबूत राहतात. आज इथे तर उद्या तिथे अशी त्यांची सतत भटकंती चालू असते. साधारणत: शिकार करणे, अन्नसंकलन करणे व गुरे पाळणारे गुराखी किंवा मेंढपाळ इत्यादींचा अवलंब करणारे लोक हे भटके समजले जातात. युरोप खंडातील जिप्सी, उत्तर आफ्रिकेच्या वाळवंटात भटकणाऱ्या व जिथे जातील तिथे तंबू ठोकून राहणाऱ्या टोळ्या भटक्या आदिवासी म्हणून ओळखल्या जातात. याव्यतिरिक्त तंबूत वास्तव्य करणाऱ्या अरबांसाठीही ही संज्ञा वापरता येईल. भारतातही अनेक भटक्या आदिवासी जमाती आहेत. त्यांत घिसाडी, बंजारा, लमाणी, नंदीवाले, कुडमुडे जोशी, धनगर इत्यादींचा समावेश होतो.

## भारतातील गुन्हेगारी जमाती (Criminal Tribes in India)

भारतातील गुन्हेगारी जमातींवर चर्चा करण्यापूर्वी 'गुन्हेगार कोण' याचा शोध घेणे अत्यावश्यक आहे.

**''जी व्यक्ती स्वत:च्या काही वैयक्तिक उद्देशांची पूर्तता करण्यासाठी कायद्याचे उल्लंघन करते त्या व्यक्तीस गुन्हेगार म्हणतात.''**

त्याचप्रमाणे ज्या व्यक्तीला कायद्याविरुद्ध वर्तन करण्याची, कायद्याची अवज्ञा करण्याची सवय जडली आहे, आपल्या गैरवर्तनाबाबत जिच्या भावना बोथट झाल्या असून त्याबद्दल तिला मुळीच पश्चात्ताप होत नाही व गैरवर्तन हेच ज्या व्यक्तीचे कर्म आहे अशा व्यक्तीला व्यावसायिक गुन्हेगार या संज्ञेने संबोधले जाते.

भारतापुरता विचार करता भारतात अशा अनेक आदिवासी जमाती आहेत ज्यांनी गेल्या अनेक वर्षांपासून उपजीविकेचे एक साधन म्हणून गुन्हेगारीचा अवलंब केला होता व अजूनही काही प्रमाणात करीत आहेत.

## गुन्हेगारी जमाती कोण ? (Who are Criminal Tribes?)

या प्रश्नाचे उत्तर देताना मानसशास्त्रज्ञ, समाजशास्त्रज्ञ व गुन्हेगारीशास्त्रज्ञ असे प्रतिपादन करतात की **'गुन्हेगारी जमाती म्हणजे अशा जमाती की ज्यांतील बहुसंख्य सभासदांनी त्यांच्या उपजीविकेचे एक साधन म्हणून गुन्हेगारीचा स्वीकार केला आहे.'**

यावर अधिक स्पष्टीकरण करताना तज्ज्ञ असे म्हणतात की अशा गुन्हेगारी प्रवृत्तीचा या जमातीतील लोकांना कमीपणा वाटत नाही. ते या प्रवृत्तीचा निषेधही करत नाहीत तर गुन्हेगारी ही त्यांच्या जीवनाचा एक अविभाज्य भाग आहे असे त्यांना वाटते. यातील अधिक सत्य हे की गुन्हेगारी जमाती त्यांच्या मुलांना ते पाळण्यात असल्यापासून हातचलाखीचे धडे शिकवतात व ती जेव्हा मोठी होतात तेव्हा ती गुन्हेगारीत प्रवीण किंवा निपुण होतात. आणि स्वत:च्या स्वार्थासाठी कायदा मोडण्यात त्यांना काही वाटत नाही.

काही गुन्हेगारीशास्त्रज्ञांचा असा विश्वास आहे की, गुन्हा करणे हा त्यांच्या जमातीचा आनुवंशिक गुणधर्म असून या जमातीत जो कोणी जन्माला येईल त्याचा कल स्वाभाविकपणे गुन्हेगारी स्वीकारण्याकडेच असतो. परंतु बहुसंख्य प्रथितयश विद्वानांनी आनुवंशिकतेचा हा सिद्धान्त नाकारला असून वंशपरंपरेने गुन्हेगारी प्रवृत्ती नंतरच्या पिढीत आपोआप येत नाही असे मत मांडले. समाजशास्त्रज्ञ या संदर्भात आनुवंशिक परंपरेचा स्वीकार करीत नसले तरी सामाजिक वारशाचा मात्र स्वीकार करतात. या समाजशास्त्रज्ञांच्या मते, सर्वसाधारणपणे मुले त्यांच्या पालकांचा व्यवसाय स्वीकारतात. मग गुन्हेगारी व्यवसाय त्याला अपवाद कसा ठरणार. गुन्हेगारी पालकांची मुले नकळतच पुढे गुन्हेगारी व्यवसायाचाच स्वीकार करतात. ही एक प्रकारची सामाजिक आनुवंशिकता होय.

## गुन्हेगारी जमातींचा उगम आणि विकास (Origin and Development of Criminal Tribes)

भारतापुरता विचार करता भारतात अनेक गुन्हेगारी जमाती आहेत. यांतील बहुसंख्य गुन्हेगारी जमाती भटक्या असून त्या सातत्याने एका ठिकाणाहून दुसऱ्या ठिकाणी स्थलांतरित होत असतात. युरोपातील जिप्सी जमातीप्रमाणे भारतातील भटक्या जमातींचे निश्चित असे निवासस्थान नसते. भारतातील जमातीतील भटक्या प्रवृत्तीमुळेच या जमातीच्या उगमाची आणि विकासाची विश्वसनीय व खात्रीशीर माहिती उपलब्ध होऊ शकत नाही. म्हणून भटक्या जमातीच्या उगमाबद्दल विद्वानांनी विविध दृष्टिकोन प्रतिपादन केले असून त्यांतील तीन महत्त्वाच्या दृष्टिकोनांवर दृष्टिक्षेप टाकणार आहोत.

### १) युरोपातील जिप्सींपासून निर्मिती :

विद्वानांच्या एका गटाच्या दृष्टिकोनातून भारतीय भटक्या जमाती युरोपातील जिप्सी आदिवासींपासून उदयाला आल्या आहेत. या विचारांचा पुरस्कार करणाऱ्या तज्ज्ञांच्या मतानुसार युरोपातील जिप्सी जमात जगातील सर्व राष्ट्रांत पसरली होती. या दृष्टीने विचार करता भारतातील आदिवासी युरोपातील जिप्सी असून अनेक वर्षांपूर्वी ते भारतात स्थलांतरित होऊन आले होते. या विचाराला पाठिंबा देणाऱ्या विद्वानांची संख्या अत्यंत मर्यादित आहे. तसेच जिप्सी भारतात आले हे दर्शविणारे वैज्ञानिक पुरावे अत्यंत मर्यादित आहेत. हा दृष्टिकोन हा केवळ योगायोग आहे असे तज्ज्ञ मानतात.

### २) प्राचीन भारतीय वंशाची शाखा म्हणून उगम :

भारतातील गुन्हेगारी स्वरूपाच्या या भटक्या जमातींचा उगम हा प्राचीन भारतीय वंशाच्या शाखा म्हणून वास्तवतेत झाला असावा. प्राचीन भारतीय वंशातील जे सभासद निश्चित भूप्रदेशावर वस्ती करून राहू लागले. आणि ज्यांनी नागरीकरणाच्या विकासाशी योग्य समन्वय साधला आणि जे भारताच्या राष्ट्रीय जीवनाशी एकरूप झाले व ते राष्ट्राच्या मुख्य प्रवाहात सहभागी झाले. परंतु यांतील काही व्यक्ती कोणत्या ना कोणत्या कारणाने मुख्य प्रवाहात सामील होऊ शकल्या नाहीत, प्रवाहाशी योग्य समन्वय साधू शकल्या नाहीत, कायमस्वरूपी निवास मिळवू शकल्या नाहीत व जागोजागी भटकत राहिल्या. ते लोक भटके आदिवासी बनले. हे लोक आधुनिक भटक्या जमातींचे खऱ्या अर्थाने पूर्वज बनले. जीवनातील आर्थिक कठिणाई व या लोकांवर इतरांनी लादलेला सामाजिक बहिष्कार त्यांना गुन्हेगारी करण्याकडे घेऊन गेला आणि आज गुन्हेगारी हीच त्यांची सवय बनली आहे.

## ३) बदला घेण्याच्या मन:प्रवृत्तीतून

गुन्हेगारी जमातीच्या उगमाचा तिसरा दृष्टिकोन वरील दोन दृष्टिकोनांपेक्षा थोडा वेगळा आहे. काही तज्ज्ञांच्या मते या गुन्हेगारी जमाती कोणत्या दुसऱ्या देशातून भारतात स्थलांतरित झाल्या नाहीत किंवा त्या प्राचीन भारतातील एखाद्या आदिम वंशातूनही उद्भवलेल्या नाहीत. या विचारवंतांच्या मते या गुन्हेगारी जमातीतील लोक हे पूर्वी कोणत्यातरी राजघराण्याशी संबंधित होते. परंतु कोणतातरी गंभीर गुन्हा त्यांनी केल्याचा दावा करून त्यांना त्यांच्या राज्यातून हद्दपार करण्यात आले होते. स्वत:चा होणारा छळ टाळण्यासाठी ते या ठिकाणाहून त्या ठिकाणी भटकत राहिले. या संदर्भात तज्ज्ञ असाही दावा करतात की स्वत:च्या होणाऱ्या छळाचा बदला घेण्यासाठी या लोकांनी गुन्हेगारी प्रवृत्तीचा अंगीकार केला होता. या संदर्भात राजस्थानातील गुन्हेगारी आदिवासींच्या उगमाबद्दल अनेक दंतकथा व शृंगारिक गोष्टी सांगितल्या जातात. असे म्हणतात की जेव्हा महाराणा प्रतापसिंग (इ. स. १५४०-१५९७) युद्धात पराभूत झाले तेव्हा त्यांनी पराभवाचा बदला किंवा सूड घेईपर्यंत कोणत्याही ठिकाणी कायमची स्थिर वस्ती करून राहण्याऐवजी भटकंतीचा निर्णय घेतला आणि आजही त्यांचे अनुयायी या व्रताचे किंवा प्रतिज्ञेचे प्रामाणिकपणे पालन करताना दिसतात. थोडक्यात असे म्हणता येईल की युद्धात झालेल्या पराभवाचा बदला घेण्यासाठी काही राजघराण्यातील आदिवासींनी गुन्हेगारी प्रवृत्तीचा स्वीकार केला.

## गुन्हेगारी जमातींचा इतिहास (History of Criminal Tribes)

भारतातील गुन्हेगारी जमातींचा इतिहास फार जुना किंवा प्राचीन असला तरी गुन्हेगारी जमातींची नावे आणि वर्गीकरण हे भारतातील ब्रिटिश साम्राज्यवादी सरकारने केले होते हे वास्तव आहे.

**इ. स. १८७१ साली ब्रिटिश सरकारने एक कायदा मंजूर केला की जो ''गुन्हेगारी जमाती अधिनियम (Criminal Tribes Act) या संज्ञेने संबोधला जातो.** इ. स. १८७१ ते १९११ या चाळीस वर्षांच्या कालावधीत या कायद्यात दोनदा सुधारणा झाल्या आहेत. या कायद्यानुसार सर्व गुन्हेगारी जमाती या जन्मजात गुन्हेगार आहेत आणि म्हणून या सर्व प्रकारच्या गुन्हेगारी जमातींत जन्माला आलेली मुलेपण गुन्हेगारच बनतात ! हे गृहीत धरून या गुन्हेगारी जमातींत जन्मलेल्या मुलांची पोलिसांनी एक यादी तयार केली व पोलिस दस्तऐवजात त्यांची गुन्हेगार म्हणून नोंद केली, ज्यामुळे या गुन्हेगारी जमातींतील लोकांवर देखरेख करणे व त्यांचे निरीक्षण करणे सहज शक्य होईल.

इ. स. १९४७ साली भारतात स्वातंत्र्याची प्रभात झाली व त्यानंतर कायद्याविरुद्ध मोठ्या प्रमाणात आरडाओरड सुरू झाली व त्याचा परिणाम म्हणून या कायद्यात काही

दुरुस्त्या करण्यात आल्या व नंतर तो कायदाच रद्द करण्यात आला. परंतु या रद्द केलेल्या कायद्यामुळे पूर्वापार चालत आलेली गुन्हेगारी व गुन्हेगारी प्रवृत्ती तशीच चालू होती व त्याचे निर्मूलन करण्याचा प्रयत्न झाला नाही. वरील रद्द झालेल्या कायद्याने निर्माण झालेली पोकळी भरून काढण्यासाठी सरकारने (भारतीय) **वरील कायद्याची जागा घेणारा नवीन कायदा मंजूर केला. तो कायदा नित्यनियमित गुन्हेगार कायदा (Habitual Offender Act) या संज्ञेने संबोधला गेला.**

**टी. व्ही. स्टिफन्स (T.V. Stephens) या संदर्भात असे लिहितात की ''भारतातील जातिव्यवस्थेचे विशेष वैशिष्ट्य हे की, सुतार जातीच्या कुटुंबातील मुलगा वा वंशज हा पुढील एक किंवा पाच शतके सुतारकीचाच व्यवसाय ज्याप्रमाणे करतो त्याचप्रमाणे हेही स्पष्ट आहे की ज्यांचे पूर्वज पिढ्यांपासून गुन्हेगारी व्यवसाय जेव्हा करतात तेव्हा त्यांच्या पुढच्या पिढ्यापण त्या जमातीचे नि:संतान होईपर्यंत गुन्हेगारीच करणार.''**

आधुनिक भारतात तथाकथित गुन्हेगारी जमातींची किंवा नियमितपणे गुन्हा करणाऱ्या गुन्हेगारांची संख्या सुमारे ४० लाखांच्या पुढे आहे. या संदर्भात अगदी अलीकडे भारतातील गुन्हेगारीचे जे सर्वेक्षण झाले त्यानुसार काही प्रांतांतील गुन्हेगारी जमातींतील गुन्हेगारांची संख्या खालीलप्रमाणे आहे. (खालील तक्ता पाहा.)

| अ. क्र. | प्रांताचे नाव | गुन्हेगारी जमातींची लोकसंख्या |
|---|---|---|
| (१) | उत्तरप्रदेश | १६,६८,८४५ |
| (२) | महाराष्ट्र | ६,२३,८०९ |
| (३) | कर्नाटक | २,१०,३२१ |
| (४) | तमिळनाडू | ५,९४,४४० |
| (५) | मध्यप्रदेश | ७६,७२१ |
| (६) | ओरिसा | ७४.७६२ |
| (७) | आंध्रप्रदेश | ६९,६०२ |
| (८) | बिहार | १३,३११ |
| (९) | पश्चिम बंगाल | २,५९८ |
| (१०) | पंजाब | ७६,५६४ |
| (११) | राजस्थान | ६५,४४० |

**(तक्ता क्र. ३.१)**

## भारतातील काही प्रमुख गुन्हेगारी जमाती (Some Chief Criminal Tribes in India.)

भारतात अनेक गुन्हेगारी जमाती असून एकच गुन्हेगारी जमात वेगवेगळ्या प्रांतांत वेगवेगळ्या नावाने ओळखली जाते.

**उत्तर भारतातील गुन्हेगारी जमातींची नावे -**

(१) सांसी (Sansi) (२) मीना (Meena) (३) कंजार (Kanjar) (४) बावरिआ (Bavaria) (५) बोरिआ (Boria) (६) भेडकूट (Bhedkoot) (७) भाटू (Bhatoo) (८) डोम (Dom) (९) हबूरा (Haboora) (१०) बिलोच (Biloch) (११) करवाल (Karwal) (१२) महातम (Mahatam) (१३) पाखीवारा (Pakhiwara) (१४) टोग्को (Togco) (१५) हार्नी (Harni) (१६) बधक (Badhak) (१७) भागेरिआ (Bhagaria) (१८) भिल्ल (Bhil) (१९) बहेलिया (Bahelia) (२०) अहेरिआ (Aheria) (२१) टूटिआ (Tootia) (२२) भाकर आणि (२३) नाथ [(२२) Bhakar and (२३) Nath]

**पश्चिम - दक्षिण अथवा नैर्ऋत्य भारतातील आदिवासी गुन्हेगार (Criminal Tribes in Western-Southern area)**

(१) बावरिआ (Bavaria) (२) चोहरा (Chohara) (३) पारधी (Paradhi) (४) कंजार (Kanjar) (५) रामोशी (Ramoshi) (६) बेरड (Berad) इत्यादी.

## गुन्हेगारी जमातीशी संबंधित कायदे (Acts Concerning Criminal Tribes)

भारतात अनेक प्रकारच्या गुन्हेगारी जमाती आहेत. त्यातील काही जमाती पूर्णपणे गुन्हेगारी कृत्यात सहभागी असून अन्य काही जमातीतील लोक काही इतरांना तऱ्हेवाईक किंवा विचित्र वाटणारे व्यवसाय करीत असले तरी चोरी आणि इतरांची फसवणूक करण्याची संधी मिळाल्यास ते ती सोडत नाहीत. या दुसऱ्या प्रकारच्या गुन्हेगारांना **आंशिक गुन्हेगार** म्हणतात तर पहिल्या प्रकारच्या गुन्हेगारी जमातींना **समग्र गुन्हेगार** म्हणतात. **(Partially Criminals and Wholly Criminals)** समग्र गुन्हेगारी करणाऱ्या जमातीतील लोक कोणत्याही प्रकारची सामान्य नोकरी करत नाहीत. या समग्र गुन्हेगारी जमातीतील लोक गुन्हा करण्यास वचनबद्ध असतात किंवा ते सतत भावी किंवा भविष्यात कोणता व कशा प्रकारचा गुन्हा करावयाचा याच्या नियोजनात व्यग्र असतात. **हे समग्र गुन्हेगारी करणाऱ्या जमातीतील लोक गुन्हा करणे जेथे सहजशक्य आहे अशा रेल्वे प्लॅटफॉर्म, जत्रा, बाजार, बसस्टँड अशा गर्दीच्या जागा निवडून त्यांच्या उद्देशाची** परिपूर्ती करतात. परंतु आंशिक गुन्हा करणाऱ्या (Partially Criminal Tribes) जमातीतील लोक **गायन,**

नृत्य, प्राण्यांकडून काम करून घेणे (नंदीबैलवाले, मदारी), कसरतीची कामे (डोंबारी) इ. द्वारे लोकांची करमणूक करताना त्यांतील त्यांचे सहकारी चोऱ्या करतात. याशिवाय ढोल तयार करणे, बांबूच्या टोपल्या तयार करणे, छोट्या लोखंडी वस्तू बनविणे त्यात विळ्या, सुऱ्या, उलथने, चमचे, लोखंडी खुंटाळे इत्यादी समाविष्ट होतात.) इत्यादी कामांत स्वत:ला गुंतवितात. या दोन्ही प्रकारच्या गुन्हेगारांसाठी भारत सरकारने गुन्हेगारी जमाती कायदा तयार केला. त्यावर चर्चा करण्यापूर्वी या गुन्हेगारी जमातींतील गुन्हेगारांना शिक्षा देणे शक्य व्हावे म्हणून त्यावेळच्या भारतातील ब्रिटिश साम्राज्यवादी सरकारने इ. स. १८६० साली भारतीय पिनल कोड (India Penal Code) प्रसिद्ध केला की ज्यात विविध गुन्हे, त्यानुसार देण्यात येणारी शिक्षा यांच्या सविस्तर नोंदी करण्यात आल्या आहेत. ईस्ट इंडिया कंपनीने २७ क्रमांकाचा ठराव आदिवासी गुन्हेगारी जमातीशी संबंधित केला या ठरावामुळे तथाकथित गुन्हेगारी जमातीतील लोकांना मजुरीवर रोडबांधणीच्या कामावर ठेवण्यास मान्यता मिळाली. परंतु एखादी व्यक्ती जर कामावरून पळून गेली तर अशा व्यक्तीला पकडून ६ महिन्यांच्या तुरुंगवासाची शिक्षा देण्याची तरतूद या ठरावात आहे. याच कालावधीत पेंढारी ठग (Pindari Thugs) या आदिवासी जमाती प्रवाशांना लुटण्यात व्यग्र असत व त्यांनी प्रवाशांसमोर एक प्रकारची दहशत निर्माण केली होती. याला आळा घालण्यासाठी इ. स. १८३९ साली ब्रिटिश सरकारने ठगी आणि दरोडे नियंत्रण खाते (Thugee and Dacoity Control Department) स्थापन केले. याच सुमारास देशाच्या विविध भागांत गुन्हेगारी जमातींच्या गुन्ह्यांत वाढ झाल्यामुळे तत्कालीन ब्रिटिश सरकारला या गोष्टींची नोंद घ्यावी लागली व त्याला आळा घालण्यासाठी तत्कालीन ब्रिटिश सरकारने व नंतर भारत सरकारने वेळोवेळी गुन्हेगारी जमाती कायदे मंजूर केले. त्यांचे स्वरूप खालीलप्रमाणे :

(अ) गुन्हेगारी जमाती कायदा १८७१ (Criminal Tribes Act 1871)

(ब) गुन्हेगारी जमाती कायदा १९११ (Criminal Tribes Act 1911)

(क) गुन्हेगारी जमाती कायदा १९२४ (Criminal Tribes Act 1924)

(ड) नित्यनियमित किंवा सवयी गुन्हेगार कायदा १९५२ (Habitual Offender Act 1952)

या चारही कायद्यांचा आपण थोडक्यात आढावा घेऊ.

## (अ) गुन्हेगारी जमाती कायदा १८७१ (Criminal Tribes Act 1871)

या इ. स. १८७१ सालच्या कायद्याचा प्रमुख हेतू हा गुन्हेगार जमातीच्या गुन्हेगारी स्वरूपाच्या कार्यावर लक्ष ठेवणे असा होता. गुन्हेगारी जमातीच्या प्रत्येक कार्यावर सातत्याने देखरेख ठेवणे आणि त्या संबंधात सतत जागरूक राहणे यासंबंधीच्या

नियोजनाची तरतूद जरी या कायद्यात असली तरी या कायद्याचा हेतू या जमातीच्या भटकेपणावर नियंत्रण ठेवणे हा नव्हता कारण भटकंती किंवा गतिशीलता ही त्यांच्या वा अन्य समाजाच्या दृष्टीने आक्षेपार्ह किंवा धोकादायक असल्याचे मान्य नाही. ती एक प्रवृत्ती आहे. **म्हणून या कायद्याचा प्रमुख हेतू त्यांच्या गुन्ह्यांवर नियंत्रण ठेवणे आणि गुन्हेगारी जमातीतील सभासदांत सुधारणा घडवून आणून त्यांचे पुनर्वसन करणे हा होता.** या कायद्याने प्रांतिक सरकारांना विस्तृत प्रमाणात अनेक अधिकार बहाल करण्यात आले होते. **प्रांतिक सरकारांना या कायद्याने असे अधिकार प्रदान करण्यात आले होते की, हे सरकार त्यांच्या प्रांतातील कोणत्याही लोकसमूहाला, सुधारणातीत किंवा सुधारणा होणे अशक्य असणाऱ्या गुन्हेगारी जमाती म्हणून जाहीर करू शकतात.** या कायद्यात अशीही एक तरतूद आहे की ज्यानुसार प्रत्येक पोलीस ठाण्यात **एक नोंदवही तयार करावी ज्यात गुन्हेगारी जमातीतील प्रत्येक माणसाचे नाव व अन्य संबंधित माहिती नोंदवावी.** शिवाय सरकारने या जमातीतील जन्म-मृत्यूंची नोंद ठेवणारी **'जन्म-मृत्यू' नोंदवही**पण तयार करून त्यात या जमातीत जन्मलेल्या, मृत्यू पावलेल्या प्रत्येकाची नोंद करण्याची तरतूदही या कायद्यात आहे. तसेच **या गुन्हेगारी जमातीतील काही प्रमुख व्यक्तींनी नियमितपणे, विशिष्ट कालावधीनंतर पोलीस ठाण्यात जाऊन हजेरी देणे आवश्यक आहे.** त्या प्रमाणे पोलीस ठाण्यातील पोलिसांनी वेळोवेळी **गुन्हेगारी जमातीतील वस्तीवर जाऊन हजेरी घेतली पाहिजे.** असे असले तरी १८७१ च्या या कायद्यात गुन्हेगारी जमातीच्या सुधारणेच्या संदर्भात कोणतीच तरतूद नाही.

**इ. स. १८७९ साली या कायद्यात सुधारणा वा दुरुस्ती करण्यात आली. या दुरुस्तीनुसार सरकारला असे अधिकार प्रदान करण्यात आले की सरकार गुन्हेगारी जमातीतील चार वर्षांनंतरच्या प्रत्येक मुलाला ताब्यात घेऊन त्यांना गुन्हेगारी जमातीतील प्रदूषित वातावरणापासून दूर असलेल्या निवासी सरकारी शाळेत पाठविण्यात येई व तेथे त्यांना त्यांच्या वयाच्या १८ वर्षांपर्यंत ठेवण्यात येई.**

परंतु या १८७१ च्या गुन्हेगारी जमाती कायद्यात अनेक दोष (वैगुण्ये) आणि पळवाटा असल्याचे जेव्हा कायदेतज्ज्ञांच्या लक्षात आले तेव्हा इ. स. १९११ साली या कायद्याची जागा घेणारा नवीन कायदा 'गुन्हेगारी जमाती कायदा १९११' सरकारने मंजूर केला. त्यावर आता आपण चर्चा करू.

### (ब) गुन्हेगारी जमाती कायदा १९११ (Criminal Tribes Act 1911)

इ. स. १८७१ सालच्या गुन्हेगारी जमाती कायद्यातील तरतुदीनुसार गुन्हेगारी जमातीतील लोकांनी केलेल्या गुन्ह्यांवर नियंत्रण ठेवण्यात या कायद्याला अपेक्षित यश

मिळू शकले नाही. तसेच या कायद्यात १८७९ साली दुरुस्ती करूनही प्रांतातील गुन्हेगारी जमातींतील गुन्हेगारांच्या गुन्हेगारी प्रवृत्तीत काहीही विशेष सुधारणा न झाल्याने त्या काळच्या भारतातील ब्रिटिश सरकारने एका समितीची स्थापना केली. या समितीने या कायद्याचा व कायद्यातील तरतुदींचा परत एकदा नव्याने विचार करावा व तसेच या कायद्यातील शक्य त्या सर्व पैलूंचे किंवा बाजूंचे पुन:परीक्षण करून सरकारकडे योग्य त्या शिफारशी कराव्यात. इ. स. १९०२-०३ या वर्षात सर्वोच्च अधिकार प्राप्त झालेल्या पोलिसांच्या समितीने याबाबत बारकाईने सविस्तर विचार करावा. या पोलीस समितीने सादर केलेल्या अहवालाच्या आधारे तत्कालीन ब्रिटिश सरकारने 'गुन्हेगारी जमाती कायदा १९११' हा नवीन कायदा मंजूर केला.

या नवीन गुन्हेगारी जमाती कायद्यातील तरतुदींनुसार विविध गुन्हेगारी जमातींची एक अनुसूची तयार करावी की जी सर्वांगपरिपूर्ण असेल. त्याचप्रमाणे गुन्हेगारी जमातीतील प्रत्येक व्यक्तीच्या व्यक्तिमत्त्व ओळख खुणेची व अंगठ्याच्या ठशाच्या खुणेची नोंद करून ठेवावी. ही तरतूद अशासाठी की संबंधित गुन्हेगाराचा माग काढणे त्यामुळे सोपे होईल. शिवाय गुन्हेगारी जमातीतील अधिक कुविख्यात गुन्हेगारी प्रवृत्तीच्या सभासदांचे कडक निरीक्षण करणे व त्यांच्या हालचालींवर बारकाईने लक्ष ठेवणे त्यामुळे शक्य होईल. त्याचप्रमाणे या कायद्यातील तरतुदींनुसार सरकार ६ वर्षे वा त्यापेक्षा जास्त वयाच्या कोणत्याही मुलाला त्याच्या गुन्हेगारी पालकांकडून ताब्यात घेऊ शकते व त्या मुलाला सरकारी शिक्षण संस्थातून योग्य ते शिक्षण व प्रशिक्षण देऊ शकते की ज्यामुळे या गुन्हेगारी प्रवृत्तीपासून दूर जाईल. या कायद्यातील तरतुदींनुसार प्रांतिक सरकारांना गुन्हेगारी जमातींतील भावी पिढी गुन्हेगारी जमातीतील गुन्हेगारांवर नियंत्रण कसे ठेवावयाचे यासंबंधी विशेष प्रशिक्षण व सूचना देण्यात आल्या आहेत. याशिवाय प्रांतिक सरकारांना आलेल्या अनुभवांच्या आधारे **या कायद्यात त्यांच्या प्रांतापुरत्या योग्य त्या दुरुस्त्या करण्याचे अधिकार प्रदान करण्यात आले होते.**

## (क) गुन्हेगारी जमाती कायदा १९२४ (Criminal Tribes Act 1924)

इ. स. १९११ सालचा गुन्हेगारी जमाती कायदा अनेक बाबतींत **उणिवा असणारा** व त्यात अनेक **पळवाटा असणारा** होता. मूलत: या कायद्याचा उद्देश **सुधारणात्मक नव्हता, तर प्रतिबंधात्मक होता.** प्रचलित कैद्यांत सुधारणा व्हावी किंवा त्यांचे पुनर्वसन व्हावे म्हणून **वस्तुत: सरकारतर्फे कोणतेही प्रयत्न झाल्याचे दिसत नाही.** अर्थात या कायद्यात ६ वर्षे वा त्यापेक्षा जास्त वयाच्या मुलांना ताब्यात घेऊन त्यांना योग्य शिक्षण देण्याची तरतूद होती. परंतु या तरतुदीच्या **अंमलबजावणीत अनेक व्यावहारिक अडचणी निर्माण झाल्या.** म्हणून १९११ सालच्या गुन्हेगारी कायद्याची जागा १९२४

सालच्या नवीन गुन्हेगारी जमाती कायद्याने घेतली.

इ. स. १९२४ सालच्या गुन्हेगारी जमाती कायद्यानुसार प्रांतिक सरकारांना असे अधिकार प्रदान करण्यात आले की, त्यांनी **कोणत्या जमाती गुन्हेगारी जमाती आहेत ते जाहीर करावे आणि त्यांतील सर्व सभासदांची यादी तयार करावी व तसेच प्रत्येक सभासदाच्या नावापुढे ओळखीची खूण आणि अंगठ्याचा ठसा घ्यावा.** या गुन्हेगारी आदिवासी जमातींच्या स्थलांतराच्या सहजप्रवृत्तीला आळा घालावा किंवा त्यावर नियंत्रण ठेवावे. **याशिवाय या गुन्हेगारी आदिवासी टोळ्यांतील सभासदांनी पोलिसांच्या परवानगीशिवाय त्यांच्या निवासस्थानाचा त्याग करू नये.**

इ. स. . १९२४ सालच्या या कायद्याची सर्वात महत्त्वाची तरतूद म्हणजे **गुन्हेगारांची सुधारणा व पुनर्वसन** होय.

**प्रांतिक सरकारांनी या संदर्भात संबंधित अधिकाऱ्यांना तातडीच्या सूचना पाठवून आदिवासी जमातींना मदत मिळण्याचे व त्यांच्या पुनर्वसनकार्याचे विस्ताराने नियोजन करावे.** तसेच गुन्हेगारी जमातीतील आदिवासी सभासदांना सुयोग्य व्यवसायाकडे आकर्षित करावे जेणेकरून त्या त्यांच्या गुन्हेगारी व्यवसायाचा ते त्याग करतील. त्याचबरोबर या जमातींची एकात्मता संरक्षित राहील व त्याचप्रमाणे त्यांच्या पारंपरिक व्यवसायाचे आणि कौशल्याचे जतन करण्यासाठी सरकारने प्रयत्न करावा.

### (ड) नित्यनियमित किंवा सवयीचे गुन्हेगार बंधन कायदा १९५२ (Habitual Offenders Restriction Act 1952)

इ. स. १८७१ पासून ते भारतात स्वातंत्र्याचा उदय होईपर्यंत गुन्हेगारी जमातींच्या संदर्भात अनेक कायदे व त्यांत अनेक दुरुस्त्या करण्यात आल्या. या परिणामकारक रीतीने केलेल्या दुरुस्त्यांमुळे गुन्हेगारी जमातींच्या गुन्हेगारींच्या कृतीवर नियंत्रण ठेवण्यास साहाय्य झाले. परंतु गुन्हेगारीवर नियंत्रण ठेवण्यास या कायद्याला फारच कमी यश प्राप्त झाले. जमातीची गुन्हेगारी नियंत्रणात येण्याऐवजी किंवा निर्मूलन होण्याऐवजी गुन्हेगारी जमातींतील गुन्हेगारी चिरस्थायी झाली व एवढेच नव्हे तर गुन्हेगारी जमातींच्या लोकसंख्या-वाढीबरोबर या जमातींच्या गुन्हेगारांच्या संख्येतही भरपूर वाढ झाली.

इ. स. १९४७ नंतर म्हणजे भारताच्या स्वातंत्र्यप्राप्तीनंतर भारताच्या राष्ट्रीय सरकारने या जमातींच्या प्रश्नांकडे गंभीरपणे लक्ष घातले व हे प्रश्न सोडविण्यासाठी अनेक समित्यांची स्थापना केली. या प्रश्नावरील या पूर्वीच्या सर्व विचारांमध्ये मूलभूत सैद्धान्तिक व व्यावहारिक उणिवा होत्या. ही वास्तवता नाकारता येत नाही. तसेच या विचारवंतांनी असे प्रतिपादन केले होते, की या गुन्हेगारी जमातींतील लोक जन्मत:च गुन्हेगार असतात. या तज्ज्ञांचा असा विश्वास होता की या गुन्हेगारी जमातीतील लोकांना तुम्ही नोकरीचा

किंवा व्यवसायाच्या कितीही संधी आणि सुविधा दिल्यात तरी त्यांच्या गुन्हेगारी सहजप्रवृत्तीवर नियंत्रण ठेवणे शक्य नाही. त्यामुळे त्यांना सर्वसामान्यांसारखे जीवन जगण्यास भाग पाडणे जसे अशक्य आहे तसेच त्यांची गुन्हेगारीच्या सवयीपासून मुक्तता होणेपण अशक्य होय. या संदर्भात उत्तरप्रदेशाच्या सरकारने श्री. व्ही. एन. तिवारी यांच्या अध्यक्षतेखाली गुन्हेगारी जमातींच्या लोकांच्या जीवनशैलीचा अभ्यास करण्यासाठी एका समितीची स्थापना केली होती. या समितीने या गुन्हेगारी जमातीच्या विरोधात केलेल्या सर्व विवादांचा अभ्यास केल्यानंतर समिती या निष्कर्षांपर्यंत पोहोचली की, ''सर्वात पहिली आणि तितकीच महत्त्वाची गोष्ट ही की या गुन्हेगारी जमातीतील लोकांच्या परिस्थितीत कोणत्याही प्रकारच्या सुधारणेची शक्यता तेव्हाच आहे जेव्हा त्यांच्या नावाच्या पाठीमागची 'गुन्हेगारी' ही संज्ञा काढून टाकली जाईल. या 'गुन्हेगारी' संज्ञेमुळे या लोकांना अनावश्यक असा कलंक लावला जातो व नकळतच त्यांच्याबद्दल अन्य लोकांच्या मनात पूर्वग्रह निर्माण होतात.'' या समितीच्या शब्दांत असे म्हणता येईल की 'गुन्हेगारी जमाती' या संज्ञेतील 'गुन्हेगारी' हा शब्द जर काढून टाकला तर या जमातीतील मुलांच्या मानसिक, सामाजिक आरोग्यावर त्याचा चांगला परिणाम होईल. हा (गुन्हेगारी) शब्द वगळल्यामुळे या जमातींतील लोकांच्या मनातील समाजविरोधी भावना व संवेदना दूर होतील. या शब्दाने या जमातीला लावलेला कलंक दूर होईल. त्याचप्रमाणे वयाच्या १५ वर्षांनंतर या जमातीतील मुलांची गुन्हेगार म्हणून पोलिसांकडून होणारी नोंद होण्याचे थांबले तर ही मुले सुटकेचा श्वास सोडतील.

या समितीच्या शिफारशींच्या आधारावर व तसेच अनेक समित्यांचे अहवाल, सामाजिक शास्त्रज्ञ व गुन्हेगारीशास्त्रज्ञ यांनी केलेल्या शिफारशींच्या आधारावर मुंबई गुन्हेगारी जमाती कायदा अखेरीस १९४९ साली रद्द करण्यात आला. मुंबईच्या प्रांतिक सरकारने उचललेले हे पाऊल इतर प्रांतिक सरकारांसाठी मार्गदर्शक ठरले व त्यानंतर लगेचच अन्य सर्व प्रांतिक सरकारांनी त्यांच्या राज्यांतील हा कायदा रद्द केला.

गुन्हेगारी जमाती कायदा रद्द केल्यामुळे सर्वच प्रांतात या कायद्याची उणीव सरकारांना जाणवू लागली. सर्व प्रांतिक सरकारांच्या असे लक्षात आले की पूर्वाश्रमीचे दस्तऐवज व त्यासंबंधीच्या अन्य बाबींच्या आधारे पोलिसांना गुन्हेगारांचा माग काढणे अशक्य झाले कारण ते निकष आता जुने झाले होते. त्यांना पकडण्याचे नवीन मार्ग खुंटले होते. म्हणून त्यावर उपाय म्हणून पूर्वीच्या गुन्हेगारी जगाती कायद्याची जागा घेणारा नवीन कायदा 'नित्यनियमित किंवा सवयीचे गुन्हेगारी बंधन कायदा, १९५२' (Habitual Offenders Restriction Act, 1952) भारत सरकारने सम्मत केला. पूर्वीचा कायदा रद्द केल्यामुळे या क्षेत्रात जी एक पोकळी निर्माण झाली होती ती या कायद्याने भरून निघाली. एवढेच नव्हे तर या नवीन कायद्यामुळे पूर्वीच्या कायद्यात वापरलेल्या 'गुन्हेगारी' शब्दामुळे

कलंकित झगमगतेचे जे एक वलय निर्माण झाले होते ते या कायद्याने नष्ट झाले. त्याचबरोबर या जमातीबद्दलचे पूर्वग्रह नष्ट होण्यासही मदत झाली; परंतु त्यातून गुन्हेगारांच्या विविध हालचालींवर नियंत्रण ठेवण्याच्या क्रियेचे जतन करणारी एक यंत्रणा निर्माण करण्यात आली जी गुन्हेगारी जमातींच्या पूर्वाश्रमीचा ऐतिहासिक आणि मानसिक, सामाजिक, आर्थिक स्थितीचा विचार करून त्यांच्यासंबंधी योग्य निर्णय घेईल.

## गुन्हेगारी जमाती व दडपणाचे नवे पैलू (Criminal Tribes and New Dimensions of Oppression of These Criminal Tribes)

ब्रिटिश सरकारने इ. स. १८७१ साली गुन्हेगारी जमाती कायदा मंजूर केला. त्यात क्रमाने १९११, १९२४ साली ज्या सुधारणा केल्या होत्या त्यांद्वारे गुन्हेगारी जमातीच्या संदर्भात अनेक अधिकार स्वत:कडे घेतले. त्यातून या गुन्हेगारी जमातींच्या दडपणाचे नवीन पैलू सरकारकडे उपलब्ध झाले. याव्यतिरिक्त ज्या परिसरात हे गुन्हेगारी आदिवासी भटकंती करीत होते त्या परिसरातील वा प्रदेशातील पोलिस अधिकारी, सरकारी कर्मचारी, सावकार व दुकानदार, राजकीय नेते व पुढारी, धर्मगुरू वा भगत, जमात पंचायतीचे पंच, जंगल अधिकारी व ठेकेदार इत्यादी मंडळी किंवा गट आदिवासींवर जुलूम जबरदस्ती करण्यात धन्यता मानीत होते. खालील आकृतीवरून आदिवासींवर जुलूम करणाऱ्या नवीन घटकांची वा पैलूंची जाणीव विद्यार्थ्यांना होऊ शकेल.

गुन्हेगारी जमातींवर जुलूम करणारे नवीन घटक वा नवीन पैलू :

→ (१)  सरकारी कर्मचारी व विशेषत: पोलिस

→ (२)  सावकार व दुकानदार

→ (३)  राजकीय नेते वा पुढारी

→ (४)  धर्मगुरू वा भगत

→ (५)  जमात पंचायतीचे पंच

→ (६)  जंगल किंवा वनाधिकारी व कर्मचारी

(आकृती ३.१)

## (१) सरकारी कर्मचारी व विशेषत: पोलीस

१८७१ च्या गुन्हेगारी जमाती कायद्यानुसार व तसेच इ. स. १९११ व १९२४ साली झालेल्या दुरुस्त्यांनुसार सरकारला अनेक अधिकार प्राप्त झाले, त्यांत या गुन्हेगारी जमातींवर बारकाईने लक्ष ठेवणे, कोणत्याही जमातीला गुन्हेगारी जमाती म्हणून घोषित

करणे, गुन्हेगारी जमातींची यादी तयार करणे, त्यांच्या स्थलांतरावर नियंत्रण ठेवणे इत्यादी. या अधिकाराची अंमलबजावणी करण्याचे अधिकार पोलीस अधिकाऱ्यांकडे होते. कायद्याची अंमलबजावणी करताना ह्या अधिकाऱ्यांकडून अनेक वेळा गुन्हेगारी आदिवासी जमातींवर जुलूम केला जात असे. उदा. गुन्हेगारी जमातीचे एक विशिष्ट भ्रमणक्षेत्र असते. त्या भ्रमणकक्षात कोणताही गुन्हा झाला की प्रथम संशय त्या गुन्हेगारी आदिवासींवर घेतला जाऊन त्यांपैकी कोणीही प्रत्यक्ष गुन्हा केला नसला तरीही काहींना त्या गुन्ह्यात अडकवून, पोलिस कोठडीत त्यांना क्रूर मारहाण करून तीव्र वेदना होतील असं हे पोलीस पाहत. एखाद्या जमातीवर गुन्हेगारी हा शिक्का मारला की त्या जमातीतील लोकांना त्यांनी न केलेल्या गुन्ह्यासाठी, एखाद्या गुन्ह्यात अडकवून, तसे पुरावे न्यायालयात सादर करून त्यांना शिक्षा देण्याचे प्रयत्न पोलीस करीत. पुरुष जर कैदेत गेला तर त्यांच्या मुलाबाळांच्या हालांचे शब्दांत वर्णन करणे अशक्य आहे. सारांश असा की गुन्हेगारी जमातीवर जुलूम करण्यात पोलीस खाते आघाडीवर होते.

## (२) सावकार व दुकानदार :

गुन्हेगारी आदिवासींचे शोषण करून त्यांच्यावर जुलूमजबरदस्ती करण्यास सावकार व दुकानदारपण मागे नव्हते. गुन्हेगारी जमातीतील एखाद्या गटाने जर चोरी केली, दरोडा घातला व तो चोरीचा माल खरेदी करणारे त्या परिसरातील सावकार व दुकानदारच असतात हे सत्य लपलेले नाही. किरकोळ चोरीच्या मालात शेतातील अन्नधान्य, फळफळावळ, काही किरकोळ वस्तू, (की ज्यात भांडीकुंडी, कपडेलत्ते, घड्याळे, भ्रमणध्वनिसंच इत्यादींचा समावेश होतो तर दुसरीकडे सोने-नाणे, जडजवाहीर, दाग-दागिने, लॅपटॉप) यांसारख्या महाग वस्तूपण असतात. या सर्वांची खरेदी हे सावकार व दुकानदार करतात. हा चोरीचा माल खरेदी करताना ते या गुन्हेगारी जमातीतील आदिवासींचे शोषण करतात. चोरीचा माल असल्यामुळे बाजारभावापेक्षा अर्ध्या किंवा पाव किंमतीतही सावकार व दुकानदार मंडळी या वस्तू खरेदी करतात. त्यांनी त्या किंमतीत माल न दिल्यास त्यांना पोलिसांची भीती दाखवून या गुन्हेगारी जमातीतील व्यक्तींवर दडपण आणतात ही वास्तवता नाकारता येत नाही. तसेच ही सावकार व दुकानदार मंडळी नड पडली तर या गुन्हेगारी जमातींतील लोकांना कर्ज देतात, पण त्यावर भरपूर व्याज आकारतात. या गुन्हेगारी आदिवासी जमातीतील कर्ज-बाजारी लोकांनी कर्जापोटी कितीही पैसे परत केले तरीही ते व्याज म्हणून जमा केले जाते व कर्जाची मूळ रक्कम कायमच राहते. सारांशरूपात असे म्हणता येईल, की या गुन्हेगारी जमातीचे शोषण करणारा दुसरा गट म्हणजे समाजात सभ्यतेचा बुरखा पांघरून वावरणारे हे सावकार वा दुकानदार होत.

## (३) राजकीय नेते वा पुढारी :

आदिवासी गुन्हेगारी जमातींतील लोकांवर दडपण आणून त्यांना आपल्या मर्जीप्रमाणे वागावयास भाग पाडणाऱ्या लोकांत राजकीय नेते किंवा पुढारी मुळीच मागे नाहीत. गुन्हेगारी जमातींतील लोकांच्या गुन्हेगारी प्रवृत्तीचा वापर ही राजकीय मंडळी स्वत:च्या स्वार्थासाठी करत असल्याचे दिसून येते. आपल्या प्रतिस्पर्ध्यांना नष्ट करण्यासाठी किंवा ठार मारण्यासाठीची सुपारी हे राजकीय स्वार्थी नेते या गुन्हेगारी जमातीतील लोकांना देतात. एकदा का राजकीय नेत्यांचा हा प्रतिस्पर्धी ठार झाला की ही मंडळी नामानिराळी होतात व तुरुंगात जाते ती प्रत्यक्ष खून करणारी गुन्हेगारी जमातीतील व्यक्ती. प्रतिस्पर्ध्याला ठार करण्यापूर्वी या गुन्हेगारी जमातीतील व्यक्तींना दिलेले संरक्षणाचे आश्वासन ही राजकीय पुढारी मंडळी सोयीस्करपणे विसरतात. परिणामत: आदिवासी जमातीतील व्यक्तींनाच न्यायालयात शिक्षा होते, परंतु खुनाची सुपारी देणारा राजकीय नेता मात्र नामानिराळा राहतो ही वास्तवता नाकारता येत नाही. त्याचप्रमाणे आपल्या राजकीय प्रतिस्पर्ध्याला नेस्तनाबूत करण्यासाठी ही नेतेमंडळी गुन्हेगारी जमातीतील व्यक्तींना प्रतिस्पर्धी राजकीय नेत्यांचे पत्ते देऊन त्यांना त्यांच्या घरावर दरोडे घालण्यास प्रवृत्त केले जाते. समजा, दरोडेखोर पकडले गेले तर ते तुरुंगात जातात. तर ही राजकीय पुढारी मंडळी मात्र **'आपण त्या गावचे नाही'** अशा थाटात वावरत असतात. तसेच अशा प्रकारच्या दरोड्यांत लुटलेल्या मालातील प्रमुख हिस्सापण हे राजकीय पुढारी लाटतात. तेव्हा गुन्हेगारी जमातींतील लोकांचे शोषण करण्यात या राजकीय पुढाऱ्यांचा वाटाही मोठा आहे यात शंका नाही.

## (४) धर्मगुरू किंवा भगत :

गुन्हेगारी आदिवासी जमातीतील लोकसुद्धा इतर सर्वसामान्य आदिवासी जमातीतील लोकांप्रमाणेच धार्मिक प्रवृत्तीचे असतात. त्यांची धर्मावर व परमेश्वरावर नितांत श्रद्धा असते. तसेच या सर्व आदिवासी जमातींतील लोक हे मोठ्या प्रमाणात अंधश्रद्धाळू असतात. गुन्हा करण्यात त्यांना यश मिळावे म्हणून ते गुन्हा करण्यापूर्वी परमेश्वराला साकडे घालतात. या ठिकाणी एक प्रत्येक गोष्ट नमूद करावी लागते ती ही की, प्रत्येक आदिवासी जमातीचा (की ज्यात गुन्हेगारी आदिवासी जमातीपण येतात) एक स्वतंत्र धर्म असतो व त्या त्या आदिवासीतील धर्मप्रमुख हा **भगत (Shaman)** या संज्ञेने संबोधला व ओळखला जातो. या भगतासाठी वेगवेगळ्या आदिवासी जमातींत वेगवेगळ्या संज्ञा आहेत. त्या खालीलप्रमाणे -

   (१) भिल्ल   → पूजारो किंवा बडवा
   (२) कोरकू → भूमिया किंवा भूमक

(३) थारू → गरारा

(४) कमार → झाकर व मांडिया

वानगीदाखल ही उदाहरणे दिली आहेत. बहुसंख्य आदिवासी जमातीत (यात गुन्हेगारी आदिवासी जमातीपण समाविष्ट आहेत.) धर्माबरोबरच किंवा काही प्रसंगी धर्मापेक्षा जास्त महत्त्व जादूविद्येला असते. जादूविद्येच्या साहाय्याने कोणतीही गोष्ट आत्मसात करता येते अशी त्यांची श्रद्धा असते. 'भगत' हा धर्माप्रमाणेच मंत्रविद्येतील किंवा जादूविद्येतील तज्ज्ञ मानला जातो. रोगाचे निवारण, कार्यात यश, प्रेमात सफलता इत्यादी प्रसंगी जादूविद्या महत्त्वाची ठरते. विशेषत: गुन्हेगारी जमातीतील लोकांना त्यांच्या गुन्ह्याच्या कार्यात यश मिळावे म्हणून जादूविद्येचा वापर महत्त्वाचा मानला जातो आणि त्यासाठी भगताच्या मदतीची आवश्यकता असते. हा भगत या सर्व आदिवासी जमातीतील लोकांच्या अंधश्रद्धेचा फायदा घेऊन त्यांना अक्षरश: लुटतो. कोणत्याही कार्यात यश मिळविण्यासाठी भगत देवाला कौल लावतात आणि अनुकूल कौल येण्यासाठी भगत प्रयत्न करताना ज्या क्लृप्त्या योजतो त्या सर्वसामान्यांना माहिती नसतात. थोडक्यात, या संदर्भात असे म्हणता येईल की, देवाच्या नावावर ही भगत वा धर्मगुरू मंडळी आदिवासींवर दडपण आणतात. तसेच एखादा रोग झाल्यावर त्यांनी तज्ज्ञ डॉक्टरांकडे न जाता भगताकडेच यावे यासाठीही ते त्यांच्या अनुयायांवर दबाव आणतात. शेवटी असे म्हणता येईल की, आदिवासी व गुन्हेगारी आदिवासी जमातींतील लोकांचे शोषण करण्यात भगताची भूमिकापण तितकीच महत्त्वाची आहे.

### (५) जमात पंचायतीचे सरपंच व अन्य पंच :

जमात पंचायत ही सर्व प्रकारच्या आदिवासी जमातीच्या सामाजिक सरंचनेत आढळणारी महत्त्वपूर्ण सामाजिक संस्था असून ती एक पर्यायी न्यायव्यवस्था होय. आदिवासी जमातीअंतर्गत होणारी लोकांची भांडणे, त्यांच्यातील पती-पत्नीत होणारे घटस्फोट वा काडीमोड, स्त्री अत्याचार, समाजातील तंटे, चोरी-मारी, शिंदळकी (अनैतिक संबंध), सोयरे संबंध, इत्यादी प्रकरणे जमात पंचायतीच्या न्यायालयात सोडविली जातात. न्याय नि:पक्षपाती असावा असा संकेत जरी असला तरी आज या न्यायपंचायतीचे स्वरूप पूर्वीसारखे राहिलेले नसून त्यात आज खूपच बदल झालेले आहेत. जातपंचायतीची न्यायदानपद्धती आज पक्षपाती व भ्रष्ट झाली आहे. आदिवासी जमातींतील ज्या लोकांकडे अधिक पैसा आहे ते लोक आपल्या बाजूने न्यायनिवाडा वळवू शकतात. पैशांच्या जोरावर ही मंडळी पंचांना खरेदी करू शकतात. त्याचप्रमाणे पंच हा माणूस आहे, परमेश्वर नाही म्हणून ते पैशांच्या प्रलोभनाला बळी पडतात. परिणामत: न्यायपंचायतीतील न्यायपंच सौदेबाजी करून आपला फायदा करवून घेताना गुन्हेगारांवर दडपण आणतात. सारांशरूपात

असे म्हणता येईल, की गुन्हेगारी आदिवासी जमातीचे शोषण करण्यात जमातपंचायतीचे सर्व पंच सहभागी असतात यात शंका नाही.

### (६) जंगल किंवा वन अधिकारी व कर्मचारी :

गुन्हेगारी जमातीतील लोक जंगलात किंवा जंगलाच्या सान्निध्यात राहतात. जंगल व जंगलातील संपत्ती हे आदिवासी लोकांच्या उपजीविकेचे एक प्रमुख व नैसर्गिक साधन होय. वनसंरक्षणाच्या नावाखाली सरकारने स्वतंत्र वनखात्याची निर्मिती करून प्रत्येक वनक्षेत्रावर क्षेत्रीय वनाधिकाऱ्याची नेमणूक केली; पण त्याचबरोबर गुन्हेगारी आणि अन्य जमातींच्या उपजीविकेचा उगमस्रोतच नष्ट केला, परंतु त्याचबरोबर या आदिवासी व गुन्हेगारी आदिवासी जमातींसाठी सरकारने पर्यायी उपजीविकेची साधने मात्र उपलब्ध करून दिली नाहीत. परिणामत: या वनाधिकाऱ्यांना टाळून हे गुन्हेगारी जमातीतील लोक 'जळणासाठी आवश्यक' म्हणून जंगलतोड करीत. त्यात ते पकडले गेले तर त्यांनी तोडलेली लाकडे जप्त केली जात, पण त्याचबरोबर त्यांना पोलिसांची भीती दाखवून त्यांच्यावर दडपण आणले जाई. काही वेळेला जंगलातील सागवान, चंदन, शिसव इत्यादी महत्त्वपूर्ण झाडांची तोडणी करण्याचे काम जंगलाधिकारी एखाद्या ठेकेदाराला अनधिकाराने देत व त्यात ते पकडले गेले तर त्याचे खापर गुन्हेगारी जमातीतील लोकांवर फोडून त्यांना बळीचा बकरा करून ते जंगलाधिकारी स्वत: नामानिराळे राहत. सारांशरूपात असे म्हणता येईल की गुन्हेगारी जमातीतील लोकांवर दबाव आणण्यात जंगलाधिकारी किंवा वनाधिकारीपण सामील असत.

## महाराष्ट्रातील भटक्या-विमुक्त जमातींचे वर्गीकरण

महाराष्ट्रापुरता विचार करावयाचा झाल्यास महाराष्ट्रातील भटक्या-विमुक्त जमातींचे, त्यांच्या व्यवसायानुसार किंवा उपजीविका करण्याच्या पद्धतीनुसार, खालील नऊ प्रकारांत वर्गीकरण करता येते.

**(१) देवाच्या नावाने जगणाऱ्या जमाती :** या प्रकारच्या जमातीत गोंधळी, वाघ्या मुरळी, रावळ, आराधी, जोगती, जोगतिणी, मरीआईवाले, भोपे, गोसावी व बैरागी इत्यादींचा समावेश होतो.

**(२) पशुपालक जमाती :** पशूंचे पालन करून उपजीविका करणाऱ्या भटक्या विमुक्त जमातींत गोपाळ, दांगट, मैदाळ, गोल्ला, डवरी, गोसावी, धनगर इत्यादी समाविष्ट होतात.

**(३) कलावंत किंवा कलाकार जमाती :** आपली कला लोकांसमोर सादर करून लोकांनी दिलेल्या पैशावर उपजीविका करणाऱ्या भटक्या - विमुक्त जमातीत क्रमाने

डोंबारी, कोल्हाटी, मदारी, गारुडी, नंदीबैलवाले, दरवेशी, रायरंद, बहुरूपी, कठपुतळीवाले, माकडवाले, मारवाडीभाट इत्यादींचा अंतर्भाव होतो.

**(४) भविष्य सांगणाऱ्या जमाती :** या प्रकारच्या जमातींत मेंढगी, तिरमाळी, कुडमुडे जोशी, ठीके जोशी, वासुदेव, मनकवडे, पिंगळा जोशी, डमरूवाले जोशी, सरोदे इत्यादींचा समावेश होतो.

**(५) शिकार करणाऱ्या जमाती :** या प्रकारच्या भटक्या विमुक्त जमातीत पारधी, भिल्ल, फासेपारधी, चित्तर पारधी, हरणपारधी व वैदू इत्यादी आदिवासी भटक्या-विमुक्त जमाती अंतर्भूत होतात.

**(६) विविध व्यवसाय करणाऱ्या जमाती :** यात छप्परबंद, शिकलगार, कैकाडी, वडारी, कुंचीखोका, ध्यारे, कंजर, वाघरी, बेलदार, घिसाडी, काशी-कापडी, ओतारी, गाडीलाहोर, रमय्या, वैदू, राजगोंड (आदिवासी) स्मशानजोगी इत्यादी समाविष्ट आहेत.

**(७) जातीच्या मागत्या जमाती :** या प्रकारच्या जमातीत 'डक्कलवार' ही जमात मातंगांचे मागते म्हणून तर रायरंद ही जमात महारांचे मागते म्हणून कार्यरत असून त्यांचा यात समावेश होतो.

**(८) शारीरिक कष्टाची कामे करणाऱ्या जमाती :** या प्रकारच्या जमातीत मुख्यत्वे करून वडार, लमाण, बेलदार, गाडीवडार, मातीवडार इत्यादींचा अंतर्भाव होतो.

**(९) अन्य मार्गाने उपजीविका करणाऱ्या जमाती :** यात कंजारभाट, पारधी, राजपूत भामटा इत्यादी समाविष्ट होतात.

या वरीलपैकी ज्या भटक्या विमुक्त जमातींना स्वत:चा व्यवसाय होता त्या जमाती निमित्तमात्र का होईना गावगाड्यांशी संबंध ठेवून होत्या. पण ज्या जमातींना उपजीविकेचे कोणतेच साधन नव्हते त्या जमेल त्या मार्गाने, क्वचित प्रसंगी चोऱ्यामाऱ्या करून आपले पोट भरत राहिल्यात. अशा जमातींना स्वातंत्र्यपूर्व काळातील ब्रिटिश सरकारने गुन्हेगारी जमाती ही संज्ञा बहाल करून तसा सरकारी हुकूमनामा काढला. तसेच या जमातीवर नियंत्रण ठेवणे शक्य व्हावे म्हणून ततूकालीन ब्रिटिश सरकारने इ. स. १८७१ साली 'गुन्हेगारी जमाती कायदा' (ज्याचा सुरुवातीला आपण उल्लेख केला आहे) अमलात आणून या जमातीतील काही लोकांना संशयावरून तुरुंगात डांबण्यात आले होते.

## महाराष्ट्रातील गुन्हेगारी जमाती

वरील १८७१ च्या ''गुन्हेगारी जमाती कायद्यानुसार ब्रिटिश सरकारने ततकालीन भारतातील एकूण १९८ जमातींची नोंद 'गुन्हेगारी जमाती' म्हणून केली होती. त्यातील काही गुन्हेगारी जमातींची नावे आपण पूर्वी पाहिलीत. (कृपया याच प्रकरणातील पान क्र. ९-१० पाहा.) महाराष्ट्रापुरता विचार करता वरील कायद्यानुसार **महाराष्ट्रातील**

**खालील १४ जमातींवर वसाहतवादी ब्रिटिश सरकारने 'गुन्हेगारी जमाती' म्हणून शिक्का मारला होता.** महाराष्ट्रातील या १४ गुन्हेगार जमाती पुढीलप्रमाणे.

(१) बेरड (२) बस्तर (३) भामटा (४) कैकाडी (५) कंजारभाट (६) कटाबू (७) बंजारा (८) राजपारधी (९) राजपूत भामटा (१०) रामोशी (११) वडार (१२) छप्पर-बंद (१३) वाघरी आणि (१४) पारधी

इंग्रजांनी या देशात भटक्या जमातींसाठी गुन्हेगारी कायदा करून भारतात त्यांनी एका अमानुष प्रथेला जन्म दिला होता. जमातीतील काही व्यक्तींनी केलेल्या गुन्ह्याची शिक्षा त्या व्यक्तीच्या संपूर्ण जमातीलाच भोगावी लागत होती. परिणामत: गुन्हेगारी जमाती म्हणून शिक्का मारलेल्या जमातीतील लोकांना जीवन जगणे या कायद्याने अशक्य करून टाकले होते.

## गुन्हेगारी जमातींच्या वसाहती (Settlement of Criminal Tribes)

देशातील व महाराष्ट्रातील गुन्हेगारी जमातीचा बिमोड करण्यासाठी किंवा त्यांचा कायमचा बंदोबस्त करण्यासाठी इ. स. १९२४ साली इंग्रज सरकारने '**गुन्हेगार जमातींच्या वसाहतींची देशात वेगवेगळ्या ठिकाणी निमिर्ती केली. या वसाहती 'सेटलमेंट' (Settlement) या संज्ञेने संबोधल्या** जात.' तीन तारांचे कुंपण घालून या वसाहती निश्चित करण्यात आल्या होत्या.

गुन्हेगार जमातीच्या तीनतारी कुंपणाच्या वसाहतीची कल्पना खालील आकृती-वरून येईल.

**आकृती क्र. ३.२**

महाराष्ट्रापुरता विचार करता महाराष्ट्रातील* पुणे, सोलापूर, बारामती, नंदुरबार, अंबरनाथ, धारवाड, विसापूर, हुबळी आणि जेजुरी इत्यादी ५२ ठिकाणी स्वतंत्र तीनतारी कुंपण घालून किंवा कुंपण ठोकून त्यात या गुन्हेगार जमातीतील लोकांना बंदिस्त करण्यात आले होते. हे जरी खरे असले तरी याच काळात त्यांच्या सुधारणेचे काही प्रयत्न केले गेले होते. त्यात त्यांच्या निवाऱ्याची व उपजीविकेची सोय करण्यात आली होती. तसेच गुन्हेगारी जमातीतील मुलांना सक्तीचे प्राथमिक शिक्षण, स्त्री-पुरुषांना वसाहतीच्या जमिनीत रोजगाराची सोयही करण्यात आली होती; पण त्याचबरोबर त्यांनी पळून जाऊ नये म्हणून त्यांना दिवसभराची हजेरी पोलिस स्टेशन वा गावच्या ग्रामपंचायतीत द्यावी लागे.

## गुन्हेगारी जमाती या संज्ञेतून मुक्तता व भटक्या-विमुक्त जमाती ही संज्ञा प्रदान :

इ. स. १८७१ साली वसाहतवादी इंग्रज सरकारने या देशात म्हणजे भारतात लागू केलेला हा गुन्हेगारी जमाती कायदा तब्बल ८० वर्षे, म्हणजे इ. स. १९५१ सालापर्यंत अस्तित्वात होता. प्रथम इ. स. १९४९ साली तत्कालीन मुंबई इलाख्याच्या किंवा प्रांताच्या सरकारने हा कायदा रद्द करण्याचे पाऊल उचलले व त्यानुसार त्याचे भारतातील इतर प्रांतिक सरकारांनी अनुकरण करून इ. स. १९५१ साली १८७१ सालचा 'गुन्हेगारी जमाती कायदा' सर्व देशातील सर्व प्रातांतून रद्द झाला.

हे जरी खरे असले तरी या कायद्याची प्रत्यक्ष अंमलबजावणी, भारतीय राज्यघटनेतील तरतुदींनुसार, इ. स. १९६० साली झाली. **२३ ऑगस्ट १९६० साली स्वतंत्र भारताचे पहिले पंतप्रधान पंडित जवाहरलाल नेहरू यांनी हजारो तथाकथित गुन्हेगारी भटक्या जमातीतील लोकांच्या उपस्थितीत सोलापूर येथील या लोकांच्या वसाहतीचे (म्हणजे सेटलमेंटचे Settlement) तीन तारांचे कुंपण तोडून टाकले व या गुन्हेगारी जमातींना त्यांच्या कुंपणातून म्हणजे पर्यायाने सरकारी बंधनातून मुक्त केले. त्या दिवसापासून या बंधमुक्त गुन्हेगारी जमाती 'विमुक्त-भटक्या जमाती' (Free or Liberated Nomadic Tribes)** या संज्ञेने संबोधल्या जाऊ लागल्यात व सरकारतर्फे तशी घोषणाही करण्यात आली.

इ. स.१९६० साली वसाहतीच्या (सेटलमेंटच्या) तीन तारांचे प्रतीकात्मक कुंपण जरी कै. पंडित जवाहरलाल नेहरू यांनी तोडले असले तरी सर्वसामान्य जनता, सरकारी कर्मचारी, पोलिस कर्मचारी, ग्रामपंचायतीचे व नगरपालिकांचे सभासद यांच्या मनातील

* इथे महाराष्ट्र म्हणजे भाषावार प्रांतरचनेपूर्वीचा मुंबई इलाखा वा प्रांत म्हणून आज कर्नाटकात समाविष्ट असलेल्या धारवाड, हुबळी इत्यादी गावांचा उल्लेख असून पूर्वी ती मुंबई इलाख्यात म्हणजेच महाराष्ट्रात होती.

जातीय मानसिकतेचे मूळ व त्यांच्याभोवतीचे पारंपरिक संशयाचे भूत आणि गुन्हेगारीचे कुंपण मात्र कायमच राहिले.

या संदर्भात शेवटी असे म्हणता येईल की, कायदा बदलला वा तो नष्ट केला तरी गेली शेकडो वर्षे गुन्हेगारी जमाती म्हणून जनमानसात असलेली त्यांची प्रतिमा मात्र कायमच राहिली. पण गेल्या काही वर्षांत या जमातीतील मुलांत वाढणारे शिक्षणाचे प्रमाण, त्यामुळे या जमातीतील तरुणांतील आत्मविश्वास इत्यादींमुळे या गुन्हेगारी जमातीत काही बदल घडण्याची प्रक्रिया सुरू झाली आहे. या जमातीतील काही सुशिक्षित तरुण जमात पंचायत, जमातीतील काही कुप्रथा व परंपरा याविरुद्ध संघटित होऊन आवाज उठवीत आहेत हे एक सुचिन्हंच मानावे लागेल. आज जरी या तरुणांचा आवाज क्षीण असला तरी तो जेव्हा उग्र रूप धारण करेल, तेव्हा ती खऱ्या अर्थाने या जमातीत घडून येणाऱ्या आमूलाग्र परिवर्तनाची नांदी ठरेल यात शंका नाही.

## समारोप

या प्रकरणात प्रामुख्याने आपण आदिवासी जमातीतील एका दुर्लक्षित गटाचा विचार केला आहे. भारताला स्वातंत्र्य मिळाल्यानंतर भारत सरकारने भारतातील सर्व आदिवासींची एक यादी तयार केली व त्याला राज्यघटनेच्या सूचीत समाविष्ट केले. अशा यादीत समाविष्ट झालेल्या आदिवासी जमाती (Scheduled Tribes) म्हणून संबोधल्या जाऊ लागल्यात. परंतु, अशा काही भटक्या जमाती होत्या की त्यांच्या भटकेपणामुळे त्यांची नोंद होऊ शकली नाही. अशा सर्व जमातींचा उल्लेख अ-नोंदित किंवा अ-सूचित जमाती म्हणून केला जातो. (De-notified Tribes) त्यांनाच भटक्या जमाती (Nomadic Tribes) या संज्ञेनेही संबोधले जाते. ततूकालीन वसाहतवादी ब्रिटिश सरकारने या भटक्या जमातींवर गुन्हेगारीचा शिक्का मारला. या तथाकथित गुन्हेगारी जमातींचा उगम, विकास व त्यांचा इतिहास यांवरही या प्रकरणात आपण विवेचन केले आहे.

या गुन्हेगारी जमातींत कोणकोणत्या आदिवासी जमाती समाविष्ट होतात याची एक यादी उत्तर-भारत व नैर्ऋत्य (पश्चिम-दक्षिण) भारत या विभागानुसार विद्यार्थ्यांच्या माहितीसाठी या प्रकरणात दिली आहे. यानंतर तत्कालीन ब्रिटिश सरकारने, या गुन्हेगारी जमातींवर नियंत्रण ठेवून, गुन्हेगारांना योग्य शिक्षा देण्यासाठी इ. स. १८७१ साली गुन्हेगारी जमाती कायदा मंजुर केला. या कायद्यातील त्रुटी व उणिवा दूर करण्याच्या उद्देशाने, या कायद्यात इ. स. १९११ साली व १९२४ साली दुरुस्ती अधिनियम मंजूर केले. स्वातंत्र्यप्राप्तीनंतर इ. स. १९५१ साली हे सर्व कायदे रद्द केल्यानंतर तत्कालीन स्वदेशी भारत सरकारने या कायद्याची जागा घेणारा नवीन कायदा नित्यनियमित किंवा 'सवयी गुन्हेगार कायदा १९५२' मंजूर केला. आदिवासी जमातीतील गुन्हेगारांवर नियंत्रण ठेवणे

हा या कायद्याचा उद्देश होता. या सर्वांवर, या प्रकरणात आपण सविस्तर चर्चा केली आहे.

गुन्हेगारी जमातीचा शिक्का बसलेल्या आदिवासींचे शोषण करणारे व त्यांच्यावर दडपण आणून स्व:ताच्या स्वार्थाची पोळी भाजणारे अनेक गट आदिवासी क्षेत्रात निर्माण झालेत. त्यात सरकारी कर्मचारी व पोलिस, सावकार व दुकानदार, राजकीय नेते व पुढारी, धर्मगुरू व भगत, जमात पंचायतीचे पंच आणि वनाधिकारी व कर्मचारी यांचा समावेश होतो व त्यांच्याकडून होणाऱ्या विविध दडपणपैलूंचा ऊहापोह या प्रकरणात आपण केला आहे. शिवाय महाराष्ट्रातील भटक्या-विमुक्त जमातींचे ९ वर्गांत केलेले विभाजन, महाराष्ट्रातील गुन्हेगारी जमाती व त्यांच्या वसाहती, गुन्हेगारी जमातींची गुन्हेगारीतून मुक्तता व भटक्या विमुक्त जमाती ही संज्ञा प्रदान करण्याच्या एकूण प्रक्रियेचाही आढावा या प्रकरणात आपण घेतला आहे.

---

## स्वअध्ययनासाठी प्रश्न -

**(अ) दीर्घोत्तरी प्रश्न शब्दमर्यादा ५००** **गुण २० प्रत्येकी**

(१) इ. स. . १८७१ चा गुन्हेगारी कायदा व त्यात वेळोवेळी झालेल्या दुरुस्त्या यांचा सविस्तर आढावा घ्या.

(२) 'गुन्हेगारी जमाती व दडपणाचे नवीन पैलू' यावर निबंध लिहा.

**(ब) लघुत्तरी प्रश्न शब्दमर्यादा १५०** **गुण १० प्रत्येकी**

(I) गुन्हेगारी जमातींचा उगम व विकास

(II) १९११ चा गुन्हेगारी जमाती दुरुस्ती कायदा

(III) गुन्हेगारी जमातींच्या वसाहतीचे स्वरूप

**(क) टिपा द्या. शब्दमर्यादा ५०** **गुण ५ प्रत्येकी**

(I) अ-नोंदित जमाती म्हणजे काय ?

(II) 'भटक्या विमुक्त जमाती' ही संज्ञा केव्हा प्राप्त झाली व तिचा अर्थ.

(III) गुन्हेगारी जमातींवरच्या दडपणाच्या कोणत्याही एका घटकाची माहिती द्या.

(IV) महाराष्ट्रातील भटक्या विमुक्त जमातींच्या कोणत्याही दोन वर्गीकरणांची माहिती द्या.

# प्रकरण ४

# विभेदीकरण

## अध्ययनाची उद्दिष्टे :

१. विभेदीकरणाचा अर्थ विद्यार्थ्यांना व अभ्यासकांना समजावा यासाठी.

२. विभेदीकरणाचे पैलू माहिती व्हावेत म्हणून.

३. अस्पृश्यतेचे स्वरूप समजावे म्हणून.

४. जातिविभेदीकरण व वंचितता याची माहिती होण्यासाठी.

५. असूचित किंवा भटक्या विमुक्त जमातींबाबतचे पूर्वग्रह व त्यांच्या संबंधीचे कलंक विद्यार्थ्यांच्या व अभ्यासकांच्या लक्षात यावे म्हणून.

## प्रस्तावना

भारत हा विविधतेने नटलेला देश आहे. या देशात अनेक प्रांत, अनेक भाषा, अनेक धर्म, अनेक संस्कृती, अनेक जाती व उपजाती असणारे लोक एकत्र राहतात. हे सर्व लोक एकत्र राहत असले तरी त्यांच्यात एकात्मता असतेच असे नाही. भारताच्या इतिहासाकडे व समकालीन घटनांकडे दृष्टिक्षेप टाकल्यास असे लक्षात येते की या देशात या विविध घटकांत अनेक मतभेद आहेत. त्यातून भारताला अनेक प्रश्नांचा सामना करावा लागतो. गोदावरी-कृष्णा-कावेरी नद्यांच्या पाणीवाटपाच्या प्रश्नावर महाराष्ट्र - कर्नाटक - आंध्रप्रदेश - तमिळनाडू या प्रांतात सातत्याने वाद चालतात व त्यावर आजही मतभेद असून त्यावर योग्य तोडगा आजही दृष्टिक्षेपात नाही. याशिवाय धार्मिक भांडणे (हिंदू-मुस्लिम, हिंदू-ख्रिश्चन), धार्मिक दंगली या स्वातंत्र्योत्तर भारताच्या पाचवीला पूजल्या असून त्यातून धार्मिक विद्वेषाचा उद्रेक होतो. जातींवर आधारित स्तरीकरण हे भारतीय समाजरचनेचे आगळे-वेगळे वैशिष्ट्य होय. इतर समाजातील स्तररचनेपेक्षा जातिस्तररचनेचे वेगळेपण हे की ही स्तरीकरणव्यवस्था जन्मावर आधारित असून, त्यातील प्रत्येक जातीचा दर्जा हा श्रेष्ठ-कनिष्ठ निकषावर आधारित असला तरी हे तथाकथित श्रेष्ठ-

कनिष्ठत्वाचे निकष धर्माने निश्चित केले असून त्यांत बदल संभवनीय नाही. काही तज्ज्ञांच्या मताने हिंदू सामाजिक संरचनेचा एक भाग असलेल्या वर्णव्यवस्थेतून जातिव्यवस्था आकाराला आली असून त्यानुसार प्रत्येक जातीच्या दर्जाचे श्रेष्ठ कनिष्ठत्व निर्धारित केले जाते. तत्त्वत: हिंदू धर्मग्रंथात जरी चार वर्णांचे वर्णन केले असले तरी या चार वर्णांच्या बाहेर किंवा पलीकडे असणाराही एक वर्ण होता. वर्णव्यवस्थेतील वर्णांची दर्जानुसार उतरंड खालीलप्रमाणे-

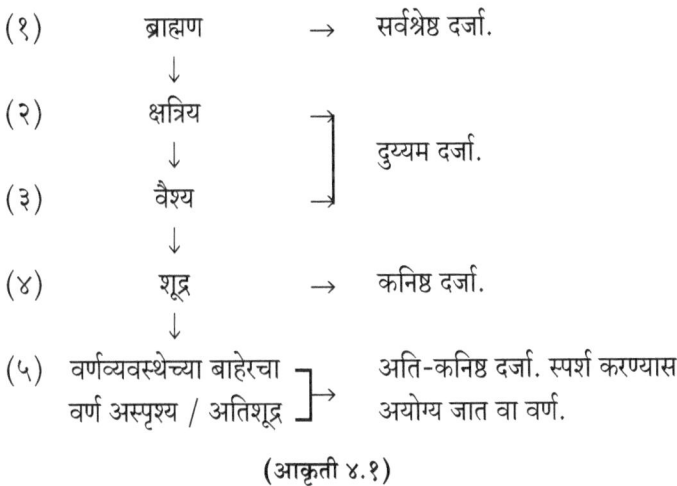

| | | | |
|---|---|---|---|
| (१) | ब्राह्मण | → | सर्वश्रेष्ठ दर्जा. |
| | ↓ | | |
| (२) | क्षत्रिय | → | दुय्यम दर्जा. |
| | ↓ | | |
| (३) | वैश्य | → | |
| | ↓ | | |
| (४) | शूद्र | → | कनिष्ठ दर्जा. |
| | ↓ | | |
| (५) | वर्णव्यवस्थेच्या बाहेरचा वर्ण अस्पृश्य / अतिशूद्र | → | अति-कनिष्ठ दर्जा. स्पर्श करण्यास अयोग्य जात वा वर्ण. |

**(आकृती ४.१)**

जाती-जातींतील दर्जाच्या श्रेष्ठ-कनिष्ठत्वाच्या भावनेतून त्यांच्यात भेदाचीभावना निर्माण होते. याव्यतिरिक्त धर्मभेद, वर्गभेद, सांस्कृतिक भेद भारतीय समाजात एकात्मता निर्माण करण्यात अडथळे निर्माण करतात. या प्रकरणात प्रथम आपण 'विभेदीकरण' या संकल्पनेचा अर्थ जाणून घेणार असून त्यानंतर जातिविभेदीकरण व त्यातून आकाराला आलेली वंचितता म्हणजे काय, हेपण समजून घेणार आहोत.

याशिवाय भारतीय समाजाचे एक अंग म्हणजे आदिवासी जमाती होय. स्वातंत्र्य-प्राप्तीनंतर आदिवासी जमातींची एक सूची किंवा यादी तयार करण्यात आली. ज्या ज्या जमाती या सूचीत समाविष्ट झाल्या त्या बनल्या अनुसूचित जमाती. पण काही जमाती त्यांच्या भटकेपणामुळे यादीत जरी समाविष्ट झाल्या नाहीत तरी त्यांचे प्रत्यक्ष अस्तित्व होते. त्या असूचित जमाती किंवा भटक्या (विमुक्त) जमाती म्हणून ओळखल्या जाऊ लागल्यात. त्यांच्याबाबतचे पूर्वग्रह व त्यांच्यावर त्यांना कलंकित करणारे शिक्के सर्वसामान्यांनी जे मारले त्यांचाही आपण या प्रकरणात विचार करणार आहोत. प्रथम आपण 'विभेदीकरण' ही संकल्पना समजून घेऊ.

**विभेदीकरण निकष (Discrimination Criterion)**

कोणत्याही समाजातील सामाजिक स्तरीकरणाचे एक अत्यावश्यक तत्त्व म्हणून विभेदीकरणाकडे पाहिले जाते. **'विभेदीकरणात एखाद्या व्यक्तीला किंवा तिच्या गटाला त्या गटांच्या सामाजिक दर्जामुळे ती व्यक्ती व तिचा गट आपल्यापासून वेगळे आहेत असे मानण्याच्या किंवा समजण्याच्या भावनांचा समावेश होतो.'** विभेदीकरण हे सामाजिकीकरण प्रक्रियेद्वारे एका पिढीकडून दुसऱ्या पिढीकडे हस्तांतरित केले जाते. त्यामुळे बऱ्याच वेळा ते कायमस्वरूपी असल्याचे मानले जाते. **'एका वाक्यात विभेदीकरण म्हणजे व्यक्तिव्यक्तींत भेद करण्याची किंवा गटागटांत भेद करण्याची प्रक्रिया होय.'** विभेदीकरणात श्रेष्ठत्व व कनिष्ठत्व या भावना समाविष्ट असतात. मी व माझा गट इतरांपेक्षा श्रेष्ठ वा कनिष्ठ आहे ही भावना मनात बाळगून त्यांच्यापासून स्वत:ला दूर वा अलग ठेवणे म्हणजे 'विभेदीकरण' होय. व्यक्तिव्यक्तींत किंवा गटागटांत भेद करण्याची ही प्रक्रिया दोन प्रकारांनी कार्यरत होते.

**(अ) जन्म :** भारतात 'जातिव्यवस्था' हा सामाजिक स्तरीकरणाचा एक प्रकार असून जातीचे सभासदत्व जन्माने निर्धारित होते व प्रत्येक जातीचा दर्जा धर्माद्वारे ठरविला गेला आहे अशी भारतातील हिंदू धर्मीयांची श्रद्धा आहे. जातीचा जन्म वर्णव्यवस्थेतून झाला व प्रत्येक वर्णाचा जन्म हा व त्यांचे श्रेष्ठत्व व कनिष्ठत्व परमेश्वरनिर्मित आहे ही श्रद्धा जातिविभेदीकरणास कारणीभूत ठरते. वर्णाची निर्मिती परमेश्वराच्या विविध अवयवांतून झाली व त्याआधारे त्यांचे श्रेष्ठत्व कनिष्ठत्व निर्धारित झाले त्याचे स्वरूप खालीलप्रमाणे -

**(I) ब्राह्मण :** ब्राह्मणांचा जन्म परमेश्वराच्या मुखातून झाला म्हणून ब्राह्मण सर्वश्रेष्ठ अध्ययन-अध्यापन, दान-प्रतिग्रह, यजन-याजन ही त्यांची ६ कार्ये.

**(II) क्षत्रिय :** क्षत्रियांचा जन्म परमेश्वराच्या बाहुतून झाला म्हणून श्रेष्ठत्वात ते दुसऱ्या स्थानावर असून समाजाचे रक्षण करणे व त्यासाठी युद्ध करणे ही त्यांची जबाबदारी.

**(III) वैश्य :** वैश्यांचा जन्म परमेश्वराच्या मांड्यातून झाला म्हणून त्यांना श्रेष्ठत्वात तिसरे स्थान प्रदान करण्यात आले असून व्यापार, शेती करणे हे त्यांचे कार्य.

**(IV) शूद्र :** शूद्राचा जन्म परमेश्वराच्या पायांतून झाला म्हणून त्यांना कनिष्ठ दर्जा प्रदान करण्यात आला असून तीन वर्णीयांची सेवा करणे हे त्यांचे कार्य होय.

यातून जन्माला आलेल्या जातींना त्या त्या नुसार श्रेष्ठ वा कनिष्ठ हे दर्जे प्राप्त झालेत व त्यानुसार जातीजातींत भेद केला जातो.

**अमेरिकेतील** गोऱ्या व काळ्या रंगांवर आधारित विभेदीकरण हे जन्माधिष्ठितच आहे.

**(ब) अन्य निकष :**

विभेदीकरणाच्या अन्य निकषांत व्यक्तीचे राजकीय अधिकार, धार्मिक अधिकार, व्यवसाय, सामाजिक स्थान व आर्थिक स्थिती, शैक्षणिक स्थिती या आधाराने पण समाजातील व्यक्ती वा गट यांत भेद केला जातो.

सारांश, समाजातील व्यक्ति-व्यक्तींत व गटा-गटांत वरील दोन निकषांपैकी कोणत्याही एका निकषाच्या आधारे भेद करून ते आपल्यापेक्षा वेगळे आहेत हे मानण्याची प्रक्रिया म्हणजे विभेदीकरण होय.

## अस्पृश्यता (Untouchability)

अस्पृश्यतेचे अस्तित्व हिंदू सामाजिक संघटनेचे एक महत्त्वाचे अंग असून हिंदू समाज हा प्रामुख्याने स्पृश्य व अस्पृश्य या दोन गटांत विभागला गेला आहे असे मानले जाते असे नव्हे तर ती एक भीषण वास्तवता आहे असे काही तज्ज्ञ मानतात. अन्य काही तज्ज्ञांच्या मताने अस्पृश्यता हा हिंदू समाजाला लागलेला एक कलंक आहे.

### अस्पृश्यतेचा उगमस्रोत

वेगवेगळ्या धर्मग्रंथात अस्पृश्यतेच्या उत्पत्तीचे वेगवेगळे उगमस्रोत प्रतिपादन करण्यात आले आहेत. **१) मनुस्मृतीच्या** अनुसार ब्रह्महत्या, ब्राह्मणाच्या सोन्याची चोरी करणे किंवा मद्यपान करणाऱ्यांना जातीबाहेर टाकले पाहिजे. त्यांना स्पर्श करता उपयोगी नाही. अशी माणसे धर्मविहीन होतात म्हणून त्यांना दूर ठेवावे. म्हणून ते अस्पृश्य. **२) स्मृतिचंद्रिका** या धर्मग्रंथाच्या अनुसार बौद्ध, पशुपालक, शैव आणि नास्तिक यांचा स्पर्श झाला तर स्नान करणे आवश्यक आहे. **३) अस्पृश्यतेचा तिसरा उगमस्रोत आहे व्यवसाय** - या विचारधारेनुसार, घाण किंवा घाणेरडे व्यवसाय करणाऱ्या व्यक्ती अस्पृश्य समजल्या जातात. यात मैला स्वच्छ करणारे व मैला वाहून नेणारे लोक, मृत जनावरांना गावाबाहेर नेऊन त्यांची कातडी काढणारे व मृत जनावरांचे मांस खाणारे लोक, कातड्याचा व्यवसाय करणारे लोक. मृगया किंवा शिकार करणारे लोक यांना अस्पृश्य मानले जाते किंवा समजले जात होते. अस्पृश्य नेमके कोण ? या प्रश्नाच्या उत्तराबाबत विद्वानांत मतभेद आहेत. **४) ब्राह्मण ग्रंथ आणि धर्मसूत्रे** मूळ ग्रंथात शूद्र किंवा दास (Dasa) यांना अत्यंत कनिष्ठ दर्जा प्रदान करण्यात आला होता व त्यांचा उल्लेख **'ब्राह्मण यज्ञधर्माच्या'** बाहेरचे लोक असा केला जात होता. कारण ते वांशिक आणि सांस्कृतिक दृष्टीने आर्यांपेक्षा वेगळे होते आणि आर्यांनी त्यांच्या धर्माचे आचरण करण्यास या लोकांना विरोध केला होता. **५) प्रा. बी. आर. कांबळे** यांनी १९७९ साली केलेल्या संशोधनात्मक प्रबंधात असे प्रतिपादन केले होते की या तथाकथित दासांनी आर्यांच्या देवांना नुसता

विरोध केला असे नाही तर त्यांची यज्ञयागादी कृत्ये करण्यास नकार दिला आणि त्यांनी धर्मगुरू वा पुरोहित यांना दक्षिणा देण्यासही विरोध केला म्हणून आर्यांनी त्यांच्यासाठी (म्हणजे दासांसाठी) अन्यव्रता (Anyavrata), अनासा (Anasa) आणि मृध्रवाक् (Mridhravaka) या संज्ञांचा वापर करून या शूद्रांना अत्यंत कनिष्ठ दर्जा दिला. शूद्रांचे **वर्णन आर्यांनी तिरस्करणीय लोक** अपवित्र व अशुद्ध लोक अशा शब्दांत केले होते आणि या लोकांना स्पर्श केला की स्पृश्यांना विटाळ होतो व ते अशुद्ध बनतात.

६) **'डॉ. घुर्ये'** या संदर्भात म्हणतात की, शूद्रांना सुव्यवस्थितपणे आर्यांच्या धार्मिक प्रथांपासून किंवा धार्मिक कर्मापासून आर्यांनीच वंचित केले होते.

या सर्व विवेचनाच्या आधारे आपण असा निष्कर्ष काढू शकतो की शूद्रांतील जे लोक स्पृश्य वा आर्य यांच्या दृष्टीने तिरस्करणीय, अशुद्ध, अपवित्र व्यवसाय करणारे होते त्यांना प्रथम शूद्र वा दास संज्ञेने संबोधले होते व कालांतराने त्यांनाच अस्पृश्य समजले जाऊ लागले असे अनुमान काढता येते.

## अस्पृश्यता काही व्याख्या (Untouchability Some Definitions)

यानंतर आपण अस्पृश्यतेच्या काही व्याख्यांचा विचार करू.

### (अ) जे. एच. हटन (J. H. Hutton)

जे. एच. हटन हे भारतात जनगणना आयुक्त म्हणून (इ. स. १९३१) कार्यरत होते; त्यांनी अस्पृश्यतेची व्याख्या त्यांना ज्या ज्या गोष्टीपासून किंवा सेवांपासून वंचित केले होते त्या आधाराने केली असून ती खालीलप्रमाणे -

**अस्पृश्यता म्हणजे** उच्चस्थितीतील ब्राह्मणांची सेवा मिळण्यातील अयोग्यता; सवर्ण किंवा स्पृश्य जातीची सेवा करणारे न्हावी, शिंपी, धोबी इत्यादींची सेवा मिळण्याची अयोग्यता, हिंदू मंदिरात प्रवेश करण्याची असमर्थता अथवा अयोग्यता; सार्वजनिक सेवांचा (उदा. शाळा, सडक, विहिरी, उपाहारगृहे इत्यादी) वापर करण्यातील असमर्थता किंवा घृणित किंवा घाणेरडे व्यवसाय न सोडण्याची अयोग्यता होय.

**हटन** यांची व्याख्या सर्वसमावेशक आहे. स्वातंत्र्यप्राप्तीनंतर अस्पृश्यतेची तीव्रता कमी करणारे काही कायदे व योजना सरकारने केले असले, अस्पृश्यतेची काही वरवरची बंधने नष्ट केली असली तरी आजही हिंदूंची मानसिकता ही अस्पृश्यांच्या विरोधात आहे हे निश्चित.

- अस्पृश्यांच्या काही अयोग्यता किंवा निर्योग्यता (Disabilities of Untouchables)
- अस्पृश्यांवरची बंधने (Restrictions on Untouchables)

पारंपरिक हिंदू सामाजिक संघटनेने अस्पृश्यांना केवळ कनिष्ठ स्थानावरच फक्त ढकललेले नाही तर त्यांच्यावर अनेक बंधने लादलीत. अयोग्यता किंवा निर्योग्यता (Disabilities) म्हणजे अशी कार्ये की जी अस्पृश्य करू शकत नाहीत. ग्रामीण समाजात म्हणजेच खेडेगावात या बंधनांचे स्वरूप तीव्र आहे. या बंधनांचा आपण या ठिकाणी विचार करू.

**(अ) धार्मिक अयोग्यता (Religious Disabilities) :** अस्पृश्यांवर लादलेल्या धार्मिक प्रतिबंधाचे तीन वर्गांत विभाजन करता येईल. (I) या लोकांना हिंदूंच्या मंदिरात प्रवेश करता येत नसे. (II) वेद, स्मृती आदी संस्कृत भाषेतून लिहिलेल्या धार्मिक ग्रंथांचे वाचन वा अध्ययन करता येत नसे. (III) उच्च जातीच्या संस्कारांपासून (उदा. उपनयन, जानवे धारण करणे इत्यादी) अस्पृश्यांना वंचित केले जात होते.

**(ब) सार्वजनिक अयोग्यता / निर्योग्यता :** सार्वजनिक अयोग्यतेत किंवा बंधनात पुढील बंधनांचा समावेश होतो. (I) सवर्णांसमोर अस्पृश्यांनी बाजेवर (चारपाईवर म्हणजेच उच्चासनावर) बसू नये. (II) सार्वजनिक समारंभात अस्पृश्यांना सहभागी होता येत नसे. (III) स्पृश्य ज्या रस्त्याचा वापर करतात त्या रस्त्यावरून जाण्यास अस्पृश्यांना अनुमती नव्हती. (IV) स्पृश्यांच्या विहिरीवर अस्पृश्यांना पाणी भरता येत नसे. (V) स्पृश्यांप्रमाणे अस्पृश्यांना शिक्षण घेण्यास परवानगी नव्हती. (VI) सार्वजनिक उपाहारगृहे, भोजनगृहे यांत अस्पृश्यांना प्रवेश नव्हता.

**(क) आर्थिक निर्योग्यता किंवा अयोग्यता अथवा बंधने (Economic Disabilities or Restrictions) :** अस्पृश्य जातीतील लोकांना त्यांच्या स्वतःच्या व्यवसायाशिवाय अन्य जातीचे व्यवसाय करण्यास परवानगी नव्हती. शेती व्यवसाय हा अपवाद असूनद अस्पृश्य जातीतील लोक शेती करीत.

**(ड) अन्य निर्योग्यता, अयोग्यता किंवा बंधने (Other Disabilities or Restrictions) :** या बंधनांना दोन प्रकारांत वर्गीकृत करता येते. (I) पहिल्या प्रकारात अशी बंधने येतात की जी दुसऱ्या म्हणजे स्पृश्य लोकांच्या सेवांशी संबंधित आहेत. (II) तर दुसऱ्या प्रकारात अस्पृश्य समजल्या जातींनी परस्परांशी कसे वर्तन करावे व त्यांचे राहणीमान कसे असावे. या संबंधी आहेत.

**पहिल्या प्रकारच्या संबंधात** ब्राह्मण अस्पृश्याशी ज्योतिष सांगण्यासाठी व धार्मिक कथा निवेदन करण्यासाठी रांबंध ठेनू शकतो. परंतु त्यांना स्पर्श होणार नाही याची ते दक्षता घेत.

**दुसऱ्या प्रकारच्या संबंधात** अस्पृश्याचे वर्तन कसे असावे या संदर्भात काही नियम स्पृश्यांनी तयार केले असून त्यानुसार अस्पृश्यांनी विशिष्ट दागिने घालू नयेत. विशिष्ट प्रकारचा पोशाख करू नये. पक्के (सिमेंट, विटा इत्यादी वापरून) घर बांधू नये इत्यादी.

## अस्पृश्यांवरचे काही प्रतिबंध (Some Prohibitions on Untouchables)

डॉ. राम अहुजा यांनी त्यांच्या 'भारतीय सामाजिक व्यवस्था' (Indian Social System) या पुस्तकात अस्पृश्यांवर लादण्यात आलेल्या खालील बंधनांचा उल्लेख केला आहे. ती बंधने जशीच्या तशी आपण पाहू.

(I) आदी द्रविड म्हणजेच अस्पृश्य जातीतील लोकांनी सोन्या चांदीचे दागिने घालू नयेत.

(II) अस्पृश्य जातीतील पुरुषांनी कमरेच्यावर व गुडघ्याच्या खाली कपडे घालू नयेत.

(III) त्याचप्रमाणे आदिवासी पुरुषांनी कोट, शर्ट आणि बनियन घालू नये.

(IV) अस्पृश्य जातीतील व्यक्तींनी डोक्यावरचे केस कापू नयेत.

(V) अस्पृश्य जातीतील लोकांनी मातीच्या भांड्याशिवाय अन्य भांड्याचा (तांबे, पितळ इत्यादी) वापर करू नये.

(VI) अस्पृश्य जातीतील स्त्रियांनी त्यांच्या शरीराचा वरचा भाग झाकू नये.

(VII) अस्पृश्य जातीतील स्त्रियांनी त्यांच्या केसात फुले घालू नयेत व तसेच मेंदीचा वापर करू नये.

(VIII) अस्पृश्य जातीतील पुरुषांनी उन्हापावसापासून रक्षण करण्यासाठी छत्रीचा वापर करू नये व तसेच त्यांनी चप्पल घालू नये इत्यादी. डॉ. राम अहुजा यांनी प्रतिपादन केलेली बहुसंख्य बंधने आज नष्ट झाली असून स्पृश्यांचा अस्पृश्यांकडे पाहण्याचा दृष्टिकोन खूपच उदार झाला आहे.

## अस्पृश्यांची सद्य: किंवा आजची स्थिती (Present Situation or Conditions of Untouchables)

अस्पृश्यता हा हिंदू समाजाला लागलेला कलंक आहे. अस्पृश्यता ही हिंदू समाजाच्या दृष्टीने एक लाजिरवाणी गोष्ट आहे ती नष्ट करणे जरुरी आहे इत्यादी गोष्टींचा सतत पुरस्कार करणारी मंडळी, प्रत्यक्षात अस्पृश्यता नष्ट करण्याच्या प्रयत्नात अपुरी पडल्याचे लक्षात येते. अस्पृश्यतानिर्मूलनाची घटनेतील तरतूद, त्यासंबंधीचे विविध कायदे करूनही (यावर आपण प्रकरण सहामध्ये सविस्तर चर्चा करणार आहोत). त्यांच्या अंमलबजावणीतील प्रशासकीय अधिकारी व राजकीय नेते यांचा उदासीन दृष्टिकोन, याचा परिणाम हा अस्पृश्यांच्या संदर्भात वा त्यांच्या विरोधात घडणाऱ्या गुन्ह्यांत सातत्याने वाढ होत आहे, हे एक दुर्दैव होय. अस्पृश्यांच्या नेत्यांतही हा प्रश्न सोडविण्याची डॉ. बाबासाहेब आंबेडकर यांच्या इतकी तीव्र तळमळ व भावना आढळत नाही तर उलट त्यांनी या प्रश्नाचा, राजकीय फायदाच व स्वत:चा राजकीय स्वार्थ साधण्यासाठीच वापर केल्याचे दिसते.

घटनेच्या अंमलबजावणीनंतर अस्पृश्यांविरुद्ध घडणाऱ्या गुन्ह्यांत सातत्याने वाढ होत आहे, याचे चित्र खालील तक्त्याद्वारे स्पष्ट होईल.

**अस्पृश्यांविरुद्ध घडणारे गुन्हे दर्शविणारा तक्ता**

| अ.क्र. | इसवी सन | अस्पृश्यांविरुद्ध घडणाऱ्या गुन्ह्यांची संख्या |
|---|---|---|
| १ | १९५५ | १८० |
| २ | १९६० | ५०९ |
| ३ | १९७२ | १५१५ |
| ४ | १९७९ | १३८८४ |
| ५ | १९८७ | १९३४२ |
| ६ | १९९१ | २४९२२ |
| ७ | १९९२ | २४९७३ |
| ८ | १९९४ | ३३९०८ |
| ९ | १९९५ | ३२९९० |

**(तक्ता क्र. ४.१)**

या तक्त्यातील आकडेवारी हेच दर्शविते की आजही स्पृश्यांच्या मनात अस्पृश्यांबाबत किती तिरस्काराची किंवा घृणेची भावना आहे, या तक्त्यातील आकडेवारी ही पोलिसांकडे केवळ नोंद झालेल्या गुन्ह्यांची आहे. पोलिसांकडे गुन्हे नोंदविले नसलेल्या गुन्ह्यांची संख्याही मोठी आहे ही वास्तवता नाकारता येत नाही. स्पृश्यांचे वा त्यांच्या नेत्यांचे राजकीय दडपण, बहिष्काराची भीती यामुळे गुन्हे घडूनही त्यांची नोंद पोलिसांकडे होत नाही.

## अस्पृश्यांविरुद्धचे किंवा अनुसूचित जातींविरुद्धचे गुन्हे - स्वरूप
### (Nature of Crime Against Untouchables or Scheduled Castes)

अस्पृश्यांविरुद्ध दुष्ट हेतू मनात बाळगून केलेल्या गुन्ह्यांत दिवसेंदिवस कशी वाढ होत आहे याचे चित्र मागील तक्त्याच्याद्वारे स्पष्ट होते. या गुन्ह्यांच्या स्वरूपाबाबत जे संशोधन झाले त्याची दखल घेता असे दिसते की,

- प्रत्येक दोन तासांनी एका दलितावर स्पृश्यांकडून हल्ला केला जातो.
- प्रत्येक दिवशी तीन दलित स्त्रियांवर बलात्कार केला जातो.

- प्रत्येक दिवशी दोन दलितांचा स्पृश्यांकडून खून होतो.
- प्रत्येक दिवशी दोन दलितांची घरे ही स्पृश्यांकडून जाळली जातात.

दलितांचे शोषण करण्यासाठी व दलितांच्या विरोधात जातीसंघर्ष करण्यासाठी उत्तर भारतातील विविध राज्यांत व विशेषत: बिहार प्रांतात, अनेक जातीसेना स्थापन करण्यात आल्यात; त्यातील काहींची नावे खालीलप्रमाणे.

१) कुर्मी जातींची भूमिसेना, २) यादव जातीची लोरिकसेना, ३) भूमिहार जातीची ब्रह्मश्री आणि रणवीरसेना, ४) ब्राह्मणांची गंगासेना आणि ५) राजपुतांची कुंवर सेना याव्यतिरिक्त माओवादी साम्यवादी केंद्राच्या नक्षल (Naxal Group) गटाचे वर्चस्व हे बिहार प्रांतातील अनेक जिल्ह्यांतच नव्हे तर झारखंड, मध्यप्रदेश, महाराष्ट्र इत्यादी प्रांतातील जिल्ह्यातही स्थापित झाल्याचे दिसून येते. नक्षलवादी गटात प्रामुख्याने यादव, कोइरी (Koeris) आणि पासवान जातीचे लोक समाविष्ट आहेत.

या सर्व सेना जातिविभेदीकरण व जातिविद्वेष यांना नुसतेच प्रोत्साहन देत नाहीत तर जातिसंघर्षनिर्मितीस प्रोत्साहन देतात. या सर्व सेना दलित विरुद्ध स्पृश्य वा उच्चभ्रू जाती यातील संघर्षाला कारणीभूत ठरतात, या संघर्षाच्या प्रसंगावर आपण नंतर चर्चा करणार आहोत.

## दलितांचे शोषण व त्यांच्यावर होणारे अत्याचारप्रसंग (Exploitation of Dalits and Atrocity against Dalit)

### १) सुनंदा पटवर्धन यांचे संशोधनकार्य -

२५ जानेवारी १९६९रोजी जाहीर झालेल्या पेरुमल समितीच्या अहवालावर आधारित त्यांच्या 'भारतातील हरिजनांतील परिवर्तन' (Changes Amongst Harijans) या ग्रंथात भारतात आजही अस्पृश्यतेचे अस्तित्व असल्याचे काही प्रसंग नमूद केले आहेत ते आपण पाहू.

अ) महाराष्ट्र, मध्यप्रदेश, उत्तरप्रदेश, राजस्थान, गुजरात, आंध्रप्रदेश इत्यादी प्रांतांत अस्पृश्यता पाळण्याची भावना आजही अत्यंत तीव्र असून त्यांच्या जीवनशक्तीचे ते प्रतीक मानले जाते. महाराष्ट्रातील शहरे आणि गावे यांच्या तुलनेने ग्रामीण परिसरातील अस्पृश्यतापालनाचे पैलू वेगवेगळे असल्याचे त्या प्रतिपादन करतात.

ब) **सुनंदा पटवर्धन** त्यांच्या संशोधनात्मक अहवालात पुढे असे म्हणतात, १००० लोकसंख्येपेक्षा कमी लोकसंख्या असलेल्या खेडेगावात अस्पृश्यता अस्तित्वात आहे व त्या पुढे म्हणतात की, महाराष्ट्रातील ७० % खेडेगावांतील लोकसंख्या १००० पेक्षा कमी आहे. या प्रकारच्या खेडेगावात चहाचे हॉटेल नाही, जर एखाद्या

खेडेगावात ते असेल तर अस्पृश्यांसाठी स्वतंत्र कप-बशी असते. या गावात अस्पृश्यांसाठी स्वतंत्र पाण्याची विहीर असते. तसेच न्हावी किंवा धोबी यांच्या सेवा अस्पृश्यांना उपलब्ध नसतात.

क) दुसऱ्या एका **उदाहरणात सुनंदा पटवर्धन** असे प्रतिपादन करतात की, प्रत्येक गावात हरिजन (अस्पृश्य) आणि स्पृश्य यांच्यात आजही एक प्रकारचे शीत युद्ध सातत्याने चालू असते. सुनंदा पटवर्धन यांनी त्यासाठी पुरोगामी समजणाऱ्या महाराष्ट्रात असलेल्या परभणी जिल्ह्यातील सिरसगाव खेड्यातील एक प्रसंग नमूद केला आहे. एका अस्पृश्य स्त्रीने तिचे छोटे मूल आजारी असून ते घरी एकटेच आहे म्हणून एका स्पृश्य स्त्रीकडे पाणी लवकर वाढण्याची विनंती केली त्याचा राग त्या स्पृश्य स्त्रीला आला. तिने ते घरच्यांना सांगितल्यानंतर गावातील सर्व स्पृश्य एकत्र जमून त्यांनी त्या अस्पृश्य स्त्रीला नग्न करून त्या अवस्थेत तिची गावातून धिंड काढली होती. याच गावात, जेव्हा गावातील हरिजन ज्या विहिरीवर पाणी भरतात तेव्हा त्या विहिरीत घाण आणि मेलेले साप फेकून ती विहीर निरुपयोगी बनविली जाते. या गावात स्पृश्यांकडून काही हरिजनांना मारहाण केली जाते. जेव्हा गावात जनावरांच्या रोगाची साथ पसरते तेव्हा हरिजनांना गावात प्रवेश नाकारला जातो. दुसऱ्या एका खेडेगावात एका नवबौद्ध व्यक्तीला (पूर्वाश्रमीचे अस्पृश्य) तिने चपला घालून स्पृश्य वस्तीत प्रवेश केल्यामुळे तिला मारहाण करण्यात आली होती.

## २) प्रा. संतोख सिंग यांचे संशोधनकार्य :

प्रा. संतोख सिंग यांच्या 'भारतातील जाती : बदलती संकल्पना' (Changing Concept of Caste in India) या ग्रंथात अस्पृश्यतेची काही उदाहरणे दिली आहेत ती आपण पाहू.

अ) या ग्रंथात दलित वर्गांना दिलेल्या विशेषाधिकारांबाबत स्पृश्यांच्या अभिवृत्ती जाणून घेताना लेखकाला असे आढळून आले की, हरिजनांना महाविद्यालयात प्रवेश देताना सर्व जाती, धर्मस्थान व शिक्षण यांचा विचार न करता सर्व प्रकारच्या लोकांनी महाविद्यालयातील सर्व प्रकारच्या प्रवेशासाठी जात व धर्म हा निकष नसावा असे आवर्जून प्रतिपादन केले होते.

ब) हरिजनांसमवेत सहभोजन करण्याच्या स्पृश्यांच्या अभिवृत्तींचे मापन करताना लेखकाला असे आढळून आले अशा सहभोजनाबाबत लोकांच्या विरोधाची तीव्रता जरी कमी झाली असली तरी या संबंधीच्या लोकांच्या अभिवृत्तीत फारच कमी परिवर्तन झाल्याचे दिसून येते.

### (३) डॉ. गोविंद गारे आणि श्री. शिरूभाऊ लिमये यांचे संशोधनकार्य.

**'महाराष्ट्रातील दलित : शोध आणि बोध'** या डॉ. गोविंद गारे व श्री. शिरूभाऊ लिमये यांनी लिहिलेल्या संशोधनपर ग्रंथात अस्पृश्यता आजही ग्रामीण परिसरात अस्तित्वात असल्याची अनेक उदाहरणे दिली आहेत. या उभयतांनी महाराष्ट्रातल्या विविध भागांतील २०६ खेडेगावांचे सर्वेक्षण करून काही निष्कर्ष काढले होते ते खालीलप्रमाणे -

(अ) २०६ खेडेगावांपैकी फक्त ४६ खेडेगावांतील हरिजन किंवा अस्पृश्य स्पृश्यांच्या विहिरीवर पाणी भरू शकत होते.

(ब) २०६ खेडेगावांपैकी फक्त ७२ गावांतील बलुतेदार न्हावी त्यांच्या सेवा हरिजनांना देत असत.

(क) २०६ खेडेगावांपैकी फक्त ५२ खेडेगावांत हरिजनांना स्पृश्यांच्या वस्तीत जाण्यासाठी मुक्तद्वार होते.

(ड) २०६ खेडेगावांपैकी फक्त २२ खेड्यांमध्ये हरिजनांना किंवा अस्पृश्यांना सार्वजनिक प्रसंगी भोजनाचे आमंत्रण दिले जाई व त्यांना स्पृश्य हिंदू लोकांसमवेत भोजन करण्यात मान्यता प्रदान करण्यात आली होती.

(इ) सदरहू पुस्तकाच्या लेखकांच्या, त्यांनी केलेल्या सर्वेक्षणातून, असे लक्षात किंवा निरीक्षणात आले की अस्पृश्य समजल्या जाणाऱ्या जाती-जातींतील संबंधसुद्धा समाधानकारक नाहीत. त्यांनी सर्वेक्षण केलेल्या २०६ गावांतील कोणत्याही एका गावातील चांभारांनी नव-बौद्धांना पाठिंबा दिल्याचे दिसत नाही. तद्वतच मांग-महार, महार-चांभार यांच्यातील परस्पर संबंध मित्रत्वाचे नव्हते. एवढेच नव्हे तर या दोन अस्पृश्य जातीतील लोक परस्परांकडे भोजन करत नसत.

### (४) श्री. के. आर. सुंदर राजन (K. R. Sunder Rajan) यांचे संशोधनकार्य.

के. आर. सुंदर राजन यांनी त्यांच्या **हरिजन - मोठा विश्वासघात (Harijan - The Great Betrayal)** या शीर्षकाच्या, **'द इलस्ट्रेटेड विकली'** या नियतकालिकात प्रकाशित झालेल्या, संशोधनपर लेखात अस्पृश्यतापालनाची असंख्य उदाहरणे दिली असून त्यातील काही महत्त्वाची उदाहरणे आपण पाहू.

**(अ) आंध्र प्रदेशातील** काही खेडेगावांत, धोबी हरिजनांचे मळके कपडे, तोपर्यंत स्वीकारत नाही जोपर्यंत ते पाण्यात प्रथम बुडविले किंवा भिजविले जात नाहीत.

**(ब) उत्तर बिहारमधील** काही भागांत जर हरिजनांचा चुकून जरी स्पर्श स्पृश्य शेतकऱ्यांच्या अन्न असलेल्या टोपलीला झाला तर ते अन्न विटाळले गेले आहे असे समजून जवळच्या गटारात फेकून दिले जाई व ते अन्न विटाळवणाऱ्या

हरिजनांकडून नुकसानभरपाई वसूल केली जात होती.

(क) **मध्यप्रदेशात खारसो** (Kharso) - खेडेगावात ठाकूर जातीतील लोक हरिजन-जातीतील एखाद्या व्यक्तीच्या लग्नाची वरात त्यांच्या घरासमोरून तोपर्यंत जाऊ देत नाहीत जोपर्यंत वराच्या डोक्यावरची छत्री (किंवा छत्र) ते बंद करीत नाहीत. त्याचप्रमाणे ते असा आग्रह धरतात की, वरातीतील कोणत्याही स्त्रीने कानात वा गळ्यात कोणत्याही प्रकारचा दागिना घालू नये.

(ड) **त्याचप्रमाणे या संदर्भातील 'पेरुमल समितीच्या'** अहवालाचा दाखला देऊन के. आर. सुंदर राजन त्यांच्या लेखात असे नमूद करतात की, महाराष्ट्रातील औरंगाबाद जिल्ह्यातील अडूळ गावातील ग्रामदेवतेच्या देवळात दोन व्यासपीठे (Stage or Platforms) असतात. एक : स्पृश्य हिंदू जातीसाठी व दोन : अस्पृश्य जातीतील लोकांसाठी.

(ई) **तमिळनाडू प्रांतातील पगनदाई** (Pagandai) खेडेगावात, स्पृश्य हिंदू जातीच्या रस्त्यावरून जाताना, हरिजनांनी त्यांच्या पायातील चपला काढून त्या हातात घेतल्याशिवाय, पुढे जाता येत नाही. तसेच याच प्रांतातील पेरांबलोर (Perambalor) तालुक्यातील सर्व गावांत असा नियम आहे हरिजनांनी त्यांच्या लग्नात वाद्यवृंद वाजवू नये.

(फ) **महाराष्ट्रातील भुसावळ तालुक्यातील कुऱ्हे** गावच्या एका वाडीत न्हावी आणि धोबी यांनी हरिजनांवर सामाजिक बहिष्कार टाकून त्यांना नाउमेद करण्यात आले व सार्वजनिक स्मशानाचा (दहन-भूमीचा - Creamation Place) वापर करण्यास हरिजनांना मनाई करण्यात आली होती. यातील आश्चर्याची गोष्ट पेरुमल समितीने अशी नमूद केली ती ही की **या गावाला राज्यसरकारने अस्पृश्यता-निर्मूलनाचे कार्य गावाने यशस्वी रीतीने पार पाडल्याबद्दल 'अस्पृश्यता-निर्मूलन पुरस्कार' देऊन गावाचा गौरव केला होता.**

### (५) अन्य काही अस्पृश्यतापालनाचे प्रसंग

वरील प्रसंगांव्यतिरिक्त अस्पृश्यतेचे पालन करण्याचे व अस्पृश्यांवर स्पृश्यांद्वारे हल्ला करण्याचे प्रसंग वारंवार घडत होते व आहेत.

(अ) **बेलची हत्याकांड :** बिहार प्रांतातील पाटना जिल्ह्यातील बेलची गावातील अस्पृश्यांवर त्यांनी स्पृश्यांचा अपमान केला म्हणून मे १९७७ मध्ये या गावातील अनेक अस्पृश्य कुटुंबांची निर्घृण हत्या स्पृश्यांनी केली होती.

(ब) **याशिवाय या प्रकारचे अनेक** प्रसंग इ. स. **१९७८ ते १९९२** या कालावधीत उत्तर प्रदेश, राजस्थान, बिहार, मध्यप्रदेश येथे घडले. स्पृश्यांकडून अस्पृश्यांविरोधी

केल्या जाणाऱ्या अत्याचार, अन्यायाला कंटाळून अनेक अस्पृश्यांनी ख्रिस्ती व इस्लाम धर्मात धर्मांतर करणे पसंत केले.

**(क) मीनाक्षीपुरम् प्रकरण :** तमिळनाडूतील मीनाक्षीपुरम् गावातील सुमारे १००० हरिजनांनी स्पृश्यांच्या छळाला कंटाळून फेब्रुवारी १९८१ साली इस्लाम धर्मात धर्मांतर केले होते. त्या काळात हे प्रकरण खूपच गाजले होते.

**(ड) लक्ष्मणपूर बाथे प्रकरण :** डिसेंबर १९८८ च्या एका प्रसंगात जाहनाबाद (Jahanabad) जिल्ह्यातील लक्ष्मणपूर बाथे खेड्यातील अस्पृश्यांवर सुमारे ३००० शस्त्रधारी रणवीर सेनेच्या अनुयायांनी अचानक हल्ला करून ६१ दलितांचे निर्घृण हत्याकांड घडवून आणले होते.

**(ई) त्याचप्रमाणे रणवीर सेना आणि लोकांचा युद्धगट** (Peoples' War Group) यांनी जानेवारी १९९९ ते जून १९९९ या कालावधीत सहा विविध ठिकाणी अस्पृश्यांवर अत्यंत निर्घृण हल्ले करून त्यांना ठार मारले. या निर्घृण हत्याकांडाचे स्पष्टीकरण करताना असे सांगितले जाते की सवर्ण श्रीमंत जमीनमालक आणि भूमिहीन दलित शेतकरी वा शेतमजूर यांच्यातील प्रदीर्घ झगड्याचा परिणाम म्हणजे हे हल्ले होत.

**(फ) खैरलांजी प्रकरण :** प्रगत व स्वतःला पुरोगामी म्हणवून घेणाऱ्या महाराष्ट्रातील विदर्भ विभागातील भंडारा जिल्ह्यातील खैरलांजी गावातील स्पृश्यांनी त्यांच्या तथाकथित अपमानाबाबत अनेक अस्पृश्यांची नुसतीच हत्या केली नाही तर त्यांच्या स्त्रियांवर बलात्कार पण केले होते.

**(ड) मराठवाडा विद्यापीठ नामांतर प्रकरण :** मराठवाडा विद्यापीठाला डॉ. बाबासाहेब आंबेडकरांचे नाव देण्याच्या आकस्मित निर्णयाचा परिणाम हा मराठवाड्यात दलित-दलितेतर यांच्यातील दरी रुंदावण्यात झाला. अनेक ठिकाणी या निमित्ताने दलितांवर निर्घृण अत्याचार करण्यात आले तर काही ठिकाणी दलितांच्या वस्त्या एकतर जाळण्यात आल्यात किंवा उद्ध्वस्त करण्यात आल्यात.

या सर्व संशोधनाच्या व त्यात वर्णन केलेल्या प्रसंगांच्या आधारे व दलितांच्या विरोधात होणाऱ्या गुन्ह्यांच्या वाढत्या प्रमाणाच्या आधाराने आपण असे अनुमान काढू शकतो की, अस्पृश्यतेकडे पाहण्याच्या स्पृश्यांच्या दृष्टिकोनात थोड्या प्रमाणात वरवर उदारता जरी दिसत असली तरी त्याकडे पाहण्याची अशिक्षितांची नव्हे तर सुशिक्षितांचीही मानसिकता फारशी बदलली असल्याचे दिसत नाही. आजही अनेक सुशिक्षित शहरी व ग्रामीण माणसे तथाकथित अस्पृश्यांचा द्वेषच करतात ही वास्तवता नाकारता येत नाही.

## भटक्या-विमुक्त जमातींबाबतचे पूर्वग्रह व कलंक (Prejudices and Stigma Regarding de-notified Tribes)

भटक्या विमुक्त जमातींच्या संदर्भात सर्वसामान्य जनतेत अनेक गैरसमज पसरलेले होते. त्यातून त्यांच्याविषयी काही पूर्वग्रह निर्माण झालेत. या पूर्वग्रहांमुळे एखाद्या व्यक्तीच्या एखाद्या दुष्कृत्यामुळे संपूर्ण समाजच बदनाम झाला किंवा कलंकित झाल्याचे दृश्य दिसते. काही पूर्वग्रहांचे स्वरूप खालीलप्रमाणे प्रतिपादन करता येईल.

(१) गुन्हेगारी जमाती म्हणून शिक्का मारला गेला.
(२) त्यामुळे संपूर्ण जमात कलंकित झाली.
(३) गावगाड्याशी संबंधित असलेल्या या जमाती परिघाबाहेरच्या जमाती म्हणून संबोधल्या जाऊ लागल्यात.

या तिन्ही प्रकारच्या पूर्वग्रहांवर आपण चर्चा करू.

### (१) गुन्हेगारी जमाती म्हणून शिक्का मारला गेला

पूर्वी आपण पाहिल्याप्रमाणे इ. स. १८७१ सालच्या गुन्हेगारी जमाती कायद्यानुसार तत्कालीन ब्रिटिश सरकारने भटक्या जमातींतील काही जमाती या गुन्हेगारी जमाती म्हणून जाहीर केल्यात. या गुन्हेगारी जमातींची एक यादी सरकारने प्रकाशित केली. या कायद्यामुळे भटक्या जमातींच्याकडे पाहण्याचा लोकांचा व विशेषत: ग्रामीण लोकांचा दृष्टिकोनात पूर्वग्रहाची छटा निर्माण झाली. ज्या भटक्या जमाती वास्तवत: गुन्हेगार नव्हत्या अशा भटक्या जमातींनाही लोक गुन्हेगार जमाती म्हणून संबोधू लागलेत.

या कायद्याचा आणखी एक दुष्परिणाम असा झाला लोक भटक्या जमातींकडे 'गुन्हेगारी जमातीं' म्हणूनच पाहू लागले. हा पूर्वग्रह या जमातींबाबत जो ब्रिटिशांच्या काळात निर्माण झाला होता तो आजही कायम आहे. वास्तविक स्वातंत्र्यप्राप्तीनंतर भारत सरकारने हा कायदा रद्द केला व त्यानुसार आज कोणत्याही भटक्या जमातीला गुन्हेगारी जमाती म्हणून संबोधणे योग्य नाही. तज्ज्ञांच्या मते, त्यांचा उल्लेख पूर्वाश्रमीचे गुन्हेगार असा करणे आवश्यक आहे; पण तसे होत नाही. बाप गुन्हेगार म्हणून मुलगाही गुन्हेगार हे तत्त्व आजही पाळले जाते. परिणामत: मुलांवर जन्मत:च गुन्हेगारीचा शिक्का मारला जातो. हाही या जमातीविषयक पूर्वग्रह होय व तो दूर करण्याची गरज आहे.

### (२) एका व्यक्तीमुळे संपूर्ण जमात कलंकित झाली -

एखाद्या भटक्या जमातीतील एखाद्या व्यक्तीने गुन्हा केला व त्यास शिक्षा झाली, की त्या व्यक्तीमुळे त्या व्यक्तीचे कुटुंबच नव्हे तर संपूर्ण जमात कलंकित होते. उदा. महाराष्ट्रात पारधी, बेरड, रामोशी अशा काही भटक्या जमाती गुन्हेगारी जमाती म्हणून

कलंकित आहेत. या गुन्हेगारी जमातीमुळे काही वेळेला संपूर्ण गाव कलंकित होते. लातूर जिल्ह्यातील उदगीर तालुक्यात 'करडखेड' नावाचे गाव असून ते चोरांचे करडखेड या संज्ञेने संबोधले जाते. पुण्याजवळ देवाच्या आळंदीप्रमाणे चोरांचीपण आळंदी आहे वरील दोन्ही गावांतील सर्व लोक चोरी करतात वा गुन्हेगार आहेत असे नाही; पण गावातील काही गुन्हेगारांमुळे संपूर्ण गाव बदनाम झाले हे निश्चित! 'गुन्हेगारी जमाती' हा कलंक भटक्या जमातीवर मारला जाऊन संपूर्ण जमातच बदनाम होते.

### (३) गावगाडा व गुन्हेगारी जमाती :

या ठिकाणी प्रथम आपण 'गावगाडा' ही संकल्पना समजून घेऊ व नंतर गावगाडा व भटक्या जमाती यांच्या संबंधाबाबत व पूर्वग्रहाबाबत चर्चा करू. **श्री. रामनाथ चव्हाण यांनी त्यांच्या 'भटक्या विमुक्तांची जात पंचायत'** या ग्रंथात गावगाड्याच्या संदर्भात जे विवेचन केले ते आपण पाहू. एका वाक्यात गावगाडा म्हणजे **'प्रत्येक गावातील ग्रामव्यवस्था होय.'** ग्रामव्यवस्थेत गावात कायम वस्ती करून राहणाऱ्या अठरापगड जातींच्या (या अठरापगड जातींत प्रामुख्याने बारा बलुतेदार व अठरा आलुतेदार येतात.) लोकांचा जातवार विभागल्या गेलेल्या समूहांचा समावेश होतो. गावगाड्यातील जातींनी गावासाठी कोणती कामे करावयाची हे परंपरेने ठरते. प्रत्येक जातीचा निश्चित व्यवसाय असतो तो जन्मानुसार ठरतो व गावठाणक्षेत्रापुरता प्रथम तो मर्यादित असतो. या ठिकाणी अधिक खोलात न जाता असे म्हणता येईल गावगाड्याच्या माध्यमातून गावातील लोकांच्या बहुसंख्य गरजांची पूर्तता केली जाते. असा हा गावगाडा गावप्रमुखांच्या मेहरबानीवर पिढ्यानूपिढ्या जगत राहिला.

**गावगाड्याचे स्वरूप दर्शविणारी आकृती**

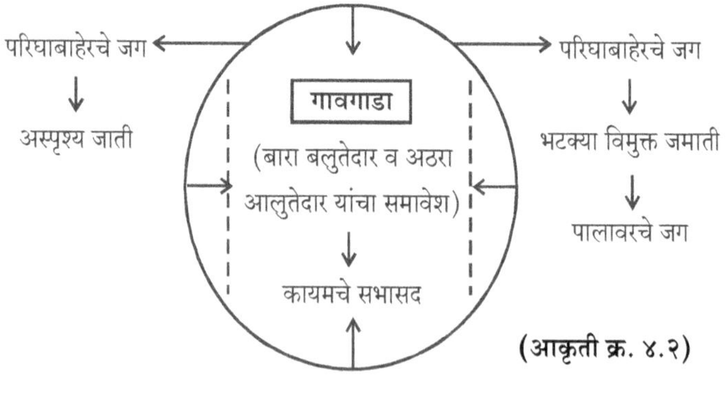

**(आकृती क्र. ४.२)**

परीघ - गावाच्या सीमा वा हद्द

परिघाबाहेर जग : गावाच्या सीमेच्या पलीकडे राहणारे लोक जाती-जमाती.

## (४) भटक्या विमुक्त जमाती व गावगाडा

गावगाड्याच्या परिघाबाहेर जगणाऱ्या भटक्या विमुक्त जमातींचे एक स्वतंत्र व वेगळे जग असते; ते किंवा भटक्या जमाती उपजीविकेसाठी सतत भटकत असल्यामुळे, आधुनिक काळात त्यांचा उल्लेख हा **' पालावरचे जग '** या संज्ञेने केला जातो. या जगात जगणाऱ्या प्रमुख ४२ जमाती असून त्यांच्या शेकडो पोटजाती असतात. या जमाती वर्षानुवर्षे गावगाड्यापासून दूर राहून त्यांच्या स्वतःच्या रूढी, परंपरेप्रमाणे स्वतंत्रपणे व तितक्याच तटस्थपणे आपली उपजीविका करतात व स्वतःचे गावगाड्यापेक्षा वेगळे अस्तित्व आजही टिकवून जीवन जगत आहेत. भटक्या जमातींचा अनेक गावांतील गावगाड्यांशी संबंध आला असला तरी त्यांच्या भटक्या जीवनामुळे त्या कोणत्याही गावगाड्याच्या सभासद कधीच नव्हत्या पण गावगाड्याच्या कृपेमुळे गावाबाहेर त्यांना पाल टाकण्यास (म्हणजे तात्पुरती वस्ती करण्यास) मान्यता मिळे. गावगाड्यापासून दूर, पण गावगाड्याशी संबंधित असे या लोकांचे जीवन असल्यामुळे त्यांच्याविषयी अनेक पूर्वग्रह निर्माण झाले.

भटके म्हणजे परदेशी, परके किंवा चोर भामटे अशा दृष्टीनेच पूर्वीपासून गावगाड्याने या जमातींकडे पाहिले व तशी तिरस्करणीय वागणूक त्यांना दिली. भटक्या विमुक्त जमातींचा संबंध गावगाड्याशी, केवळ जगण्यासाठी आला, तो नैमित्तिक मात्र राहिला नाही. उदा. दारात येणारा नंदीबैलवाला, माकडवाला, अस्वलवाला, डोंबारी, कोल्हाटी, गारुडी किंवा वैदू इत्यादी त्यांच्या पारंपरिक कला व्यवसायाच्या निमित्ताने गावगाड्यात येऊ लागले ते केवळ गावगाड्याच्या दयाबुद्धीवर जीवन जगण्यासाठी. या जमाती आपली कला लोकांना दाखवून त्या मोबदल्यात भीक मागतात. ते जरी गावगाड्याची करमणूक करीत असले तरी ते कायम उपेक्षित, उपरेच राहिले. गावगाड्यांनी त्यांना कधी स्वीकारले नाही व आपले मानले नाही. या दृष्टीने या भटक्या जमातींचे जीवन एक प्रकारे कलंकित किंवा बदनाम होते असेच म्हणावे लागते. पूर्वी प्रतिपादन केल्याप्रमाणे इ. स. १९६० साली पंडित जवाहरलाल नेहरू यांनी तीन तारेचे भौतिक कुंपण तोडले खरे, पण भटक्या विमुक्त जातीसंदर्भातील मानसिकतेचे मूळ आणि त्याभोवतीचे पारंपरिक संशयाचे व गुन्हेगारीचे कुंपण मात्र कायमच राहिले. त्यांना विमुक्त म्हटले तरी खऱ्या अर्थाने त्या मुक्त होऊ शकल्या नाहीत. पोलिस व समाज यांच्या दृष्टीने ते गुन्हेगारच राहिले.

गुन्हेगारीचा ब्रिटिश काळात, या जमातीला लागलेला कलंक आजही पुसला गेला नाही. याचे उदाहरण म्हणून पारधी जमातीचे देता येईल. पारध्यांनी त्यांच्या भटकंतीचा त्याग करून ते गावगाड्याशेजारी पक्की घरे बांधून राहू लागले. सरकारने त्यांना दिलेल्या जमिनी कसू लागले. कष्ट करून पोट भरू लागले. स्वतःच्या मुलांना शाळेत शिकवू लागले. थोडक्यात, माणूस म्हणून स्वाभिमानाने जीवन जगण्याचा प्रयत्न करू लागले.

परंतु पारध्यांची हीच कृती गुन्हा ठरली. संशयावरून पारध्यांची धरपकड होऊ लागली. त्याच्या पालावर (वसतिस्थानावर) पोलिसांच्या वेळी अवेळी धाडी पडू लागल्यात. स्त्रियांची अब्रू लुटली जाऊ लागली. गावशिवारातून त्यांना हुसकून लावल्याचे प्रयत्न सुरू झालेत. त्यातूनच मराठवाड्यातील मानवत व ढोकी गावांत या पारध्यांचे अमानुष हत्याकांड घडले. तसेच राजापूर, वाढणी, पडतूर येथे पारध्यांवर अनन्वित अत्याचार करण्यात आले. त्यांच्या त्यांच्याच जमिनीतून हुसकविण्याचे प्रयत्न सुरू झाले आहेत. त्यांच्यावर खोटे गुन्हे दाखल झाले. पारध्यांना पुन्हा एकदा देशोधडीला लावण्याचे प्रयत्न सुरू झालेत. तेव्हा या पारध्यांनी शासनासमोर व समाजासमोर काही प्रश्न उपस्थित केले. या पारध्यांनी सरकारला असे आवाहन केले की, '**माणूस म्हणून चांगले जीवन जगू इच्छिणाऱ्यांना जर समाज व सरकार जगू देत नसेल, त्यांना स्वीकारत नसेल व सरकारही त्यांना न्याय देत नसेल तर आम्हाला पोट भरण्यासाठी चोऱ्या करण्याची परवानगी द्या, हातभट्टीची दारू गाळण्यासाठी परवाना द्या.**' एका वाक्यात हे विवेचन करावयाचे झाल्यास असे म्हणता येईल की, पारध्यांना माणुसकीचे जीवन जगण्याच्या इच्छेला आजच्या विसाव्या आणि तसेच २१ व्या शतकातील समाजाने नाकारणे यासारखे दुर्दैव कोणते ? परत एकदा असे म्हणावे लागते, गुन्हेगारीचा कलंक लागलेली ही जमात व त्यांच्याविषयीचे गावगाड्यातील लोकांचे पूर्वग्रह त्यांना कधीच सुसंस्कृत जीवन जगू देणार नाही का ? या ठिकाणी पारध्यांचे हे उदाहरण प्रातिनिधिक असून इतर भटक्या विमुक्त जमातींची परिस्थिती यापेक्षा काही वेगळी आहे असे म्हणता येत नाही.

## समारोप

विभेदीकरणाच्या या प्रकरणात प्रथम आपण विभेदीकरणाचा अर्थ पाहिला. त्यानंतर विभेदीकरणाच्या काही निकषांवर चर्चा केली. त्यांत प्रामुख्याने दोन निकष महत्त्वाचे असून एक आहे जन्म व दोन अन्य निकषांत व्यक्तीच्या कर्तृत्वाचा समावेश होतो. त्यानंतर विभेदीकरणाचे भारतीय समाजातील एक अंग म्हणून अस्पृश्यता, अस्पृश्यतेचे उगमस्रोत, अस्पृश्यतेच्या काही तज्ज्ञांनी केलेल्या व्याख्या, अस्पृश्यांवर लादलेल्या काही बंधनांचाही विचार आपण या प्रकरणात केला आहे. त्यानंतर, अस्पृश्यतेसंबंधीची सद्य:स्थिती, त्यांच्या विरुद्ध घडणाऱ्या गुन्ह्यांचे प्रमाण व त्यांचे एकूण स्वरूप यांवरही या प्रकरणात आपण चर्चा केली आहे.

याव्यतिरिक्त विसाव्या शतकात अस्पृश्य किंवा दलित यांच्यावर स्पृश्यांनी अत्याचार करून त्यांचे जे शोषण केले होते, त्यासंबंधी काही संशोधकांनी केलेल्या संशोधनात्मक पाहणीचा धावता आढावा आपण या प्रकरणात घेतला आहे. या संशोधकांत क्रमाने डॉ. सुनंदा पटवर्धन, प्रा. संतोख सिंग, डॉ. गोविंद गारे, श्री. शिरूभाऊ लिमये,

श्री. के. आर. सुंदर राजन व अन्य काही संशोधकांच्या अध्ययनाचा समावेश आहे.

यानंतर प्रकरणाच्या अंतिम भागात भटक्या विमुक्त जातीं-बाबतचे पूर्वग्रह, त्यांच्यातील काही जमातींवर मारलेला 'गुन्हेगारी जमाती' म्हणूनचा शिक्का, त्याचे त्या जमातींवर होणारे परिणाम, त्यांचे गावगाड्याशी असलेले संबंध यावरही विचारविनिमय करून या प्रकरणाची आपण सांगता केली आहे.

---

## स्वअध्ययनासाठी प्रश्न -

**(अ) दीर्घोत्तरी प्रश्न, मर्यादा ५०० शब्द**                     **प्रत्येकी गुण २०**

  (I) विभेदीकरण या संकल्पनेवर निबंध लिहा.

  (II) अस्पृश्यता या संकल्पनेची व्याख्या द्या. भारतातील अस्पृश्यतेचे स्वरूप स्पष्ट करा.

**(ब) लघुत्तरी प्रश्न, मर्यादा १५० शब्द**                     **प्रत्येकी गुण १०**

  (I) अस्पृश्यतेचा उगम स्पष्ट करा.

  (II) भटक्या विमुक्त जमातींविषयीच्या पूर्वग्रहांवर थोडक्यात विवेचन करा.

  (III) अस्पृश्यांच्या निर्योग्यता (Dis-abilities) कोणत्या स्पष्ट करा.

**(क) टिपा लिहा. मर्यादा ५० शब्द**                     **गुण ५**

  (I) अस्पृश्यांची सद्य:स्थिती

  (II) अस्पृश्यांवरची धार्मिक बंधने

  (III) गावगाडा : गुन्हेगारी आदिवासी जमाती संबंध

## प्रकरण ५

# बहिष्कार

## अध्ययनाची उद्दिष्टे :

१. बहिष्कार या संकल्पनेचा अर्थ विद्यार्थी व अभ्यासक यांना समजण्यासाठी.

२. बहिष्काराच्या विविध पैलूंचा अभ्यास करण्यासाठी व त्यासंबंधीच्या संशोधनाचा आढावा घेण्यासाठी, बहिष्काराच्या विविध पैलूंत आर्थिक, राजकीय, सामाजिक आणि सांस्कृतिक घटकांचा समावेश होतो. त्याच्या स्वरूपाचे आकलन होण्यासाठी.

३. बहिष्कार : विविध राज्यांतील स्वरूप समजण्यासाठी काही प्रायोगिक संशोधन : धावता आढावा.

## प्रस्तावना

या प्रकरणात आपण प्रामुख्याने बहिष्कार व सामाजिक बहिष्कार या संकल्पनांचा अर्थ जाणून घेणार आहोत. काही तज्ज्ञांच्या मताने बहिष्कार ही एक सार्वत्रिक किंवा सार्वभौमिक संकल्पना असून जगातल्या सर्व देशांत, जिथे जिथे श्रेष्ठत्व आणि कनिष्ठत्व यावर आधारित स्तरीकरण किंवा श्रेणीरचनाव्यवस्था अस्तित्वात आहे, तिथे-तिथे बहिष्काराचे अस्तित्व आढळते. अमेरिकेसारख्या प्रगत देशात गोरे-काळे या वर्णभेदावर आधारित समाजव्यवस्था असून तेथे स्वतःला श्रेष्ठ समजणारे गोऱ्या रंगाचे लोक काळ्या रंगाच्या लोकांवर बहिष्कार टाकतात. आर्थिकतेवर आधारित समाजव्यवस्थेत तथाकथित श्रीमंत लोक गरिबांवर अनेक कारणांसाठी बहिष्कार टाकतात. परंतु, या पुस्तकात आपण केवळ भारतीय समाजातील बहिष्काराच्या संकल्पनेचा अर्थ जाणून घेणार आहोत. भारतापुरता बहिष्काराचा विचार करता भारतातील तज्ज्ञ बहिष्काराचा संबंध भारतातील विभेदीकरण व अस्पृश्यतेशी जोडण्याचा प्रयत्न करतात. बहिष्काराची संकल्पना तशी

खूप प्राचीन असून रामायण, महाभारत व तसेच स्मृतिकाळापासून आजपर्यंत बहिष्कार ही संकल्पना अस्तित्वात आहे. सर्वसामान्यपणे 'बहिष्कार' या संकल्पनेत संबंधितांशी असलेले संबंध तोडणे या प्रक्रियेचा समावेश होतो. महाराष्ट्रात बहिष्कारासाठी पर्यायी शब्द म्हणून 'वाळीत टाकणे' या संज्ञेचा वापर केला जातो.

'जेव्हा एक व्यक्ती दुसऱ्या व्यक्तीशी असलेले तिचे संबंध तोडते किंवा संपविते तेव्हा त्याला 'वैयक्तिक बहिष्कार' या संज्ञेने संबोधता येईल.'

विवाहविच्छेद किंवा घटस्फोट, विवाहित स्त्रीला काहीना काही कारणांनी घरातून हाकलून देणे वा तिचा त्याग करणे, इत्यादी घटनांनापण 'वैयक्तिक बहिष्कार' या संज्ञेने संबोधता येईल.

याउलट, जेव्हा एखादा सामाजिक गट (यात जात, वर्ण, वर्ग इत्यादी येतात) दुसऱ्या सामाजिक गटाशी असलेले सर्व प्रकारचे सामाजिक संबंध तोडतो किंवा संपवितो तेव्हा त्यास 'सामाजिक बहिष्कार' या संज्ञेने संबोधले जाते.

या संदर्भात समाजशास्त्रीय दृष्टिकोनातून विचार करावयाचा झाल्यास जगातील बहुसंख्य समाजशास्त्रज्ञ बहिष्काराचा संबंध विभेदीकरणाच्या प्रक्रियेशी (Process of Discrimination) जोडण्याचा प्रयत्न करतात व परिणामत: त्यांच्या मताने, ''बहिष्कार ही एक सार्वभौमिक किंवा सार्वत्रिक परिस्थिती असून जगातल्या बहुसंख्य राष्ट्रांत कोणत्या ना कोणत्या प्रकारचा बहिष्कार अस्तित्वात असतोच.'' भारतीय समाजशास्त्रज्ञ मात्र भारतातील बहिष्काराचा संबंध हा अस्पृश्यतेशी जोडण्याचा प्रयत्न करतात व काही प्रमाणात ते खरेही आहे. यानंतर आपण विविध विद्वानांनी केलेल्या 'सामाजिक बहिष्कार' या संकल्पनेच्या काही व्याख्या पाहू.

## सामाजिक बहिष्कार – अर्थ आणि व्याख्या (Social Exclusion : Meaning and Definition)

वरील परिच्छेदात विशद केल्याप्रमाणे बहिष्काराचा संबंध विभेदीकरणप्रक्रियेशी असल्याचे बहुसंख्य विद्वान मानतात. सामाजिक बहिष्काराचा विचार करता काही तज्ज्ञांच्या मताने बहिष्काराचे आर्थिक, सामाजिक, सांस्कृतिक आणि राजकीय पैलू असून या प्रकरणात आपण या सर्व पैलूंवर चर्चा करणार आहोत. बहिष्काराची संकल्पना तशी खूपच प्राचीन आहे. रामायणातील एक प्रसंग देण्याचा मोह टाळता येत नाही. श्रीलंकेतून रावणावर विजय प्राप्त करून आल्यावर अयोध्या नगरीतील काही लोकांनी सीतेच्या चारित्र्याबद्दल संशय घेतल्याने श्रीरामांनी सीतेचा त्याग करण्याचा निश्चय करून तिला वनात धाडण्याची क्रिया ही 'वैयक्तिक बहिष्कार' या संज्ञेत मोडत असली तरी जनतेचा दबाव हे सामाजिक कारण त्यापाठीमागे होते. ह्या वास्तवतेकडे दुर्लक्ष करता येणार नाही.

'बहिष्कार' या संज्ञेचा सोप्या शब्दात अर्थ असा की "**एका व्यक्तीने दुसऱ्या व्यक्तीशी किंवा एका गटाने दुसऱ्या गटाशी असलेले संबंध तोडणे किंवा संपविणे म्हणजे बहिष्कार होय.**"

बहिष्काराचा हा सोपा व साधा अर्थ पाहिल्यानंतर काही तज्ज्ञांनी बहिष्काराच्या केलेल्या काही व्याख्या आपण पाहू.

प्रत्यक्ष सामाजिक बहिष्काराच्या व्याख्या पाहण्यापूर्वी बहिष्काराची पार्श्वभूमी तपासून पाहणे गरजेचे आहे. भारतीय समाजाचा विचार करता भारतातील दलित जातीतील लोकांना जेव्हा प्रतिकूल सामाजिक परिस्थितीशी सामना करताना, त्यांना इतर जातींना मिळणाऱ्या अनेक हक्कांपासून वंचित किंवा बहिष्कृत केले जाते तेव्हा त्यास 'सामाजिक बहिष्कार' या संज्ञेने संबोधले जाते. भारतातील बहिष्काराचा संबंध जातीसंस्थेशी व त्यातील वंचिततेशी जोडण्याचा प्रयत्न डॉ. सुखदेव थोरात यांनी त्यांच्या एका संशोधनपर लेखात केल्याचे दिसते. पूर्वीच्या काळी बहिष्कार हा दलितांपुरताच मर्यादित होता असे नाही. पूर्वी एखाद्या संसारी व्यक्तीने संसाराचा त्याग करून संन्यास घेतला तर त्याला त्या काळच्या नियमानुसार परत संसारात येण्याची परवानगी नव्हती. ज्ञानदेवांचे पिता श्रीयुत 'विठ्ठलपंत' यांनी संन्यास घेऊन कालांतराने परत संसारात प्रवेश केल्यामुळे श्री. विठ्ठलपंत व त्यांचे कुटुंबीय यांना पैठणच्या ब्राह्मणांनी वाळीत टाकले होते व त्याचा परिणाम स्वत: ज्ञानदेव व त्यांच्या तीन भांवडांना भोगावा लागला होता. पूर्वीच्या काळी जातीचे नियम अत्यंत कडक होते. त्या नियमांचा भंग करणे हे जातिविरोधी कृत्य मानले जात होते. असे जातिविरोधी कृत्य करणाऱ्या कुटुंबाला वाळीत टाकले जाई.

भारताप्रमाणेच अमेरिकेतही स्वत:ला श्रेष्ठ समजणारे गोऱ्या रंगाचे लोक जेव्हा कनिष्ठ वर्णाच्या काळ्या लोकांना (Black People) अनेक अधिकारांपासून 'वंचित' करतात तेव्हा ती क्रियापण सामाजिक बहिष्कार या संज्ञेला पात्र ठरते.

### (१) प्रा. सुखदेव थोरात

**प्रा. सुखदेव थोरात यांनी त्यांच्या, 'जाती, सामाजिक बहिष्कार आणि गरिबीशी दुवा संबंध' (Caste, Social Exclusion and Poverty Linkage)"** या संशोधनपर निबंधात सामाजिक बहिष्कार या संकल्पनेची व्याख्या केली असून ती आपण जशीच्या तशी पाहू.

"सामाजिक बहिष्कार म्हणजे समाजातल्या काही गटांनी (विशेषत: वरिष्ठ जातींना) त्यांना मिळणाऱ्या समानसंधी समाजातल्या काही गटांना नाकारणे होय. त्याचा परिणाम त्या गटातील व्यक्तींची समाजाच्या राजकीय, आर्थिक, सामाजिक कार्याच्या सहभागाची क्षमता नष्ट होते."

प्रा. सुखदेव थोरात यांनी त्यांच्या व्याख्येत बहिष्काराच्या दोन वैशिष्ट्यांचा उल्लेख केला असून ती वैशिष्ट्ये म्हणजे (अ) वंचितता (Deprivation) आणि (ब) सामाजिक संबंध व सामाजिक संस्था (Social Relationship and Social Institution) या दोन वैशिष्ट्यांवर आपण प्रा. सुखदेव थोरात यांनी केलेल्या विवेचनाच्या आधारे चर्चा करू.

**(अ) वंचितता (Deprivation) :** प्रा. सुखदेव थोरात यांच्या मताने बहिष्काराचा विशेषत्वाने जो संबंध येतो तो समान संधीला नकार देणे व विशिष्ट प्रकारचा व्यवसाय वा नोकरी करण्यापासून संबंधितांना वंचित करणे होय. या पुस्तकाच्या प्रकरण क्रमांक चारमध्ये आपण 'अस्पृश्यांच्या अयोग्यता' या शीर्षकांतर्गत सविस्तर चर्चा केली असल्याने त्याची पुनरावृत्ती टाळतो. एक गोष्ट या ठिकाणी सांगणे आवश्यक आहे की अस्पृश्यांवर लादलेल्या वंचितता विविध प्रकारच्या होत्या.

**(ब) सामाजिक संबंध व सामाजिक संस्था :** प्रा. सुखदेव थोरात यांच्या मताने सामाजिक बहिष्काराची मुळे ही समाजाचे सामाजिक संबंध व समाजाच्या सामाजिक संस्था यांत रुजलेली आहेत. या प्रक्रियेद्वारे व्यक्ती ज्या समाजात वास्तव्य करतात त्या समाजातील काही व्यक्तींना किंवा गटाला अंशत: किंवा पूर्णपणे समाजाच्या कार्यक्रमात सहभागी होऊ दिले जात नाही. उदा. हिंदू धर्मातील अस्पृश्यांना मंदिरात प्रवेश करता येत नसे. पण जर कोणी तसा प्रयत्न केला तर त्या संपूर्ण जातीवर बहिष्कार टाकला जात असे.

प्रा. सुखदेव थोरात यांनी सामाजिक बहिष्काराची दोन कारणे प्रतिपादन केली असून, त्यांत वंचितता हे पहिले कारण असून दुसरे कारण आहे गरिबी.

या संदर्भात '**मायारा बुव्हिनिक**' यांनी २००५ साली संशोधनात 'सामाजिक बहिष्काराचे' निर्देशक घटक म्हणून गरिबी व असमानता यांचा उल्लेख केला आहे. गरिबीचा संबंध त्यांनी सत्तेवर असलेले वरिष्ठ गट आणि सत्तेत नसलेले कनिष्ठ गट यांच्या संबंधांशी जोडला असून '**मायारा बुव्हिनिक**' **(Mayara Buvinic)** यांच्या विचारानुसार सत्ताधारी वर्ग हा सत्ताहीनांना त्यांच्या अनेक आर्थिक हक्कापासून वंचित करतो. उदा. सत्ताहीनांना पदोन्नती नाकारणे, विविध अत्यावश्यक सुविधा नाकारणे म्हणजेसुद्धा एक प्रकारचा बहिष्कार होय. सत्ताहीन हे गरीब व दुर्बल असल्यामुळे ते या वंचिततारूपी अन्यायाचा प्रतिकार करू शकत नाहीत. या प्रकारच्या वंचिततेचा संबंध हा वरिष्ठांनी कनिष्ठांच्या केलेल्या शोषणाशी निगडित आहे.

## (२) डॉ. अमर्त्य सेन

इ. स. २००० साली 'सामाजिक बहिष्कार' या संकल्पनेवर जागतिक कीर्तीचे सुप्रसिद्ध अर्थशास्त्रज्ञ व नोबेल पारितोषिक विजेते डॉ. अमर्त्य सेन यांनी अध्ययन केले

होते. त्या अध्ययनाद्वारे डॉ. अमर्त्य सेन या गोष्टीकडे तज्ज्ञांचे लक्ष वेधू इच्छितात की, सामाजिक बहिष्कार या संज्ञेचे अनेक अर्थ वा अनेक पैलू आहेत. 'सामाजिक बहिष्कार' या प्रक्रियेत एक भेद आहे. एखाद्या सामाजिक वा धार्मिक प्रसंगात समाजातील काही लोकांना वगळतात (म्हणजे बहिष्कार टाकतात) तर काही लोकांना त्या सामाजिक व धार्मिक प्रसंगात सहभागी करून घेतात.

डॉ. अमर्त्य सेन यांनी या दोन परिस्थितींचे वर्णन करण्यासाठी दोन वेगवेगळ्या संज्ञा वापरल्या होत्या. **(अ) प्रतिकूल बहिष्कार (Unfavourable Exclusion) (ब) प्रतिकूल समावेश (Unfavourable Inclusion)** या दोन प्रकारच्या बहिष्कारांवर आपण थोडक्यात चर्चा करू.

**(अ) प्रतिकूल बहिष्कार (Unfavourable Exclusion) :** या प्रकारच्या बहिष्काराचा विचार करता समाजाच्या कोणत्याही सामाजिक, सांस्कृतिक व धार्मिक कार्यक्रमात काही जातीतील लोकांना पूर्णपणे वगळले जाते. दुसऱ्या शब्दात गावातील एखाद्या सार्वजनिक, सांस्कृतिक अथवा धार्मिक क्रियाकर्मात उपस्थित राहण्याचे आमंत्रण या विशिष्ट जातीतील लोकांना दिले जात नाही. उत्तर भारतात प्रामुख्याने होळी, बैसाखी, दसरा, ग्रामदेवतेची यात्रा व त्या निमित्ताने आयोजित भंडारा (प्रसादभोजन) कार्यक्रमात या जातीतील लोकांना बोलावणे उचित समजले जात नाही. विशेषत: अस्पृश्य समजल्या जाणाऱ्या जातीतील लोकांना या प्रकारच्या बहिष्काराशी सामना करावा लागतो.

**(ब) प्रतिकूल समावेश (Unfavourable Inclusion) :** या प्रकारच्या 'प्रतिकूल समावेशाचा' विचार करता समाजाच्या सामाजिक, सांस्कृतिक, सार्वजनिक, राजकीय व धार्मिक समारंभात या जातीतील लोकांचा समावेश तर केला जातो पण या प्रकारच्या समावेशाला समाजातील बहुसंख्य लोकांचा विरोध असतो. राजकीय समारंभ [प्रजासत्ताक दिन (२६ जानेवारी) व स्वातंत्र्य दिन (१५ ऑगस्ट)] काही सामाजिक समारंभ व धार्मिक यासाठी यांना बोलावले जात असले तरी तेथेही त्यांना विभेदीकरणाची वागणूक दिली जाते. त्यांची बैठकव्यवस्था, भोजनव्यवस्था इतरांपेक्षा वेगळी असते. या जातीतील लोकांना समारंभाला आमंत्रित केले जात असले तरी प्रत्यक्ष कार्यक्रमाच्या सहभागापासून या जातीतील लोकांना दूरच ठेवले जाते. प्रामुख्याने शूद्र जातीतील लोकांचा समावेश हा नाइलाज म्हणून केला जातो किंवा काही प्रसंगी सरकारी वा अन्य प्रकारच्या दडपणामुळे अशा जातीतील लोकांच्या समावेशाला मान्यता जरी दिली जात असली तरी एकूण जनमत अशा समावेशाला प्रतिकूलच असते.

आज या दोन्ही प्रकारच्या बहिष्कारांची तीव्रता पूर्वीइतकी राहिली नसली तरी बहिष्काराची ही प्रवृत्ती पूर्णपणे नष्ट झाली आहे असे म्हणणेही धाडसाचे ठरेल.

## डॉ. अमर्त्य सेन यांचे बहिष्काराचे दुसरे वर्गीकरण (Dr. Amartya Sen's Second Classification of Exclusion)

डॉ. अमर्त्य सेन यांनी बहिष्काराचे आणखी दोन प्रकारांत वर्गीकरण केले आहे. **(अ) सक्रिय बहिष्कार (Active Exclusion), (ब) निष्क्रिय बहिष्कार (Passive Exclusion) या दोन्ही प्रकारांवर आपण चर्चा करू.**

**(अ) सक्रिय बहिष्कार (Active Exclusion) :** बहिष्काराच्या या प्रकारावर चर्चा करताना डॉ. अमर्त्य सेन असा वादविवाद करतात की, कारणात्मक विश्लेषण व धोरणात्मक प्रतिसाद यांत भेद करण्याची गरज आहे. सरकार किंवा सरकारातील काही हट्टी वा दुराग्रही प्रतिनिधी बुद्धिपूर्वक अशी धोरणे तयार करतात की, ज्यात सरकारला सहजपणे हस्तक्षेप करता येत असे. (याचा अर्थ असा की, काही लोकांना काही संधीपासून जाणीवपूर्वक वगळण्याची क्रिया हा एक प्रकारचा सक्रिय बहिष्कारच होय.) सरकारची काही धोरणे उघड-उघड विभेदीकरणास प्रोत्साहन देतात. मुक्त अर्थव्यवस्था नि व्यवसायाचे खासगीकरण, शिक्षणाचे व विशेषत: उच्चशिक्षणाचे खाजगीकरण, मुक्त व्यापार किंवा सध्या गाजत असलेले ‘किरकोळ बाजाराच्या क्षेत्रात ५१ टक्के थेट परकीय गुंतवणुकीला मान्यता [(51% Foreign Direct Investment (FDI)] - देण्याचा सरकारचा आटापिटा यामुळे समाजातील दलित, दुर्बळ व गरीब लोकांना स्पर्धेमुळे पुढे जाण्याच्या संधीपासून वंचित करणे म्हणजे एक प्रकारचा सक्रिय बहिष्कारच होय. खासगी क्षेत्रात आरक्षणाला विरोध करण्याचे धोरण म्हणजेही सक्रिय बहिष्कारच होय.

**(ब) निष्क्रिय बहिष्कार (Passive Exclusion) :** काही सामाजिक प्रक्रियांच्या कार्यातून या प्रकारचा बहिष्कार आकाराला येतो. या प्रकारच्या बहिष्कारात कोठेही बहिष्काराचे बुद्धिपुरस्सर प्रयत्न करण्यात आले नसले तरी परिस्थितीच्या संचाचा एकूण परिणाम हा नकळतच बहिष्कारात होत असे. उदा. एखाद्या सामाजिक किंवा सार्वजनिक कार्यक्रमासाठी वर्गणी न देणाऱ्या कुटुंबांशी इतरांनी संबंध टाळणे म्हणजे एक प्रकारचा अनधिकृत वा निष्क्रिय बहिष्कारच होय.

## डॉ. अमर्त्य सेन यांनी बहिष्काराचे केलेले तिसऱ्या प्रकारचे वर्गीकरण : (Dr. Amartya Sen's Third Type of Classification of Exclusion.)

डॉ. अमर्त्य सेन यांनी बहिष्कारांचे वर्गीकरण आणखी दोन प्रकारांत केलेले आहे. (अ) बहिष्काराची घटनात्मक समर्पकता (Constitutional Relevance of Exclusion) (ब) बहिष्काराचे साधनात्मक महत्त्व (Instrumental Importance of Exclusion) या दोन्ही प्रकारांवर आपण थोडक्यात चर्चा करू.

**(अ) बहिष्काराची घटनात्मक समर्पकता (Constitutional Relevance of Exclusion) :** या प्रकारावर विवेचन करताना डॉ. अमर्त्य सेन म्हणतात की, या प्रकारच्या बहिष्कारात किंवा वंचिततेत व्यक्तींच्या त्यांच्या स्वत:च्या जीवनाच्या महत्त्वापासून वंचित वा बहिष्कृत केले जाते. उदा : ही माणसे ज्या समाजात किंवा समुदायात राहतात त्या समाजाच्या अथवा समुदायाच्या कार्यक्रमात सहभागी होण्यापासून त्यांना वंचित वा बहिष्कृत केले जाते. उदा : गावातील ग्रामदैवताच्या यात्रेत सहभागी होण्यास अस्पृश्यांना मज्जाव करणे; या प्रकारच्या बहिष्कारात मोडते. या प्रकारच्या बहिष्कारात वाळीत टाकलेल्या गटाला किंवा जातीला दुर्बळ करण्याचा किंवा त्यांना भिकेस लावण्याचा जाणूनबुजून प्रयत्न केला जातो.

**(ब) बहिष्काराचे साधनात्मक महत्त्व (Instrumental Importance of Exclusion) :** बहिष्काराचे साधनात्मक महत्त्व या प्रकारात संबंधित गटांना किंवा जातींना स्वत:लाच त्यांच्या बहिष्कृततेची जाणीव असते. त्यामुळे त्यांना दुर्बळ करण्याचा कोणताही हेतू समाजाच्या अन्य गटांत नसला तरी बहिष्कृत जातीतील बहिष्कृततेची जाणीवच वा त्या प्रकारच्या जाणिवांचा परिणाम म्हणून या जातींच्या लोकांचे जीवन अधिकच दुर्बळ बनते.

डॉ. अमर्त्य सेन यांनी बहिष्कार किंवा विभेदीकरण या संकल्पनांच्यात सुधारणा करताना त्यांच्या विचारांचा मुख्य प्रवाह जरी आर्थिक असला तरी त्यांनी त्यावर वंश आणि लिंगभाव या संदर्भातून चर्चा केल्याचे दिसते. डॉ. सेन यांच्या बहिष्काराच्या विचाराला आर्थिक किनार होती हे सत्य नाकारता येणार नाही. सामाजिक शास्त्राच्या साहित्यात सामाजिक बहिष्कार ही संज्ञा, त्याचा अर्थ व प्रकटीकरण यांच्यातील आकलन किंवा समज; हे प्रामुख्याने भारतापुरता विचार करता जात व वांशिकता या आधारानेच केले जाते. सेन यांच्या मतानुसार सामाजिक शास्त्राच्या साहित्यक्षेत्रात सामाजिक बहिष्कार या संज्ञेचा विकास सामाजिक गटाच्या माध्यमातून पूर्णत: किंवा अंशत: काही गटांना ज्या समाजात ते राहतात त्या समाजाच्या कार्यातून वगळले जाते. यावर अधिक भाष्य करताना 'डॉ. अमर्त्य सेन' यांना सामाजिक बहिष्काराचे दोन पैलू आढळून आलेत. (अ) बहिष्काराचा सामाजिक संस्थात्मक पैलू (ब) त्यातून आकाराला येणारा परिणामात्मकतेचा पैलू की वंचितता समाविष्ट आहे. या दोन पैलूंचे आकलन होण्यासाठी सामाजिक संबंध आणि संस्था यांचेही आकलन होणे अत्यावश्यक आहे; कारण या वरील दोन घटकांचा परिणाम म्हणूनच समाजातील काही गटांना म्हणजेच जातींना बहुसंख्य क्षेत्रांत बहिष्काराचा सामना करावा लागला. ही क्षेत्रे म्हणजे नागरी, सांस्कृतिक, राजकीय आणि आर्थिक होत. डॉ. अमर्त्य सेन यांच्या मताने बहिष्काराच्या संकल्पनेची मुळे सामाजिक प्रक्रिया व सामाजिक संस्था यांत रुजलेली असल्यामुळे बहिष्काराच्या आकलनासाठी या दोन बाबींच्या आकलनाची गरज आहे.

## जातबहिष्काराची व विभेदीकरणाची संकल्पना (Concept of Caste Exclusion and Discrimination)

वरील परिच्छेदात प्रतिपादन केल्याप्रमाणे भारतात 'बहिष्कार' ही संकल्पना सामाजिक परस्परसंबंध, संस्थात्मक परस्परसंबंध या सभोवती फिरत असून ज्यात काही गटांना बहिष्कार, विभेदीकरण, अलगता व वंचितता यांचा सामना करावा लागतो तो त्यांच्या जातीच्या व वंशाच्या अस्मितेमुळे. जातीभोवती फिरणाऱ्या बहिष्काराच्या स्वरूपाचे आकलन गरजांच्या व संकल्पनीकरणांच्या द्वारे होणे गरजेचे आहे. भारतात जातीवर आधारित बहिष्कारामुळे भारत सरकारला विभेदीकरणाला विरोध करणाऱ्या धोरणाचा अवलंब करावा लागला. एका वाक्यात असे म्हणता येईल की, जातिनिष्ठ विभेदीकरणच विभेदीकरणधोरणाचा आधार बनले हे सत्य स्वीकारणे गरजेचे आहे. ऐतिहासिक दृष्टीने विचार करता भारतातील लोकांचे सामाजिक, आर्थिक जीवन जाति-व्यवस्थेद्वारेच निर्धारित केले जाते.

## बहिष्काराची सैद्धान्तिक संरचना वा सैद्धान्तिक मांडणी (Theoretical Formulation or Theoretical Arrangement of Exclusion)

अर्थशास्त्रज्ञांनी भारतातल्या बहिष्काराच्या संदर्भात ज्या सैद्धान्तिक रचना केल्या होत्या, त्या आधाराने ते या विचाराला मान्यता देतात की, जात एक सामाजिक व आर्थिक संघटनांची किंवा नियंत्रणाची व्यवस्था असून (जी उत्पादन व वितरण यावर आधारित असून) ती पारंपरिक किंवा रूढीत्मक काही नियम व प्रमाणके याद्वारे नियंत्रित केली असून, त्यांच्या मताने ही व्यवस्था अद्वितीय व वेगळी आहे. या अर्थशास्त्रीय सिद्धान्तकारांत क्रमाने डॉ. बाबासाहेब आंबेडकर (१९३६), अकरलॉफ (Akerlof-1976), डॉ. लाल (Dr. Lal - 1988), स्कॉव्हिले (Scoville-1991) यांचा समावेश होतो. जातिव्यवस्थेची संघटनात्मक व्यवस्था ही लोकांना विविध सामाजिक गटांत (म्हणजे जातीत) विभाजित करते की ज्यात प्रत्येक वैयक्तिक जातीचे नागरी, सांस्कृतिक, आर्थिक व धार्मिक हक्क जन्माद्वारे पूर्वानिर्धारित केले जातात (Pre-determined) किंवा अर्पित केले जातात (Ascribed) व त्यामुळे ते वंशपरंपरागत बनतात. परिणामत: नागरी, सांस्कृतिक, आर्थिक हक्क प्रदान करताना ते असमानतेवर व श्रेणीरचनेवर अवलंबून ठेवले जातात, या तज्ज्ञांच्या मताने जातिव्यवस्थेचे आत्यंतिक महत्त्वाचे वैशिष्ट्य म्हणजे हे की, जातिव्यवस्था अशी नियमनयंत्रणा तयार करते की, ज्यामुळे सामाजिक व आर्थिक संघटना सामाजिक तिरस्काराच्या माध्यमातून ते नियम जातिसभासदांवर लादले जातील. एवढेच नव्हे तर हिंदू धर्मातील तात्त्विक मूलभूत घटकांच्या आधारे या नियमनांचे समर्थन पण केले जाते

व त्यास पाठिंबाही दिला जातो. यावर डॉ. बाबासाहेब आंबेडकर यांचे १९३६ चे तर डॉ. लाल यांचे १९८८ चे संशोधन कार्य महत्त्वाचे आहे. या सर्व संशोधनांच्या निष्कर्षाचा अर्थ असा की, भारतातील जातिव्यवस्थेमुळेच नागरी, सामाजिक, आर्थिक व सांस्कृतिक हक्कांचे विषम वाटप झाले व त्यातूनच बहिष्काराची प्रवृत्ती व प्रथा आकाराला आली.

या सर्व सैद्धान्तिकीकरणातून हे दर्शविले गेले आहे की जातिव्यवस्थेने केवळ समानता आणि स्वातंत्र्य यांनाच नकार दिला नाही तर तथाकथित कनिष्ठ जातींना व विशेषत्वाने अस्पृश्यांना अनेक मूलभूत अधिकारांपासून वंचित केले की ज्यामुळे त्यांच्या वैयक्तिक विकासात अडथळा आला. समानता आणि स्वातंत्र्य ही जातिव्यवस्थेची नियामक (governing) तत्त्वे कधीच नव्हती. याचे कारण म्हणजे जातिव्यवस्थेच्या आंतरिक तत्त्वानुसार 'मानवी हक्काचा' ते फक्त विशिष्ट अर्थच मानतात. अन्य मानवी समाजापेक्षा जातिव्यवस्थेचा 'मानवी हक्कासंबंधीचा अर्थ वेगळा होता वा आहे. वास्तविकता हिंदू समाजातील जातिव्यवस्थेत व्यक्ती व तिचे वेगळेपण यांना सामाजिक उद्देशप्राप्तीच्या केंद्रस्थानी मानले जात नाही. तसेच हिंदू समाजात, समाजाचा एकक (unit) म्हणून व्यक्तीला महत्त्व नसल्यामुळे वैयक्तिक हक्क व कर्तव्ये यांचे अस्तित्वही नाकारण्यात आले. एवढेच नव्हे तर विवाहाची आणि वारसाहक्कांची उद्दिष्टे वगळता अन्य कारणासाठी हिंदू समाजात कुटुंबालाही एकक (Unit) म्हणून मान्यता देण्यात आलेली नाही. हिंदू समाजाचा प्राथमिक एकक जात आहे आणि म्हणूनच व्यक्तीचे हक्क वा विशेषाधिकार किंवा त्यांचा अभाव हे त्या व्यक्तीच्या विशिष्ट जातीच्या सभासदत्वावर अवलंबून असते. शिवाय जातिव्यवस्थेचे स्तरीकरणात्मक स्वरूप व त्यांचा विशिष्ट जातीदर्जा यामुळे विविध हक्कांचे क्षेत्र, श्रेणीरचनेच्या उतरत्या क्रमानुसार अधिकाधिक संकुचित बनत गेले. जातिव्यवस्थेत विविध जाती कावेबाजपणाने दोन जातींत घुसविण्यात येऊन एकमेकांशी एकत्र जोडल्या गेल्यामुळे वरिष्ठ जातीचे हक्क व विशेषाधिकार हे कनिष्ठ जातीच्या व विशेषत: अस्पृश्यांच्या निर्योग्यतेस किंवा अयोग्यतेस कारणीभूत ठरले. या संदर्भात डॉ. बाबासाहेब आंबेडकर यांच्या असे निरीक्षणात आले की, जात ही कधीच एकआयामी नसते तर बहुआयामी असते. डॉ. बाबासाहेब आंबेडकर यांच्या मताने एक व्यवस्था म्हणून जात एकजिनशी गट असून जीवनाच्या प्रत्येक पावलावर जाती परस्परदुवा साधतात ते असमान हक्क व असमान संबंध यांवर. उच्चवर्णीय किंवा उच्चवर्गीय जाती, तळागाळातील कनिष्ठ जातीपेक्षा, अधिक हक्क उपभोगतात. म्हणूनच तळागाळातील तथाकथित अस्पृश्य समजल्या जाणाऱ्या जातींना फारच कमी आर्थिक व सामाजिक हक्क उपभोगावयास मिळतात.

त्याचप्रमाणे नागरी, सांस्कृतिक व आर्थिक हक्क (विशेषत: व्यावसायिक आणि

मालमत्ता हक्काच्या संदर्भात) हे प्रत्येक जातीला अर्पित केले जातात आणि ते अनिवार्य असतात. जातिसंस्थेत एका जातीच्या हक्कावर दुसऱ्या जातीकडून जबरदस्तीने बहिष्कार लादला जातो. आर्थिक व सामाजिक हक्कांचे असमान व श्रेणीरचनेवर आधारित वाटप हे अर्पित किंवा जन्मावर आधारित असल्याने नकळतच जातिव्यवसाय स्वातंत्र्यावर आणि मानवी विकासावर बंधने येतात. थोडक्यात, जातिव्यवस्थेत वरिष्ठ जातींनी कनिष्ठ जातींचे अनेक हक्क हिरावून घेऊन कनिष्ठ जातींना त्या हक्कांपासून वंचित करून त्यांच्यावर एक प्रकारे बहिष्कारच टाकला होता असे तज्ज्ञांचे मत आहे.

## जातिबहिष्काराचे व विभेदीकरणाचे प्रकार (Forms of Caste Exclusions and Discriminations)

जातीवर आधारित बहिष्काराची व विभेदीकरणाची प्रथा यात अन्य जातीत प्रवेश व जातीहक्क डावलण्याची क्रिया यातील अपयश समाविष्ट आहे. जातीहक्काचा विचार करता वरिष्ठ जातींनी कनिष्ठ जातींचे केवळ आर्थिक हक्कच डावलले असे नाही तर त्याचबरोबर त्यांचे नागरी, सांस्कृतिक व राजकीय हक्क पण डावलण्यात आलेत. जातिव्यवस्थेतील या स्थितीचे वर्णन तज्ज्ञांनी 'बहिष्कार जीवन पद्धती' (Living Mode of Exclusion) असे केले आहे. या बहिष्काराच्या जीवनपद्धतीत केवळ राजकीय सहभागावर बहिष्कार समाविष्ट नसून त्याचबरोबर सामाजिक आणि आर्थिक संधींवर बहिष्कार व त्यातून या कनिष्ठ जातींचे होणारे तोटे इत्यादी बाबीपण समाविष्ट आहेत. या सर्व विवेचनाचा अर्थ असा की, जातिव्यवस्थेतील अस्पृश्यता आणि वांशिकता हे बहिष्काराचे आधारस्तंभ असून त्याचे प्रतिबिंब व्यक्ती किंवा गट (उदा : पूर्वास्पृश्य, आदिवासी आणि अन्य तत्सम गट) यांच्याशी होणाऱ्या मुक्त आंतरक्रियांवर व इतरांच्या उत्पादनक्षमतेवर पडते. त्याचप्रमाणे कनिष्ठ जातीतील लोक (विशेषत: अस्पृश्य जातीतील लोक) समुदायाच्या आर्थिक, सामाजिक व राजकीय जीवनात सहभागी होऊ शकत नसत. श्री. भल्ला (Bhalla) व श्री. लापियर (Lapeyere) यांनी इ. स. १९९७ साली केलेल्या संशोधनाच्या आधारे त्यांनी वरील निष्कर्ष काढला होता.

तसेच अपूर्ण (Incomplete) नागरिकत्व आणि नागरी हक्काला नकार (यात भाषण-स्वातंत्र्य, नियमांचे स्वातंत्र्य, न्यायाचा हक्क समाविष्ट आहे), राजकीय हक्काला पण नकार, (यात राजकीय सत्तेत सहभागी होण्याचा हक्क), सामाजिक, आर्थिक हक्कासही नकार (यात आर्थिक सुरक्षितता व संधीची समानता इत्यादी हक्क येतात) इत्यादी गोष्टी या बहिष्काराच्या मुख्य बाजू असून त्यामुळे या गटातील वा जातीतील लोकांच्या जीवनाची दुर्दशा झाली असल्याचे दृश्य सर्वत्र दिसून येते.

## बहिष्काराचे प्रकार (Types of Exclusion)

- → (1) श्रमबाजारातील बहिष्कार
  (Exclusion in Labour Market)
- → (2) प्रतिकूल समावेशावर आधारित बहिष्कार
  (Exclusion based on Unfavourable Inclusion)
- → (3) सामाजिक गरजांच्या पुरवठ्यावर बहिष्कार
  (Exclusion on Supply of Social Needs)
- → (4) अस्पृश्यांवर बहिष्कार
  (Exclusion of Untouchables)

(आकृती ५.१)

वरील आकृतीत दर्शविल्याप्रमाणे व त्यावर केलेल्या विवेचनाच्या आधाराने आपण जाती व अस्पृश्यता यावर आधारित बहिष्कार व विभेदीकरण यांचे आर्थिक, नागरी, सांस्कृतिक आणि राजकीय क्षेत्रांतील निकषांवर आधारित चार प्रकारांत वर्गीकरण करू शकतो. (कृपया आकृती ५.१ पहा) या चार प्रकारच्या वर्गीकरणांवर आपण थोडक्यात चर्चा करू.

## (१) श्रमबाजारातील बहिष्कार (Exclusion in Labour Market)

बहिष्काराचा हा पहिला प्रकार असून त्यात श्रमबाजारात एखाद्या विशिष्ट गटातील व्यक्तींचे श्रम विकत घेण्यास नकार देणे, भांडवली बाजारात विशिष्ट गटातील लोकांकडून भांडवल स्वीकारण्यास नकार देणे, कृषी जमीन बाजारात विशिष्ट गटातील लोकांकडून किंवा लोकांना जमिनीच्या खरेदी विक्री, गहाणखत करणे इत्यादींस नकार देणे. आयात किंवा आवक बाजारात (Input Market) विशिष्ट गटाकडून आलेल्या कृषीमालाच्या खरेदीस व विक्रीस नकार देणे आणि शेवटी उपभोक्ता बाजारात विशिष्ट गटातील लोकांकडून बाजारात आलेल्या उपभोग्य वस्तूंचा वा मालाच्या खरेदी- विक्रीस नकार देणे इत्यादींचा समावेश या प्रकारच्या बहिष्कारात होतो.

## (२) प्रतिकूल समावेशावर आधारित बहिष्कार (Exclusion Based on Unfavourable Inclusion)

डॉ. अमर्त्य सेन यांनी या प्रकारच्या बहिष्काराचे विवेचन केले असून त्यासाठी त्यांनी 'प्रतिकूल समावेश' (Unfavourable Inclusion) या संज्ञेचा वापर केला होता.

या प्रकारच्या बहिष्कारानुसार काही गटांतील व्यक्तींना कराराच्या वेगवेगळ्या अटी व शर्ती दिल्या जातात की, ज्या विभेदीकरणाच्या प्रक्रियेत प्रतिबिंबित होतात. यात वेगवेगळ्या जातींसाठी खरेदी - विक्रींची वेगवेगळी किंमत निर्धारित केली जाते. या प्रकारात मालाची जेव्हा बाजारात आवक होते तेव्हा त्याची किंमत वेगळी व उपभोक्ता जेव्हा माल विकत घेतो तेव्हा त्याची किंमत वेगळी असते. उपभोक्त्यासाठी मालाच्या विक्रीची किंमत ठरविताना त्यात उत्पादनाचे घटक, जसे श्रमाची मजुरी, जमिनीची किंमत वा जमिनीचे भाडे, भांडवलावरचे व्याज, निवासी घराचे भाडे, सेवाशुल्क वा सेवाकर (ज्यात पाण्याची, विजेची सेवा येते) इत्यादींचा अंतर्भाव केला जातो. यामुळे विभेदित गट (विशेषत: अस्पृश्य) जेव्हा माल बाजारात विकतात तेव्हा त्यांना तो कमी किमतीत विकावा लागतो, पण जेव्हा ते माल खरेदी करतात तेव्हा त्यांना बाजारभावापेक्षा किंवा इतरांनी दिलेल्या किमतीपेक्षा जास्त किंमत मोजावी लागते. अस्पृश्यांना बाजारप्रक्रियेत सहभागी करून घेण्यात येत असले तरी त्यांच्यासाठी खरेदी-विक्रीची परिस्थिती मात्र प्रतिकूल असते. हाच प्रतिकूल समावेश होय.

### (३) सामाजिक गरजांच्या पुरवठ्यावर बहिष्कार (Exclusion on Supply of Social Needs)

बहिष्काराच्या या तिसऱ्या प्रकारात बहिष्काराची आणि विभेदीकरणाची प्रक्रिया अशा वेळेला आकाराला येते की जेव्हा सरकारतर्फे, सार्वजनिक वा खासगी संस्थांतर्फे, शिक्षण, घर, आरोग्य, पाणी, गायरान व शेतीव्यतिरिक्त अन्य जमिनीसारख्या सर्वसामान्य मालमत्तानिर्देशक बाबी; यांच्या पुरवठ्यापासून म्हणजेच त्यांच्या खरेदी-विक्री पासून एखाद्या व्यक्तीला किंवा तिच्या गटाला वंचित केले जाते, तेव्हाच घडून येते.

### (४) अस्पृश्यांवर बहिष्कार (Exclusion of Untouchables)

बहिष्काराचा हा चवथा प्रकार हा अशा वेळेला आकाराला येतो की, ज्या वेळेला एखाद्या गटाला किंवा व्यक्तीला केवळ अस्पृश्य समजल्या जाणाऱ्या जातीतील आहे म्हणून विशिष्ट प्रकारच्या काम करण्याच्या क्रियेपासून किंवा क्रियाकर्मापासून वंचित केले जाते. याचे महत्त्वाचे कारण म्हणजे व्यवसायासंबंधीच्या लोकांच्या शुद्ध-अशुद्धतेच्या किंवा पवित्र-अपवित्रतेच्या भावना होत. उदा. झाडूवाल्याला किंवा सफाई कामगाराला वरिष्ठ जातीतील लोकांच्या घरात झाडूकाम करण्यास मान्यता नव्हती. कारण झाडूकाम व तत्सम काही व्यवसाय पूर्वी आणि बऱ्याच प्रमाणात आजही घाणेरडे किंवा तिरस्करणीय म्हणजेच अशुद्ध अथवा अपवित्र मानले जातात. या संदर्भात डॉ. सुखदेव थोरात यांनी प्रतिपादन केलेली बहिष्काराची काही उदाहरणे पाहू.

# डॉ. सुखदेव थोरात यांना त्यांच्या संशोधनात आढळलेली बहिष्काराची काही उदाहरणे

डॉ. सुखदेव थोरात भारतातील बहिष्कारावर संशोधन करताना बहिष्काराची काही क्षेत्रे आढळलीत त्यावर त्यांच्याच शब्दांत आपण विवेचन करू.

## (अ) नागरी व सांस्कृतिक क्षेत्रे (Civil and Cultural Spheres) :

भारतात अस्पृश्य समजल्या जाणाऱ्या जातीतील लोकांना पुढील प्रकारच्या नागरी सेवांचा वापर करण्याच्या संदर्भात बहिष्काराचा व विभेदीकरणाचा सामना करावा लागतो. (भारतात ५००० किंवा त्यापेक्षा जास्त लोकसंख्या असलेली गावे व छोटी शहरे नागरी समुदायात मोडतात). बहिष्काराचा सामना कराव्या लागणाऱ्या सार्वजनिक सेवांत, सार्वजनिक रस्त्यांचा वापर, मंदिरप्रवेश, पाणवठ्याच्या ठिकाणी जाणे, शिक्षण व आरोग्य सेवा इत्यादींचा समावेश होतो.

## (ब) राजकीय क्षेत्रे (Political Spheres) :

राजकीय क्षेत्रात अस्पृश्य समजल्या जाणाऱ्या जातीतील लोकांना पुढील बाबतीत बहिष्कार वा विभेदीकरणाचा सामना करावा लागतो. यात राजकीय हक्कांचा वापर करता न येणे, राजकीय निर्णयप्रक्रियेत त्यांना सहभागी करून न घेणे इत्यादींचा अंतर्भाव होतो. आज ग्रामपंचायतीत, पंचायत समितीत या जातींना निवडणुकीत उभे राहण्यासाठी आरक्षणाची तरतूद जरी करण्यात आली असली, त्यात ते निवडून येत असले तरी बहुसंख्य अन्य जातीतील सभासदांच्या दडपणामुळे तथाकथित अस्पृश्यांना निर्णयप्रक्रियेत सहभागी करून घेतले जात नाही किंवा बहुमतांच्या जोरावर त्यांची मते डावलली जातात. उत्तर भारतात पूर्वी व आजही जातपंचायत प्रबळ होती व आहे. पण या जातपंचायतीत अस्पृश्य जातीतील लोकांना स्थान दिले जात नाही. हाही एक अघोषित बहिष्काराचाच प्रकार होय.

## (क) घरगुती व निवासी क्षेत्रे (Domestic and Residential Spheres)

ग्रामीण परिसरात, छोट्या शहर क्षेत्रात 'अस्पृश्यतेच्या संकल्पनेचा आजही मोठ्या प्रमाणात प्रभाव असल्याने तथाकथित पूर्वास्पृश्यांना सामाजिक बहिष्काराचा सामना करावा लागे व परिणामत: या पूर्वास्पृश्य जातीतील लोकांना गावकुसाबाहेर निवास करावा लागे. अस्पृश्य म्हणजे स्पर्श करण्यास अयोग्य गट वा व्यक्ती. या संकल्पनेचा पूर्वी प्रचंड प्रभाव होता व आजही त्याचे अवशेष सापडतात. अस्पृश्यांना स्पर्श झाला तर स्पर्श झालेल्या मनुष्याला विटाळ होतो, अस्पृश्यांचा स्पृश्यांच्या अन्नाला स्पर्श झाला तर अन्नही विटाळते

इत्यादी कल्पनांनी सर्वसामान्य जनता भारली गेल्यामुळे तथाकथित पूर्वास्पृश्यांना अनेक प्रकारच्या संकटांचा व सामाजिक बहिष्काराचा सामना करावा लागतो हे सत्य नाकारता येत नाही. उत्तरप्रदेशातील बेलची प्रकरण, महाराष्ट्रातील खैरलांजी प्रकरण, सिरसगाव प्रकरण, मराठवाडा विद्यापीठ नामांतरण -प्रकरण ही अस्पृश्यांवरच्या बहिष्काराची २० व्या शतकातील काही उदाहरणे होत. (यातील काही घटनांचा आढावा आपण प्रकरण क्र. चारमध्ये घेतला आहे तो पहावा.)

### (ड) सामाजिक व आर्थिक बहिष्कार (Social and Economic Exclusion or Boy-Cott)

जातिव्यवस्थेची, रूढीत्मक प्रमाणके आणि नियम नियमित करण्याची व त्या नियमनांची किंवा प्रमाणकांची अंमलबजावणी करण्याची; एक सामाजिक यंत्रणा कार्यरत असल्यामुळे, तथाकथित अस्पृश्य समजल्या जाणाऱ्या जातीतील लोकांना सामाजिक व आर्थिक बहिष्काराचा (त्यांच्या विरुद्ध होणाऱ्या) हिंसेचा, त्यांच्या विकासात्मक हक्कांना प्रतिबंध करणाऱ्या क्रियांचा सामना करावा लागतो.

## जातिबहिष्कार आणि विभेदीकरण - काही प्रायोगिक पुरावे (Caste Exclusion and Discrimination. Some Empirical Evidence)

दलितांवरची जी अध्ययने झालीत त्यावरून असे निदर्शनास येते की, दलितांना सर्वसामान्यपणे कनिष्ठ प्रतीच्या व्यवसायातच शिरकाव करता येत असे. भांडवलशाहीशी निगडित अशा शेतजमिनी, बिगर कृषी जमिनी, कनिष्ठ प्रतींचे रोजगार, शेती व्यवसायापासून अलग होण्याची त्यांना मान्यता नव्हती. त्यांची शेतीपण प्रामुख्याने कोरडवाहू व कमी उत्पादन देणारी अशी होती. याशिवाय शेतीत त्यांनी शेतमजुरीवर अवलंबून रहावे किंवा नोकरीतही त्यांना कनिष्ठ प्रतीची नोकरीच दिली जात होती. शिवाय कमी प्रतीचा साक्षरता-दर, अन्य स्पृश्य जातींच्या तुलनेने शिक्षणाची पातळीही कनिष्ठ असल्यामुळे दलितांना पूर्वी व काही प्रमाणात आजही अनेक समस्यांशी सामना करावा लागतो. या ठिकाणी असे काही प्रश्न निर्माण होतात, त्या प्रश्नांत क्रमाने खालील प्रश्न येतात - (१) सर्व रोजगाराच्या उगमस्रोतांत दलितांचा प्रवेश अत्यल्प का होता की ज्याचा प्रत्यक्ष-अप्रत्यक्ष परिणाम, त्यांचे उत्पादन, त्यांची अन्य संसाधनक्षेत्रात प्रवेश करण्याची क्षमता निर्धारण करण्यात का होतो ? (२) अन्य स्पृश्य जातीतील लोकांच्या तुलनेने दलितांच्यातील शेतजमीन व बिगरकृषी जमीन यांवरील मालकीचे प्रमाण कमी का ? (३) अन्य स्पृश्य जातींतील लोकांच्या तुलनेने दलितांत बेरोजगारांचे किंवा बेकारांचे प्रमाण अत्यधिक का ? (४) अन्य स्पृश्य जातींतील

लोकांच्या तुलनेने बिगर कृषी क्षेत्रात दैनिक मजुरीच्या प्राप्तीचे प्रमाण कमी का ? (५) शेवटी इतर स्पृश्य जातीतील लोकांच्या तुलनेने दलितांत* साक्षरतेचे प्रमाण व शैक्षणिक पातळी कमी का ?

या सर्व प्रश्नांची उत्तरे देताना असे गृहीत धरण्यात आले की, दलितांना सातत्याने असमानतेचा सामना करावा लागला, शिवाय संसाधनांवरच्या मालकीचा अभाव, नागरी व राजकीय हक्कांच्या संदर्भात समान मानवी क्षमता व समान संधी यांचा पूर्वी व आजही काही प्रमाणात असलेला अभाव, शिवाय अन्य बाबींचा विचार करता सामाजिक आणि आर्थिक क्षेत्रांत पूर्वी आणि आजही विविध क्षेत्रांत दलितांना बहिष्काराचा व विभेदीकरणाचा सामना करताना त्यांचे त्या संदर्भातील हक्क डावलण्याची जाणीव होते. म्हणून या ठिकाणी संशोधकांनी काही प्रायोगिक पुरावे सादर करण्याचे ठरविले. हे पुरावे सादर करताना संशोधकांनी खालील बाबींवर भर दिला होता.

(I) विभेदीकरण व बहिष्कार या संदर्भात दलितेतरांची नकारात्मक भूमिका.

(II) दलितांना समान संधीपासून वंचित करणे.

(III) दलितांतील जातींजवळ असणारी अत्यल्प भांडवलाची उपलब्धता, अत्यल्प रोजगार, अत्यल्प मानवी विकास व आत्यंतिक गरिबी इत्यादी.

या प्रश्नांच्या संदर्भात या ठिकाणी सादर करण्यात आलेले पुरावे प्रामुख्याने विविध सामाजिक शास्त्रज्ञांनी जातिविभेदीकरणाच्या आधारावर केलेल्या संशोधन व सर्वेक्षण याद्वारे प्राप्त केले आहेत. हे अध्ययन खेडेगावाच्या सर्वेक्षणावर आधारित असून हे अध्ययन अखिल भारतीय पातळीवरचे असले तरी प्रातिनिधिक स्वरूपात चार राज्यांच्या सर्वेक्षणाचा आपण या ठिकाणी विचार करणार आहोत. या अध्ययनात प्रामुख्याने खालील प्रमुख प्रश्नांच्या अध्ययनांवर भर दिला होता.

(अ) जातिविभेदीकरणाची प्रथा.

(ब) अस्पृश्यता.

(क) 'दलितांविरोधी दुष्ट कृत्ये करण्याची प्रवृत्ती' या अध्ययनाचा धावता आढावा आपण घेऊ.

---

* या ठिकाणी दलित या संज्ञेत अनुसूचित जातींतील व अनुसूचित जमातींतील सर्व जाती व टोळ्या यांचा समावेश आहे हे विद्यार्थ्यांनी लक्षात घ्यावे.

## अखिल भारतीय अध्ययन (All India Study)

क्रिया मदत / साहाय्य (Action Aid) या संस्थेतर्फे इ. स. २००० साली 'आर्थिक बहिष्कार व विभेदीकरण' या विषयाचे पुरावे सादर करण्यासाठी हे सर्वेक्षण करण्यात आले होते. सर्वेक्षणासाठी भारतातील ११ राज्यांतील ५५५ खेड्यांची निवड करण्यात आली होती.

क्रिया मदत (Action Aid) या संस्थेने केलेल्या अखिल भारतीय पातळीवरच्या सर्वेक्षणात त्यांना असे आढळून आले श्रमबाजारात माल भाड्याने घेणे-देणे आणि कमी मजुरी देणे या संदर्भात विभेदीकरणावर आधारित बहिष्काराची प्रथा आजही चालू आहे. सर्वेक्षणातील काही बाबी पुढीलप्रमाणे.

(अ) सुमारे ३६ टक्के खेड्यांत अनुसूचित जातींतील लोकांना किंवा दलितांना कृषिक्षेत्रात प्रासंगिक मजुरी नाकारली जाते.

(ब) सुमारे २५ टक्के खेड्यांत अनुसूचित जातीतील लोकांना मजुरीवाटपाच्या संदर्भात विभेदीकरणाचा सामना करावा लागला. सवर्ण किंवा स्पृश्य मजुरांच्या तुलनेने दलितांना कमी दराने मजुरी दिली जात होती.

(क) या सर्व सर्वेक्षणातून एक गोष्ट लक्षात आली ती ही की सर्व खेड्यात स्पृश्य जातीतील लोकांवर शुद्ध-अशुद्ध या संकल्पनांचा प्रचंड पगडा असून त्यामुळे दलितांना वा दलित मजुरांना मजुरीवर ठेवण्यास नकार दिला जातो.

(ड) सर्वेक्षणातील सुमारे १/३ खेड्यांत दलितांना घरबांधणीच्या रोजगारीतून वगळले जाते.

(इ) तसेच पाटाचे पाणी मिळण्याच्या संदर्भात, सार्वजनिक व खासगी सेवाक्षेत्रात दलितांना विभेदीकरणाची वागणूक दिली जाते.

(फ) सुमारे ३५% खेड्यांत दलितांना ग्रामीण पातळीच्या बाजारात कोणत्याही प्रकारच्या मालाची विक्री करण्यास परवानगी दिली जात नाही.

(ग) सुमारे ४७ टक्के खेड्यांत दलितांना ग्रामीण सहकारी संस्थांना व तसेच खासगी दूध खरेदीदारांना दूध विकण्यास परवानगी नाही.

ग्रामीण बाजारात दलितांना ज्या क्षेत्रांत प्रवेश नाकारला जातो, त्याचे चित्र खालील तक्त्यावरून तुमच्या लक्षात येईल.

**सर्वेक्षण तक्ता १** - बाजारक्षेत्रातील जातिविभेदीकरण-काम व संसाधने यांच्यातील प्रवेशासंदर्भात भारतातील ११ राज्यांतील ५५५ खेड्यांच्या सर्वेक्षणाचा तक्ता.

| अस्पृश्यता पाळण्याचे प्रकार किंवा जागा | अस्पृश्यता पालन करणाऱ्या खेड्यांची | | अस्पृश्यता न पाळणाऱ्या खेड्यांची टक्केवारी | सर्वेक्षण केलेल्या खेड्यांची एकूण संख्या |
|---|---|---|---|---|
| | टक्केवारी | एकूण खेडेगावे | | |
| १ | २ | ३ | ४ | ५ |
| **(अ) श्रमबाजार** | | | | |
| कृषी मजुरीचे काम नाकारणे. | ३५.५ | १५८ | ६०.०० | ४४५ |
| वेतन देताना स्पर्श न करणे. | ३७.१ | १७४ | ५९.७ | ४६९ |
| एकाच कामासाठी अस्पृश्यांना कमी वेतन देणे. | २४.५ | ११९ | ७०.८ | ४८६ |
| घरबांधणीच्या कामात अस्पृश्यांची नेमणूक न करणे | २८.७ | १५२ | ६२.० | ५२९ |
| **(ब) अंतर्गत बाजार** | | | | |
| पाटबंधारे सुविधात प्रवेश करण्यास नकार देणे. | ३२.६ | १५२ | ५९.४ | ४६६ |
| **(क) सामान्य मालमत्ता संसाधने** | | | | |
| गायरान व मच्छीमारी क्षेत्र यांत प्रवेश नाकारणे. | २०.९ | ७६ | ७१.७ | ३६४ |
| **(ड) उपभोक्ता बाजार - खरेदी-विक्री** | | | | |
| सहकारी सोसायट्यांना दूध विकण्यास नकार. | ४६.७ | १६२ | ४८.१ | ३४७ |
| स्थानिक बाजारात कोणताही माल विकण्यास प्रतिबंध करणे. | ३५.४ | १६५ | ५४.९ | ४६६ |
| सहकारी सोसायटीतर्फे दूध खरेदीस प्रतिबंध करणे. | २७.८ | १०० | ५९.२ | ३६० |

**सूचना :** ज्या खेड्यातील माहिती गोळा करण्यात आली त्या खेड्यातील लोकांनी दिलेली माहिती संदिग्ध किंवा मोघम असल्याचे निदर्शनास आल्यावर अस्पृश्यता पाळणाऱ्या व न पाळणाऱ्या वर्गातील खेड्यांची माहिती वगळण्यात आली ह्याची नोंद घ्यावी.

**(तक्ता क्र. ५.१)**

वरील तक्त्याचे बारकाईने निरीक्षण केल्यास श्रमबाजारात व तत्संबंधी बाजारात अस्पृश्यतापालनाच्या प्रक्रियेत बऱ्याच प्रमाणात उदारता आली असली तरी आजही बाजाराच्या क्षेत्रात २५ टक्क्यांपेक्षा जास्त खेडेगावांत आजही काही खरेदी-विक्रीच्या क्षेत्रांत अस्पृश्यतेचे पालन केले जाते याचा पुरावाच हा तक्ता देतो.

## जातिविभेदीकरण आणि अन्नाचा हक्क  (Caste Discrimination and Right to Food.)

यापूर्वी आपण तथाकथित अस्पृश्य समजल्या जाणाऱ्या जातींना श्रमबाजारात व तत्सम क्षेत्रांत प्रवेश नाकारून त्यांना सामना कराव्या लागणाऱ्या विभेदीकरणाचा व बहिष्काराचा संशोधनात्मक आढावा घेतला होता (I) या ठिकाणी आणखी काही प्रायोगिक संशोधनांच्या माध्यमातून अस्पृश्यांना 'सरकारच्या अन्न संरक्षण कार्यक्रमांतर्गत' दुपारच्या भोजनयोजनेत (Mid-Day Meal Scheme) आणि स्वस्त धान्य दुकानात (Fair Price Shops) प्रवेश कसा नाकारला जातो व त्यांना कशी विभेदीकरणाची वागणूक दिली जाते; यांचा आढावा घेणार आहोत. जीन ड्रेझ (Jean Draze) यांनी २००३ साली ''दुपारच्या भोजनयोजनेत राजस्थान प्रांतात घेतलेल्या सर्वेक्षणानुसार अस्पृश्यांना किंवा अनुसूचित जातींतील व्यक्तींवर स्वयंपाकी व त्याचा मदतनीस म्हणून घेण्याच्या प्रक्रियेवर निवड केलेल्या खेड्यांतील ६० टक्के खेडेगावांत बहिष्कार टाकला होता. एका शब्दांत राजस्थानातील बहुसंख्य खेडेगावांत अस्पृश्य जातीतील व्यक्ती स्वयंपाकी किंवा त्याचा मदतनीस म्हणून चालत नाही. ही योजना सरकारी असूनही अशी परिस्थिती आहे हे विशेष (II) इ. स. २००३ सालीच डॉ. थोरात आणि ली (Thorat and Lee) यांनी उत्तर-प्रदेश, आंध्रप्रदेश, तमिळनाडू, बिहार आणि राजस्थान या पाच प्रांतांतील सुमारे ५५० नमुनाखेडेगावांत केलेल्या सर्वेक्षणातही 'दुपारच्या भोजनयोजनेत' आणि स्वस्त धान्य दुकानांत तथाकथित अस्पृश्यांना किंवा अनुसूचित जातीतील व्यक्तींना कशी वागणूक दिली जाते यासंबंधीच्या संशोधनअहवालातही या जातीतल्या लोकांना विभेदीकरणाचा व बहिष्काराचा सामना करावा लागतो असे म्हटले आहे. 'दुपारची भोजनव्यवस्था आणि स्वस्त धान्य दुकान' यांत बहिष्काराचा सामना करावा लागणाऱ्यांचे या जातीतील लोकांचे सरासरी प्रमाण या पाच राज्यांत ३५.५% व ३७% होते. दुपारच्या भोजनव्यवस्थेत विभेदीकरण व बहिष्काराचा सामना करावा लागणाऱ्या अस्पृश्यांचे प्रमाण आंध्र प्रदेशात २४% असून राजस्थानात ते ५२% आहे. स्वस्त धान्य दुकान योजनेचा विचार करता बहिष्कार व विभेदीकरणाचा सामना करावा लागणाऱ्या अस्पृश्यांचे प्रमाण आंध्रप्रदेशात १७% टक्के असून बिहारमध्ये ते ८६% एवढे प्रचंड आहे.

## नागरी व राजकीय क्षेत्रातील बहिष्कार आणि विभेदीकरण - स्थूल पातळीचा पुरावा (Exclusion and Discrimination in Civil and Political Spheres : Macro Level Evidence)

पुढे तक्ता क्र. ५.२ मध्ये अस्पृश्यताविरोधी कायदा १९५५ आणि अनुसूचित जाती-अनुसूचित जमातीविरोधी दुष्टकृत्य प्रतिबंध कायदा १९८९ नुसार अस्पृश्यांविरोधी केलेल्या गुन्ह्यांची पोलिसांकडे नोंदणी झाली आहे, अशा गुन्ह्यांची यादी दिली आहे. चहा टपऱ्या, उपाहारगृह, समुदायस्नानगृहे, रस्ता आणि अन्य सेवांचा वापर करण्याच्या विरोधात हे गुन्हे दाखल झाले होते. इ. स. १९९९ ते २००१ या कालखंडात अखिल भारतीय पातळीचा विचार करता, अस्पृश्यांनी त्यांना मिळणाऱ्या विभेदीकरणाच्या व अस्पृश्यतेच्या वागणुकीविरुद्ध पोलिसांकडे नोंदविलेल्या गुन्ह्यांची सरासरी २८०१६ प्रकरणे प्रतिवर्षी एवढी आहे. हे प्रमाण दर एक लाख लोकसंख्येमागे ३ गुन्हे एवढे आहे. परंतु, काही राज्यांत हे प्रमाण जास्त आहे. त्यात राजस्थान (९.३), मध्यप्रदेश (७.७) यांचा समावेश होतो. या वरील दोन कायद्यांच्या आधाराने अस्पृश्यांविरुद्ध झालेल्या गुन्ह्यांचे स्वरूप दर्शविणारा तक्ता आपण पाहू.

### अनुसूचित जातींविरुद्ध नोंदविल्या गेलेल्या जातिविभेदीकरण व दुष्टकृत्ये दर्शविणारा तक्ता.

| अ.क्र. | राज्याचे नाव | एकूण गुन्ह्याची प्रकरणे | | | | गुन्ह्याचे प्रमाण | दर | दर्जा |
|---|---|---|---|---|---|---|---|---|
| | | १९९९ | २००० | २००१ | तीन वर्षांची सरासरी | अखिल भारतीय पातळी | प्रत्येक लाखात | |
| (१) | (२) | (३) | (४) | (५) | (६) | (७) | (८) | (९) |
| (१) | आंध्रप्रदेश | १७४९ | १५८२ | २९३३ | २०८८ | ७.५ | २.८ | ०६ |
| (२) | आसाम | ७ | ११ | ६ | ८ | ०.० | ०.० | १५ |
| (३) | बिहार | ८२० | ७४१ | १३०३ | ९५५ | ३.४ | १.२ | ११ |
| (४) | गुजरात | १७८१ | १३३२ | १२४२ | १४५२ | ५.२ | २.९ | ०५ |
| (५) | हरियाना | १२१ | ११७ | २२९ | १५६ | ०.६ | ०.७ | १२ |
| (६) | हिमाचल प्रदेश | ५४ | ५२ | ११० | ७२ | ०.३ | १.२ | १० |
| (७) | कर्नाटक | १२७७ | १३२९ | १६२१ | १४०९ | ५.० | २.७ | ०७ |

| (१) | (२) | (३) | (४) | (५) | (६) | (७) | (८) | (९) |
|---|---|---|---|---|---|---|---|---|
| (८) | मध्यप्रदेश | ४६६७ | ४६३१ | ४२१२ | ४५०३ | १६.१ | ७.५ | ०२ |
| (९) | महाराष्ट्र | ६०५ | ४८९ | ६२५ | ५७३ | २.० | ०.६ | १३ |
| (१०) | ओरिसा | ७७२ | ७९३ | १७३४ | ११०० | ३.९ | ३.०० | ०४ |
| (११) | केरळ | ५१४ | ४६७ | ४९९ | ४९३ | १.८ | १.५ | ०९ |
| (१२) | पंजाब | ३९ | ३४ | १३४ | ६९ | ०.२ | ०.३ | १४ |
| (१३) | राजस्थान | ५६२३ | ५१९० | ४८९२ | ५२३५ | १८.७ | ९.३ | ०१ |
| (१४) | तमिळनाडू | ८८३ | १२९६ | २३३६ | १५०५ | ५.४ | २.४ | ०८ |
| (१५) | उत्तर प्रदेश | ६१२२ | ७३३० | १०७३२ | ८०६१ | २८.८ | ४.९ | ०३ |
| (१६) | पश्चिम बंगाल | ० | ० | १० | ३ | ००.० | ०.० | १६ |
|  | अखिल भारतीय | २५०९३ | २५४५५ | ३३५०१ | २८०१६ | १०० | २.७ |  |

(तक्ता क्र. ५.२)

पूर्वी म्हटल्याप्रमाणे अस्पृश्यांविरुद्ध गुन्हा करणाऱ्या प्रांतांत राजस्थान आघाडीवर त्यानंतर क्रमाने मध्यप्रदेश, उत्तरप्रदेश, ओरिसा व गुजरात यांचा क्रमांक येतो. न नोंदविलेल्या गुन्ह्यांचा या ठिकाणी विचार केलेला नाही.

## अखिल भारतीय अध्ययन (All India Study) काही तथ्यनिदर्शक तक्ते – बहिष्कृतीकरण

भारतातील ११ राज्यांतील ५५५ खेड्यांची निवड करून त्या आधाराने तथाकथित अस्पृश्यांना कोणत्या प्रकारच्या बहिष्काराचा आणि विभेदीकरणाचा सामना करावा लागतो, याचे चित्र खालील तक्त्यावरून (तक्ता क्र. ५.३) तुमच्या लक्षात येईल. हे अध्ययन बहुव्यापक अरून सखोल सर्वेक्षणाच्या आधारे माहिती गोळा केली असून ती खालील तक्त्यात संकलित करण्यात आली आहे.

तक्ता क्र. ५.३ मूलभूत सार्वजनिक सेवा सहभागास नकार देणे. ११ राज्यांतील तथ्य संकलनाच्या वर्गीकरणाची रचना उतरत्या क्रमाने केली आहे.

| अ. क्र. | सार्वजनिक क्षेत्रे | विभेदीकरण पाळणाऱ्या खेड्यांची टक्केवारी व एकूण | विभेदीकरण न पाळणाऱ्या खेड्यांची टक्केवारी | सर्वेक्षण केलेल्या गावांची संख्या |
|---|---|---|---|---|
| (१) | पाणी सुविधांना नकार. | ४८.४ (२५५) | ४३.५ | ५२७ |
| (२) | न्हाव्याच्या सेवेस नकार. | ४६.६ (२९९) | ४१.३ | ४९१ |
| (३) | पाणक्याच्या सेवेस नकार. | ४५.८ (१९४) | ४३.२ | ४२४ |
| (४) | सुताराच्या सेवा न मिळणे. | २५.७ (११७) | ६८.१ | ४५५ |
| (५) | कुंभार अस्पृश्यांना मडके विकत नाही. | २०.५ (७५) | ६८.२ | ३६५ |
| (६) | गावातील दुकानात प्रवेश नाकारणे. | ३५.८ (१८६) | ५७.० | ५१९ |
| (७) | उपाहारगृह प्रवेश नाही. | २५.६ (९२) | ६४.९ | ३५९ |
| (८) | खासगी सार्वजनिक आरोग्यसेवा | २१.३ (७४) | ७२.४ | ३४८ |
| (९) | सार्वजनिक वाहतूक प्रवेश नाही. | ९.२ (४१) | ८७.० | ४४७ |
| (१०) | चित्रपटगृहात प्रवेश नाही. | ३.२ (०६) | ९३.० | १८७ |

(तक्ता क्र. ५.३)

**सूचना :** तक्ता क्र. ५.३ मध्ये रकाना तीनमधील कंसातील आकडे, ज्या खेड्यांत बहिष्काराचा अवलंब केला जातो, त्या खेड्यांची एकूण संख्या दर्शवितात.

ह्या दोन्ही तक्त्यांतील आकडेवारी ही इ. स. २००० साली 'क्रिया मदत केंद्राने' केलेल्या अखिल भारतीय पातळीवर सर्वेक्षणाच्या (Survey Conducted by Action Aid Institution in 2000, at All India Level) आधाराने दिली आहे.

त्याचप्रमाणे सार्वजनिक सेवांच्या संदर्भात अस्पृश्यांना विभेदीकरणाची वागणूक कशी मिळते हे दर्शविणारा तक्ता.

| अ. क्र. | सार्वजनिक सेवांना नकार देणारी किंवा विभेदीकरणाची वागणूक देणारी सेवाक्षेत्रे | ज्या खेड्यांत विभेदी-करणाची वागणूक दिली जाते त्यांची % | विभेदीकरणाची वागणूक देणाऱ्या खेड्यांची संख्या | विभेदीकरण न करणाऱ्या खेड्यांची टक्केवारी | सर्वेक्षण केलेल्या एकूण खेड्यांची संख्या |
|---|---|---|---|---|---|
| (१) | (२) | (३) | (४) | (५) | (६) |
| (१) | अल्पोपाहारगृहे आणि भोजनगृहे यासाठी वेगळी आसनव्यवस्था | ३२.७% | १४४ | ५८.० | ४४१ |
| (२) | अल्पोपाहारगृहे आणि भोजनगृहे यात दलितांसाठी वेगळी भांडी वापरणे. | ३२.३% | १४५ | ५८.१ | ४४९ |
| (३) | शिंपी दलितांच्या कपड्याचे माप घेत नाहीत. | २०.८% | ९६ | ७०.१ | ४६२ |
| (४) | दुकानातील व्यवहारप्रसंगी अस्पृश्यतेचे पालन करणे. | १८.५% | ८७ | ७३.८ | ४७० |
| (५) | सार्वजनिक वाहतूकव्यवस्थेत प्रवेश नाकारणे वा सर्वात शेवटी प्रवेश देणे. | १२.५% | ५७ | ८२.९ | ४४४ |
| (६) | खासगी चिकित्सालयात अस्पृश्यांना विभेदीकरणाची वागणूक देणे. | ८.७% | २४ | ८३.७ | २७६ |

तक्ता क्र. ५.४

## विभेदीकरण आणि बहिष्कृतीकरण या संदर्भात विविध राज्यांत झालेली अध्ययने. धावता आढावा (Studies, in Respect of Discrimination and Exclusion, Taken in Various States Brief Review)

### (अ) कर्नाटक (Karnataka)

इ. स. १९७३-७४ साली विभेदीकरण व बहिष्कृतीकरण या संदर्भात झालेल्या अध्ययनात कर्नाटकातील बऱ्यापैकी नमुनानिवडीनुसार ७६ खेडेगावे, ३८ नागरी वस्तीकेंद्रे आणि ३३३० कुटुंबे यांचे सर्वेक्षण करण्यात आले होते. पर्वतअम्मा यांनी हे सर्वेक्षण केले असून त्याचा अहवाल त्यांनी १९८४ साली सादर केला होता. एकूण कुटुंबांपैकी ७३% कुटुंबे ही अस्पृश्यांची होती. त्यांनी केलेल्या सर्वेक्षणातील काही महत्त्वपूर्ण बाबी खालीलप्रमाणे -

(I) अर्ध्यापेक्षा थोड्या जास्त उत्तरदात्यांनी असे सांगितले की, त्यांना गावातील सार्वजनिक विहिरीवर पाणी भरण्यास परवानगी नाही.

(II) विभेदीकरण व बहिष्कृतीकरण या समस्येचा परिणाम नगरात जरी, तुलनात्मक दृष्ट्या तीव्र नसला तरी १५% उत्तरदात्यांनी असे सांगितले, सार्वजनिक पाण्याचा वापर करण्याच्या संदर्भात त्यांना काही बंधने पाळावी लागतात.

(III) ग्रामीण देवळात प्रवेश करण्याच्या संदर्भात आणि उच्चवर्णीयांच्या घरात प्रवेश मिळण्याच्या संदर्भातील अस्पृश्यतापालनाची प्रथा ग्रामीण विभागात विस्तृत प्रमाणात आढळते. या वरील दोन्ही प्रकरणांत (Cases) ६०% अस्पृश्यांना देवळात व उच्चवर्णीयांच्या घरात प्रवेश नाकारला जातो.

(IV) अत्यावश्यक सार्वजनिक सेवांचा विचार करता ५०% पेक्षा जास्त उत्तरदात्यांनी असे प्रतिपादन केले की त्यांना न्हावी, धोबी (परीट) यांच्या सेवा मिळत नाहीत. नागरीकेंद्रात मात्र या सेवा अस्पृश्यांना नाकारण्याचे प्रमाण खूपच कमी आहे.

(V) पोस्ट ऑफिस, आरोग्य आणि शिक्षण यांसारख्या सार्वजनिक क्षेत्रात अस्पृश्यता-पालनाचे प्रमाण खूपच कमी असल्याचे उत्तरदाते नमूद करतात.

(VI) १९७० च्या दशकाच्या प्रारंभीपर्यंत १० पैकी एका अस्पृश्याला दुकानात प्रवेश नाकारला जाई व १० पैकी एका अस्पृश्याला त्याच्या मर्जीनुसार कपडे वा दागिने खरेदी करता येत नसत.

### दुसरे सर्वेक्षण (Another Survey)

वरील सर्वेक्षणानंतर सुमारे २० वर्षांनी म्हणजे इ. स. १९९५ साली मुमताज अलीखान यांनी ५२ खेड्यांतील ९४१ उत्तरदात्यांकडून विभेदीकरण व बहिष्कृतीकरण

या संदर्भात केलेल्या सर्वेक्षणातील काही महत्त्वाच्या बाबी खालीलप्रमाणे.

(I) राजकीय क्षेत्रांत (म्हणजे ग्रामपंचायत कार्यालयात अस्पृश्य सभासदांसमवेत बसणे व त्यांच्या सोबत चहा घेणे इत्यादींत) विभेदीकरणाचे प्रमाण पूर्वीपेक्षा बरेच कमी आहे.

(II) परंतु, अन्य क्षेत्रांत मात्र विभेदीकरण व बहिष्कृतीकरण यांत विशेष फरक आढळला नाही. मिळालेल्या माहितीच्या आधारे खान असे प्रतिपादन करतात की, **चारपैकी तीन** अस्पृश्यांना मंदिरात प्रवेश नाकारला जातो व तसेच त्यांना धार्मिक कार्यक्रमातही प्रवेश नाकारला जातो; तसेच अस्पृश्यांना स्पृश्यांत मिसळण्यास वा त्यांच्याशी संबंध प्रस्थापित करण्यास परवानगी नाही. तसेच बहुसंख्य उत्तरदाते असे प्रतिपादन करतात की उच्चजातीच्या पाणवठ्यावर अस्पृश्यांना प्रवेश नाही. तसेच तीनचतुर्थांश $\left(\frac{३}{४}\right)$ अस्पृश्य असे विशद करतात की त्यांना सार्वजनिक तलावावर प्रवेश नाकारला जातो.

वरील सर्वेक्षणानुसार दोन सर्वेक्षणांच्याद्वारे असे म्हणता येईल की, विभेदीकरण-प्रक्रियेची तीव्रता १९७० च्या दशकापेक्षा १९९० च्या दशकात राजकीय क्षेत्रांत कमी झाली असली तरी धार्मिक, सामाजिक, सामुदायिक क्षेत्रांत मात्र ती पूर्वीइतकीच आहे.

### (ब) आंध्रप्रदेश (Andhra Pradesh)

विभेदीकरण आणि बहिष्कृतीकरण या संदर्भात श्री. वेंकटेश्वरलू यांनी १९७७ साली घेतलेल्या सर्वेक्षणात त्यांनी ३९६ उत्तरदात्यांची निवड केली होती. (त्यांपैकी १९६ उत्तरदाते पूर्वास्पृश्य होते.) हे ३९६ उत्तरदाते ६ विविध खेडेगावांतील होते. त्यांच्या सर्वेक्षणाच्या आधारे त्यांनी काढलेले काही निष्कर्ष खालीलप्रमाणे -

(I) बहुसंख्य अस्पृश्यांना खेडेगावातील मंदिरात प्रवेश नाकारला जातो.

(II) स्पृश्यांच्या वस्तीतून जाणाऱ्या रस्त्यावरून अस्पृश्यांना या ना त्या कारणाने लग्नाची वरात वा मिरवणूक नेण्यास नकार दिला जातो.

(III) उच्चवर्णीयांच्या वस्तीतील विहिरीवर किंवा नळावर पाणी भरण्यास परवानगी नाही. जर कोण्या अस्पृश्याने तसा प्रयत्न केला तर त्याला विरोध केला जातो वा त्यात अडथळा आणला जातो.

(IV) बहुसंख्य अस्पृश्य जातींतील उत्तरदात्यांनी असे सांगितले की, जेव्हा ते समान हक्कांची मागणी करतात तेव्हा त्यांना मारहाण केली जाते.

(V) गेल्या काही वर्षांत स्पृश्यांकडून अस्पृश्यांवर व त्यांच्या झोपड्यांवर किंवा घरांवर होणाऱ्या हल्ल्यांमध्ये वाढ झाली असून त्यात लुटालूट, हिंसाचार, अस्पृश्यांचा

अपमान, स्त्रियांवर बलात्कार, शारीरिक छळ व खुनाची धमकी देणे इत्यादी बाबींचा समावेश होतो.

(VI) खेडेगावातील बऱ्याचशा अस्पृश्यांना निवडणुकीत मतदानाचा हक्क बजावण्यापासून वंचित केले जाते. राजकीय कार्यक्रमात त्यांना सहभागी होण्यास प्रतिबंध केला जातो.

## (क) ओडिशा (Orissa)

इ. स. १९८७-८८ साली त्रिपाठी आर. बी. यांनी ओरिसा प्रांतात घेतलेल्या सर्वेक्षणाचा किंवा संशोधनाचा अहवाल इ. स. १९९४ साली 'दलित : उपमानवी समाज' (Dalit : A Subtluman Society) या शीर्षकाने प्रकाशित झाला होता. हे सर्वेक्षण ओरिसातील केवळ दोन गावांपुरते मर्यादित होते. या दोन गावांपैकी एक गाव आकाराने मोठे तर दुसरे गाव आकाराने छोटे होते. त्रिपाठी यांनी या दोन खेड्यांतून ६५ अस्पृश्य उत्तरदात्यांची निवड केली होती. या सर्वेक्षणाचे निष्कर्ष खालीलप्रमाणे.

(I) या दोन्ही खेड्यांत दलितांची किंवा अस्पृश्यांची वस्ती उच्चवर्णीय स्पृश्यांच्या वस्तीपासून वेगळी होती.

(II) या दोन्ही खेड्यांतील बहुसंख्य उत्तरदात्यांनी असे प्रतिपादन केले की (८०% उत्तरदाते छोट्या खेड्यातील होते तर ७०% उत्तरदाते मोठ्या खेड्यातील होते.) सार्वजनिक विहिरी व कूपनलिका (Borewell) यावर पिण्याचे पाणी भरण्यास दलितांना परवानगी नाही.

(III) मोठ्या खेडेगावात अस्पृश्यांसाठी स्वतंत्र, पाणी भरण्याचे चाक (Pulleys) विहिरींवर बसविण्यात आले होते.

(IV) मोठ्या खेडेगावातील ३०% उत्तरदात्यांनी तर छोट्या खेडेगावातील ९०% उत्तरदात्यांनी असे सांगितले की, सार्वजनिक विहीर किंवा कूपनलिका खोदताना अस्पृश्यांच्या किंवा दलितांच्या सुखसोयींचा विचार केला जात नाही.

(V) दोन्हीही खेडेगावांत सामुदायिक मेजवानीप्रसंगी आणि विवाहप्रसंगी पूर्वास्पृश्यांना असमानतेची वागणूक दिली जाते.

(VI) त्याचप्रमाणे मोठ्या खेडेगावातील ६४% उत्तरदाते तर छोट्या खेडेगावातील सर्वच (१००%) असे प्रतिपादन करतात की मंदिरात पूजा करण्याची सेवा, न्हाव्याची सेवा, धोब्याची सेवा, पुरोहिताची सेवा यांतही पूर्वास्पृश्यांना भेदभावाची वागणूक मिळते.

(VII) याशिवाय दोन्ही खेड्यांतील ८०% उत्तरदाते असे सांगतात की त्यांना चहाच्या दुकानात प्रवेश नाकारण्यात येतो.

(VIII) मोठ्या खेड्यांतील ७०% उत्तरदाते व छोट्या खेड्यातील ८०% उत्तरदाते असे विशद करतात की, किराणामालाच्या दुकानदारांकडून त्यांना भेदभावाची वागणूक मिळते.

(IX) दोन्ही खेड्यांतील ८० टक्के उत्तरदाते असे प्रतिपादन करतात की, गावातील सांस्कृतिक प्रसंगात आणि गावातील सार्वजनिक समारंभात त्यांना भेदभावाचा सामना करावा लागतो.

(X) अस्पृश्यांची किंवा दलितांची छोटी संख्या, गरिबी, स्पृश्यांची भीती इत्यादी बाबी दलितांना निवडणुका लढविण्यापासून नाउमेद करतात.

(XI) दोन्ही खेड्यांतील शेतकरी पूर्वास्पृश्यांना मात्र शाळा आणि दवाखाने यांत मुक्त प्रवेश असल्याचे सर्वच उत्तरदाते सांगतात.

## (ड) गुजरात (Gujarat)

इ. स. १९९६ साली घनश्याम शहा यांनी गुजरातमधील अस्पृश्यांच्या सद्य:परिस्थितीचा अभ्यास करून त्यासंबंधीचा अहवाल इ. स. १९९८ साली 'जात आणि अस्पृश्यता : सिद्धान्त आणि व्यवहार' (Caste and Untouchability : Theory and Practice) या शीषर्काच्या निबंधाद्वारे प्रकाशित केला. घनश्याम शहा यांनी त्यांच्या सर्वेक्षणासाठी गुजरातमधील ६९ खेड्यांची निवड केली होती. ग्रामीण जीवनातील खासगी व सार्वजनिक ठिकाणी अस्पृश्यतापालनाच्या १७ क्षेत्रांची निवड केली होती, त्यांनी त्यांच्या निबंधात नमूद केलेल्या काही बाबी खालीलप्रमाणे.

(I) ग्रामीण शाळेत मुलांच्या बसण्याच्या व्यवस्थेत अस्पृश्यतेच्या प्रथेच्या पालनाचे प्रमाण नगण्य होते व अस्पृश्य विद्यार्थी स्पृश्य विद्यार्थ्यांत मुक्तपणे मिसळू शकत. स्पृश्य शिक्षकही शाळेच्या परिसराततरी स्पृश्य-अस्पृश्य विद्यार्थी यांत भेद करीत नव्हते. परंतु, शाळेच्या सीमेबाहेर मात्र स्पृश्य शिक्षक अस्पृश्य विद्यार्थ्यांना सहजासहजी भेटत नसत. गुजरातमधील बहुसंख्य शाळांत विद्यार्थ्यांसाठी पिण्याच्या पाण्याची व्यवस्था नव्हती, पण ज्या शाळेत ती होती त्या शाळेत स्पृश्य व अस्पृश्य विद्यार्थी एकाच भांड्यातील पाणी पीत होते.

(II) सुमारे १०% खेड्यांत अनुसूचित जातींचे शिक्षक होते, पण त्यांपैकी कोणीही त्यांना त्यांच्या सहकाऱ्यांकडून भेदभावाची वागणूक मिळते अशी तक्रार केली नाही. असे असले तरी दक्षिण गुजरात वगळता अन्यत्र मात्र अस्पृश्य जातीतील

शिक्षकांना उच्चवर्णीय जातीच्या वस्तीत घर मिळत नाही व म्हणून त्यांना अनुसूचित जातींसाठी असलेल्या वसाहतीतच घर घ्यावे लागते.

(III) गुजरातमधील जवळजवळ सर्व खेड्यांत राज्य परिवहन मंडळाच्या बसेस जातात. ७% खेडी वगळता अन्य खेड्यांत बसमध्ये चढणे व बसणे या संदर्भात अस्पृश्यता पाळली जात नाही. केवळ १% खेड्यात अनुसूचित जातीच्या संदर्भात बसप्रवासात अस्पृश्यतेचा अनुभव येतो. यात अस्पृश्यांना स्पृश्यांच्या शेजारी बसण्यास नकार दिला जातो. उर्वरित ६% खेडेगावांत अस्पृश्यतेच्या प्रथेचे पालन अस्पष्ट किंवा अंधूक स्वरूपाचे आहे. म्हणजे स्पृश्य प्रवासी जर बसमध्ये चढला तर अस्पृश्य प्रवाशाने उभे राहून स्पृश्याला आपली जागा द्यावी. अर्थात, असे प्रसंग क्वचितच घडतात.

(IV) २३% खेड्यांत अस्पृश्यांना काही बंधनांचा सामना करावा लागतो. काही रस्ते वापरण्याच्या संदर्भात अनुसूचित जातींच्या लोकांवर जरी काही बंधने नसली तरी उच्च-वर्णीय जातीतील वस्तीच्या गल्लीत जर एखादा अस्पृश्य शिरला तर मात्र त्याला स्पृश्याकडून शिवीगाळ होते. तर क्वचितप्रसंगी त्यांच्यावर हल्लाही केला जातो. कोणत्याही रस्त्यातून जाताना, समोरून उच्चवर्णीय सभासद (विशेषत: ब्राह्मण व राजपूत) जर आला तर अस्पृश्याने रस्त्याच्या बाजूला थांबून त्यांना जाऊ दिले पाहिजे व मगच स्वत: मार्गक्रमण करावे.

(V) बहुसंख्य खेड्यातील पोस्ट कार्यालये व पोस्टमन अस्पृश्यतेचे पालन करताना दिसत नसले तरी ८ ते ९ टक्के खेड्यांत पोस्टाचे कर्मचारी अस्पृश्यतेचे पालन करताना आढळतात. ते पोस्टाचे साहित्य (म्हणजे पोस्टकार्ड, पाकिटे, तिकिटे इ.) व टपाल, अनुसूचित जातीच्या व्यक्तीच्या हातात देत नाहीत.

(VI) सुमारे ३०% खेड्यांत ग्रामसभेत उघड किंवा गूढ (Subtle) स्वरूपात अस्पृश्यतेचे पालन केले जाते. जरी बाह्यत: ग्रामसभेची बैठकव्यवस्था समान असली तरी छुपेपणाने अनुसूचित जातीसाठी स्वतंत्र बैठकव्यवस्था असते व ते सर्व ज्ञात असते. तसेच ग्रामदेवळात ७५% अस्पृश्यांना प्रवेश नाकारला जातो. ज्या खेडेगावांत अस्पृश्यांची संख्या जास्त आहे त्या खेडेगावांत स्पृश्यांशी संघर्ष टाळण्यासाठी अस्पृश्यांनी स्वत:ची स्वतंत्र देवळे बांधली असल्याचे दिसून आले.

(VII) ४६ खेडेगावांत अस्पृश्यांसाठी त्यांच्या वस्तीजवळ स्वतंत्र पाण्याची व्यवस्था (विहिरीच्या किंवा कूपननलिकेच्या स्वरूपात) केल्याचे आढळून आले.

सर्वसामान्य कालावधीत अस्पृश्यतेचे पालन आढळत नसले तरी टंचाईच्या किंवा दुष्काळाच्या काळात मात्र उच्चवर्णीयांच्या वस्तीतून पाणी आणण्याच्या संदर्भात भेदाभेद केला जातो. उर्वरित २३ खेड्यांत मात्र अस्पृश्य स्पृश्यांच्या पाणवठ्यावर पाणी भरू शकतात. गुजरातमध्ये ६१% खेड्यांत अस्पृश्यतेचे पालन केले जाते. विशेषत: पिण्याच्या पाण्याच्या संदर्भात अस्पृश्यतापालनाची तीव्रता जास्त असते. अनूसूचित जातीतील स्त्रियांना ११% खेड्यांत, विहिरीतून पाणी काढण्यास मान्यता नाही. पाण्यासाठी अस्पृश्य स्त्रियांना स्पृश्य स्त्रियांच्या मर्जीवर अवलंबून राहावे लागते.

(VIII) **अन्य काही बंधने**

- ३० टक्के खेड्यांत अनुसूचित जातीच्या लोकांना कोणत्याही दुकानात प्रवेश नाकारला जातो.
- २८ टक्के खेड्यांत पैसे देण्या-घेण्याच्या संदर्भात अस्पृश्यता पाळली जाते.
- बहुसंख्य शिंपी अस्पृश्यता पाळत नसले तरी ते अस्पृश्यांचे वापरलेले कपडे दुरुस्त करीत नाहीत.
- परंतु $\frac{१}{३}$ कुंभार मात्र अस्पृश्यतेचे पालन करतात.
- सुमारे ७०% न्हावी त्यांच्या सेवा अस्पृश्यांना देण्यास नकार देतात.
- काही थोडी खेडेगावे वगळता अस्पृश्यांना स्पृश्यांच्या घरात बैठकीच्या खोली-पलीकडे प्रवेश दिला जात नाही.

या सर्व सर्वेक्षणावरून आपण एकच निष्कर्ष काढू शकतो की अस्पृश्यतापालन-प्रक्रियेत काही प्रमाणात लवचिकता जरी आली असली तरी ग्रामीण परिसरात आजही बऱ्याच क्षेत्रांत अस्पृश्यतेचे पालन काही प्रमाणात केले जाते ही वास्तवता नाकारता येत नाही.

## न्यायिक आधिकार

भारताचा विचार करता भारतात काही विभेदीकरणाविरोधी काही कायदे व अन्य कायदेशीर तरतुदी असून त्या जाती आणि अस्पृश्यता यांना सुरक्षितता प्रदान करतात. अनुसूचित जाती व अनुसूचित जमाती यांच्या हक्कांचे जतन करण्यासाठी काही संरक्षणात्मक उपायांची तरतूद असणारे कायदे भारत सरकारने तयार केले होते. त्यांत खालील कायदे समाविष्ट होतात.

**(I) इ. स. १९५५ :** अस्पृश्यताविरोधी (अपराध) अधिनियम (Anti-Untouchability (offence Act 1955)

**(II) इ. स. १९७९ :** इ. स. १९५५ सालच्या कायद्याचे शीर्षक बदलून तो कायदा यानंतर नागरी हक्क कायदा (Civil Right Act 1979) या नावाने संबोधला जाऊ लागला.

**(III) इ. स. १९८९ :** अनुसूचित जाती आणि अनुसूचित जमातीविरोधी दुष्टकृत्य प्रतिबंधक कायदा (Scheduled Caste and Scheduled Tribe Prevention of Atrocities Act 1989)

या कायद्याच्या परिणामाबाबत व अस्पृश्य व आदिवासी यांना न्याय मिळण्याच्या संदर्भात झालेली अध्ययने जरी मर्यादित असली तरी जी काही थोडी अध्ययने झालीत त्यावरून असे लक्षात येते की या कायदेशीर संरक्षणात्मक तरतुदींचा वापर फारच कमी प्रमाणात केला जातो. अस्पृश्य व आदिवासी यांना न्यायिक प्रक्रियेत प्रवेश मिळण्यात न्यायिक यंत्रणेतील अनेक घटक अडथळा निर्माण करतात. उपलब्ध अभ्यासावरून असे लक्षात येते की, अनुसूचित जाती व अनुसूचित जमातींतील लोकांना, या कायद्यातील तरतुदींनुसार, न्यायिक लढाई लढताना अनुल्लंघनीय अशा अनेक अडथळ्यांचा सामना करावा लागतो. न्यायिक यंत्रणेत अडथळा आणणाऱ्या घटकांत पोलिस, सरकारी वकील, सरपंच, न्यायालयातील कर्मचारी यांचा समावेश होतो. या सर्वांची भूमिका ही असहकाराची असल्यामुळे दलितांना अनुसूचित जाती व अनुसूचित जमातींना न्याय दुरापास्त होतो.

नागरी हक्क कायद्याच्या विरोधात ज्या प्रकरणांची (Cases) माहिती गोळा झाली त्यावरून असेच लक्षात येते की इ. स. १९९१ साली या कायद्याखाली जेवढी प्रकरणे (Cases) पोलिसांकडे नोंदली गेली त्यापैकी फक्त १.५६% प्रकरणात (Cases) दोषींना शिक्षा झाली. ही माहिती पुढे असे निदर्शनात आणते की, या कायद्यांतर्गत शिक्षा मिळण्याच्या प्रमाणातही घट झाली आहे. १९९९ साली .६०% लोक तर इ. स. २००० साली .८५% लोक या कायद्यानुसार दोषी ठरले आहेत. यासंबंधी कृपया तक्ता क्र. ५.५. पहा.

## अनुसूचित जाती व अनुसूचित जमातीविरोधी गुन्ह्यांची पोलिसांकडे नोंद झालेली प्रकरणे (Cases)

| अ. क्र. | प्रकरणाचे स्वरूप | वर्ष | | |
|---|---|---|---|---|
| | | १९९१ | १९९९ | २००० |
| (१) | एकूण नोंदविलेली प्रकरणे | ८०२९ | १,१५८७८ | १,१६,१३१ |
| (२) | निकाली निघालेली प्रकरणे | - | ८६७३ | १२,९५६ |
| (३) | गुन्हेगाराला शिक्षा झालेली प्रकरणे | १२५ | ७०० | ९८२ |
| (४) | गुन्हेगार निर्दोष सुटलेली प्रकरणे | १३६७ | ७४२० | ११६०५ |
| (५) | निर्णय न झालेली प्रकरणे | ६५३७ | १,०७,२०४ | १,००,८९१ |
| | वरील प्रकरणांची एकूण टक्केवारी | वर्ष | | |
| | | १९९१ | १९९९ | २००० |
| (१) | निकाली निघालेल्या प्रकरणांची टक्केवारी | - | ७.४८ | ११.१६ |
| (२) | गुन्हेगाराला शिक्षा झालेल्या प्रकरणांची टक्केवारी | १.५६ | ०.६० | ०.८५ |
| (३) | गुन्हेगार निर्दोष सुटलेल्या गुन्हेगारी प्रकरणांची टक्केवारी | १७.३ | ६.४० | ९.९९ |
| (४) | निर्णय न झालेल्या प्रकरणाची टक्केवारी | ८१.४२ | ९२.५१ | ८६.८८ |

**(तक्ता क्र. ५.५)**

**उगम्रोत :** अनुसूचित जाती व अनुसूचित जमाती यांच्या राष्ट्रीय आयोगाने प्रकाशित केलेल्या ६ व्या अहवालातून हा तक्ता जशाचा तसा घेतला आहे.

आणखी काही एकविसाव्या शतकाच्या पहिल्या दशकातही अनुसूचित जाती व अनुसूचित जमातींविरुद्ध नोंदल्या गेलेल्या गुन्ह्यांचे प्रमाण वाढतच आहे. खालील दोन तक्ते त्याचे प्रतीक होय. (तक्ता क्र. ५.६ व ५.७)

## अनुसूचित जातींविरुद्ध २००४ ते २००९ या कालखंडात पोलिसांकडे नोंदविलेल्या विविध गुन्ह्यांची आकडेवारी

| | | वर्ष | | | | | |
|---|---|---|---|---|---|---|---|
| अ.क्र. | गुन्ह्याचे स्वरूप | २००४ | २००५ | २००६ | २००७ | २००८ | २००९ |
| (१) | खून | १० | १५ | २१ | १६ | २३ | २७ |
| (२) | बलात्कार | ६३ | ८३ | ८७ | ८० | ९३ | १०५ |
| (३) | अपहरण व पळविणे | ९ | ८ | ५ | १३ | २४ | १० |
| (४) | डाका घालणे | ६ | ५ | ११ | २ | १७ | २० |
| (५) | दरोडा/चोरी | ६ | ६ | ७ | ११ | ६ | ८ |
| (६) | घरांची जाळपोळ | ११ | ७ | ९ | १९ | १० | ८ |
| (७) | भयंकर जखमी करणे | ५३ | ५२ | ५७ | ७८ | ९७ | ५६ |
| (८) | नागरी हक्क कायदा संरक्षण | २६ | ३२ | ३६ | २० | २० | २४ |
| (९) | दृष्टकृत्य प्रतिबंधक कायदा मोडणारे कृत्य | २१९ | २५८ | ३५० | ३७० | ३३४ | २९१ |
| (१०) | अन्य गुन्हे | ३१२ | ३९९ | ४७० | ५५७ | ५६८ | ५४७ |
| | **एकूण गुन्हे** | **७१५** | **८६५** | **१०५३** | **११६६** | **११९२** | **१०९६** |

**(तक्ता क्र. ५.६)**

या तक्त्यातील आकडेवारी पोलिसांकडे नोंदल्या गेलेल्या गुन्ह्यांचीच फक्त आहे. दलितांविरुद्ध अनेक गुन्हे घडतात, पण त्यांची एकतर नोंद केली जात नाही किंवा काही वेळेला राजकीय दडपणामुळे पोलिस गुन्ह्यांची नोंद करण्याचे टाळतात. अनुसूचित जमातींचा समावेशही दलित या संकल्पनेस येतो. त्यांच्या विरुद्धही अनेक गुन्हे घडत असतात. पोलिसांकडे नोंदविल्या गेलेल्या अनुसूचित जमातींविरुद्धच्या गुन्ह्यांची आकडेवारी खालील तक्त्यात नमूद केली आहे.

## अनुसूचित जमातींविरुद्ध २००४ ते २००९ या कालखंडात पोलिसांकडे नोंदविलेल्या विविध गुन्ह्यांची आकडेवारी

| अ. क्र. | गुन्ह्याचे स्वरूप | वर्ष | | | | | |
|---|---|---|---|---|---|---|---|
| | | २००४ | २००५ | २००६ | २००७ | २००८ | २००९ |
| (१) | खून | ०६ | १० | ११ | ०८ | ११ | ०८ |
| (२) | बलात्कार | ३८ | ४१ | ५६ | ४३ | ४३ | ५० |
| (३) | अपहरण व पलायन | ०४ | ०४ | ०३ | ०८ | ०७ | ०१ |
| (४) | डाका घालणे | ०३ | ०१ | ०० | ०१ | ०३ | ०१ |
| (५) | दरोडा/चोरी | ०१ | ०२ | ०० | ०१ | ०१ | ०१ |
| (६) | घराची वा मालमत्तेची जाळपोळ | ०७ | ०० | ०८ | ०२ | ०८ | ०६ |
| (७) | भयंकर जखमी करणे | ११ | ०७ | १८ | १० | १८ | ०६ |
| (८) | दुष्टकृत्य प्रतिबंधक कायदा मोडणारे कृत्य | ४० | ५२ | ५८ | ५४ | ४७ | ३७ |
| (९) | अन्य गुन्हे | १२१ | १०७ | ११३ | ११२ | १२७ | ११४ |
| | **एकूण गुन्हे** | **२३१** | **२२४** | **२६७** | **२३९** | **२६८** | **२२४** |

**(तक्ता क्र. ५.७)**

यातही पोलिसांकडे न नोंदविल्या गेलेल्या गुन्ह्यांची आकडेवारी नाही. ती मिळाल्यास गुन्ह्यांची संख्या यापेक्षा खूपच जास्त असण्याची शक्यता नाकारता येत नाही.

**न्यायिक अधिकार - अध्ययने (Justice Access - Some More studies)**

इ. स. २००५ साली अग्रवाल गिरीश आणि कॉलिन गोन्सालविस (Agrawal Girish and Collin Gonsalves) यांनी २०००-२००३ या सालात आंध्र प्रदेशात दलितांविरुद्ध होणाऱ्या अत्याचारांच्या प्रकरणात होणाऱ्या शिक्षेचा दर कमी का, या संदर्भात केलेल्या अध्ययनाचा आपण धावता आढावा घेऊ. त्यांनी या कालावधीत पोलिसांकडे नोंदलेल्या १०० प्रकरणांच्या आधारे जी काही निरीक्षणे नोंदविली गेलीत ती खालीलप्रमाणे -

प्रकरण नोंदणी अवस्था, आरोपपत्र दाखल करण्याची अवस्था, तपासाची अवस्था, न्यायप्राप्तीची अवस्था इत्यादी सर्व अवस्थांत पोलिस, न्यायव्यवस्था, वकील इत्यादींनी

संगनमत करून या प्रकरणात दुर्लक्ष केल्यामुळेच दोषींना शिक्षा होण्याचे प्रमाण नगण्य होते, असे मत न्यायिक क्षेत्रातील तज्ज्ञांनी व्यक्त केले आहे. या संदर्भात अधिक विश्लेषण करताना अग्रवाल आणि गोन्सालविस हे संशोधक असे नमूद करतात की पोलिस दलितांची प्रकरणे नोंदवत नाहीत. त्यांनी समझोता करावा म्हणून त्यांच्यावर दडपण आणतात, दलितांना खोट्या प्रकरणात अडकविले जाते. अनुसूचित जाती व अनुसूचित जमातींच्या दुष्टकृत्य कायद्यांतर्गत प्रकरणे दाखल करण्यास किंवा तशी नोंदणी करण्यात पोलिस टाळाटाळ करतात, कायद्याचे योग्य कलम आरोपींच्या विरोधात लावले जात नाही. आरोपीला अटक केली जात नाही, सार्वजनिक सेवेतील कर्मचारी जर आरोपी असेल तर पोलिस त्याचे संरक्षक बनतात, तपासाच्या नियमांचे योग्य पालन केले जात नाही केले जात नाही, बळी पडलेल्या दलितांना नुकसान- भरपाई मिळण्याच्या दृष्टीने योग्य तपास करण्याचे पोलिस टाळतात, दुष्टकृत्य कायद्यांतर्गत गुन्हा दाखल केलेल्या दलितांविरुद्ध सामाजिक बहिष्काराचे हत्यार जेव्हा सवर्ण वापरतात तेव्हा त्याकडे पोलिस दुर्लक्ष करतात. या सर्वांचा मथितार्थ असा की, दलितांविरुद्धच्या प्रकरणात पोलिसांची भूमिका चालाढकलीची असते.

## दलित मानवी हक्क देखरेख कायदा २००३ च्या अंमलबजावणीत न्यायालयाची भूमिका (Role of Judiciary, the Dalit Human Right Monitor Act 2003)

ज्या दलितांवर वरील कायद्यांतर्गत जर गुन्हा दाखल केला असेल तर आरोपींना शिक्षा होण्याचे प्रमाण कमी का, असा प्रश्न तुमच्या मनात जर निर्माण झाला असेल तर त्याचे उत्तर न्यायालयाचा मिळालेला अत्यल्प प्रतिसाद हे होय. न्यायिक व्यवस्था दलितांविरोधी प्रकरणाला मुद्दाम उशीर लावतात. प्रकरणाची व्याप्ती सौम्य करतात, परिणामत: दलितांना न्याय नाकारला जातो, इत्यादी आरोप या संदर्भात केले जातात. पण कर्नाटक राज्यात या संदर्भात जे अध्ययन झाले त्यात अध्ययनकर्त्यांनी १२० पोलिस अधिकारी, ९५ न्यायाधीश आणि वकील आणि १६ सरकारी वकील यांच्या विभेदीकरणविरोधी भूमिकांचे जे परीक्षण केले त्यावरून अभ्यासकांच्या असे लक्षात आले की, न्यायव्यवस्थेतील वरील घटकांची भूमिका असहकाराची आणि त्यांची अभिवृत्ती दलितांना पाठिंबा न देणारी अशीच होती. त्यामुळे कायदे असूनही त्यांसंबंधी संबंधित कर्मचाऱ्यांची उदासीनतेची भूमिका दलितांना न्याय मिळवून देण्यात अडथळा आणते.

**दलितांविरोधी (अनुसूचित जाती व अनुसूचित जमाती) दुष्टकृत्य आणि अन्य अपराध घडण्याची काही कारणे :** आंध्रप्रदेश व कर्नाटक या दोन राज्यांतील दलित अत्याचारांच्या संदर्भात झालेल्या अध्ययनाच्या आधारे अभ्यासक असा निष्कर्ष

काढतात की, अनुसूचित जाती व अनुसूचित जातींविरुद्ध दुष्टकृत्य करण्यास खालील काही कारणे कारणीभूत आहेत.

(I) दलितांच्या जमिनीचे प्रश्न, मालमत्तेसंबंधीचे प्रश्न, सार्वजनिक पाणवठ्यांवर दलितांना प्रवेश नाकारणे इत्यादीतून दलितांविरोधी दुष्टकृत्ये घडतात.

(II) दलितांचे वेतन, वेठबिगारी किंवा जबरदस्तीने मजुरी करण्यास भाग पाडणे यातूनही दलितांवर अत्याचार केले जातात.

(III) त्याचप्रमाणे मानवी प्रतिष्ठेशी निगडित प्रश्नांतूनही दलितांवर अत्याचार केले जातात. यात, परंपरेने अनुसूचित जाती व जमातींवर लादलेले अप्रिय व्यवसाय दलितांना करण्यास आजही भाग पाडणे, दलित स्त्रियांना जाणीवपूर्वक त्रास देणे व त्यांचे शोषण करणे व त्यांना कमी वेतन देणे, इत्यादी बाबी येतात.

(IV) जातीशी संबंधित कटुतेतून तणाव निर्माण करणारे आर्थिक घटकही दलितांवरील हिंसक अत्याचाराला कारणीभूत ठरतात.

(V) अनुसूचित जाती व अनुसूचित जमातीतील लोकांनी जर त्यांच्या आर्थिक, सामाजिक आणि राजकीय प्रश्नांबाबत आणि त्यांच्या विकासाबाबत काही मतप्रदर्शन केले तर त्यामुळे सवर्णांच्या कायमस्वरूपी हितसंबंधांना बाधा पोहचते. परिणामत: ते संतापतात व दलितांवर अत्याचार करतात.

(VI) निवडणुकीतील कलह, त्यांना मिळणाऱ्या आरक्षणामुळे सवर्णांना दलितांबद्दल वाटणारा द्वेष, दलितांच्या वाढत्या आर्थिक समृद्धीतून निर्माण होणारा मत्सर, इत्यादी बाबींचा परिणाम दलितांवरच्या अत्याचारात होतो.

(VII) स्पृश्य वस्तीतून अस्पृश्यांनी मिरवणुका नेणे, सरकारने दिलेल्या जमिनीचा ताबा न सोडणे, मृत जनावरांची विल्हेवाट न लावणे, व्यायलेल्या पाळीव जनावरांची नाळ न कापणे इत्यादी गोष्टी दलितांवरच्या अत्याचारास कारणीभूत ठरतात.

आंधप्रदेश व कर्नाटक राज्यांतील अभ्यासाच्या आधारे दलितांवरील होणाऱ्या अत्याचारांस कारणीभूत ठरणाऱ्या कारणांची यादी या ठिकाणी दिली आहे. ती परिपूर्ण आहे, असा दावा मी करणार नाही. कारण प्रत्येक राज्यातील सामाजिक, आर्थिक, राजकीय व शैक्षणिक स्वरूप वेगवेगळे, दलितांवरच्या अत्याचाराचे स्वरूप व प्रमाण वेगवेगळे असू शकते.

## बहिष्कार - काही महत्त्वाच्या बाबी

बहिष्कार ही एक सार्वभौमिक घटना असून वेगवेगळ्या क्षेत्रांत, वेगवेगळ्या स्वरूपात बहिष्काराचा अवलंब केला जातो. समाजाच्या नियमनांच्या (Norms) विरोधात जेव्हा एखादी व्यक्ती वा गट वर्तन करतो तेव्हा शिक्षा म्हणून समाज त्या व्यक्तीशी वा त्या

व्यक्तींच्या कुटुंबाशी असलेले संबंध तोडतो. समाजाची ही कृती सामाजिक बहिष्कार होय.

भारतात स्वातंत्र्यलढ्याचे एक सेनानी व राष्ट्रपिता महात्मा गांधी यांनी ब्रिटिशांविरुद्ध बहिष्काराचा अवलंब केला. महात्मा गांधींपूर्वीच्या काँग्रेस नेत्यांनी पण बहिष्काराचा अवलंब केला होता. विदेशी मालावर बहिष्कार, सरकारी शिक्षणसंस्थांवर अध्यापक व विद्यार्थी यांनी बहिष्कार टाकावा असे आवाहन स्वातंत्र्यपूर्व काळात काँग्रेस पक्षाने केले होते. आजही बऱ्याच वेळा विरोधी पक्ष संसदेच्या कामकाजावर बहिष्कार टाकतात हे वृत्तपत्रांतील बातम्यांवरून आपल्या लक्षात येते.

सवर्णांचा एक गट जेव्हा सवर्णांच्या दुसऱ्या गटावर काही कारणाने बहिष्कार टाकू शकतो. सरकारी वा औद्योगिक क्षेत्रातील कर्मचारी स्वतःच्या मागण्यांसाठी काम थांबवितात तेव्हा तोसुद्धा एक प्रकारचा बहिष्कारच होय.

या पुस्तकात मात्र आपण प्रामुख्याने दलितांवरील (अनुसूचित जाती व अनुसूचित जमाती) बहिष्कारप्रक्रिया, त्याचे स्वरूप व त्याची कारणे यांवर भर दिला आहे. कारण ह्या पुस्तकाचे शीर्षकच आहे. 'दलितांचे व आदिवासींचे समाजशास्त्र.'

## समारोप

बहिष्कार किंवा सामाजिक बहिष्कार हे प्रत्येक समाजाचे एक अत्यावश्यक अंग आहे. भारताचा विचार करता भारतात विभेदीकरण हे जातिविभेदीकरणावर आधारित आहे. जातिविभेदीकरण वा जातिस्तरीकरण जन्मावर आधारित असल्याने इतर कोणत्याही राष्ट्रांपेक्षा भारतात बहिष्काराची तीव्रता जास्त असल्याचे दिसून येते. जाती दर्जा किंवा जातिश्रेणी या जन्मानुसार ठरतात व त्यांत जीवनकाळात बदल होत नाही. त्यानुसार ब्राह्मणांचा दर्जा सर्वोच्च तर अस्पृश्यांचा दर्जा अतिकनिष्ठ हा विचार भारतीय माणसाच्या मनात इतका खोलवर रुजला आहे की त्यातून भारतीय माणूस बाहेर पडावयास तयार नाही. विज्ञानाचा प्रसार, शिक्षणाचा प्रसार, जागतिकीकरण, इत्यादींचा परिणामही जाति-स्तरीकरणावर व त्यावर आधारित श्रेणींवर झाल्याचे दिसत नाही. या प्रकरणात आपण बहिष्कार, सामाजिक बहिष्कार या संकल्पनेच्या काही व्याख्यांवर चर्चा केली आहे. डॉ. सुखदेव थोरात यांनी बहिष्काराची जी दोन वैशिष्ट्ये प्रतिपादन केलीत त्याचा आढावा आपण या ठिकाणी घेतला आहे. जागतिक कीर्तीचे अर्थशास्त्रज्ञ आणि नोबेल पारितोषिक विजेते डॉ. अमर्त्य सेन यांनी बहिष्काराचे तीन दृष्टिकोनांतून वर्गीकरण केले असून त्या सर्व बहिष्कारांच्या प्रकारांवर आपण चर्चा केली आहे.

यानंतर बहिष्काराची किंवा विभेदीकरणाची संकल्पना, त्याची सैद्धान्तिक रचना व बहिष्काराचे प्रकार यावरही विवेचन आपण याच प्रकरणात केले असून, त्यानुसार

(I) श्रमबाजारातील बहिष्कार (II) प्रतिकूल समावेशावर आधारित बहिष्कार (III) सामाजिक गरजांच्या पुरवठ्यावर आधारित बहिष्कार (IV) अस्पृश्यांवर बहिष्कार असे चार प्रकारचे बहिष्कार संशोधकांना आढळले.

त्याचप्रमाणे डॉ. सुखदेव थोरात यांनी केलेल्या बहिष्कारावरील एका संशोधनात त्यांनाही बहिष्काराचे पुढील चार प्रकार आढळले - (अ) नागरी व सांस्कृतिक बहिष्कार (ब) राजकीय क्षेत्रातील बहिष्कार (क) घरगुती वा निवासी क्षेत्रातील बहिष्कार आणि (ड) सामाजिक-आर्थिक बहिष्कार.

यानंतर बहिष्काराची सद्य:स्थिती काय आहे हे जाणून घेण्यासाठी या क्षेत्रात जी संशोधने झालीत त्यावरही थोडक्यात चर्चा केली आहे. या अध्ययनात प्रामुख्याने क्रिया साहाय्य (मदत) संस्थेतर्फे अखिल भारतीय पातळीवर जे सर्वेक्षण केले त्याचा अंतर्भाव होतो. या अध्ययनातून दोन मुद्दे पुढे आले. त्यानुसार बहिष्काराची दोन क्षेत्रे संशोधकांना आहेत - (I) जातिविभेदीकरण व अन्नाचा हक्क यातून आकाराला आलेला बहिष्कार (II) नागरी व राजकीय क्षेत्रांच्या माध्यमातून आकाराला आलेला बहिष्कार. या दोन्हींवर या प्रकरणात आपण चर्चा केली आहे.

याव्यतिरिक्त विविध राज्यांतील बहिष्काराची सद्य:स्थिती जाणून घेण्याच्या संदर्भात काही राज्यांत झालेल्या संशोधनाचा व त्यातून निघालेल्या निष्कर्षांचा धावता आढावा आपण या प्रकरणात घेतला. या अध्ययनातून एक गोष्ट लक्षात येते ती ही की, बहिष्काराची तीव्रता, काही क्षेत्रांत आज कमी झाली असली तरी पाणवठा, धार्मिक व सार्वजनिक समारंभ, विवाहादी समारंभ यांतील अस्पृश्यांच्या सहभागाचे प्रमाण तुलनात्मक दृष्टीने फारच कमी आहे ते सत्य नाकारता येणार नाही.

प्रकरणाच्या शेवटी न्यायिक अधिकार, दलित मानवी हक्क कायदा २००३, त्यासंबंधी न्यायालयाची भूमिका, दलितांविरोधी बहिष्काराची काही कारणे व त्या संदर्भात काही महत्त्वाच्या बाबी यांचाही धावता आढावा घेतला आहे.

---

## स्वअध्ययनासाठी प्रश्न -

**(अ) खालील प्रश्नांची उत्तरे प्रत्येकी ५०० शब्दांत द्या. (२०)**

(I) बहिष्कार या संकल्पनेवर एक निबंध लिहा.

(II) बहिष्काराच्या व्याख्या सांगा. बहिष्काराच्या विविध पैलूंवर सविस्तर चर्चा करा.

(III) जातिविभेदीकरण भारतातील बहिष्काराचा आधार आहे, चर्चा करा.

**(ब)** खालील प्रश्नांची उत्तरे प्रत्येकी १५० शब्दांत द्या. १०

  (I) जातिबहिष्काराची संकल्पना सोदाहरण स्पष्ट करा.

  (II) डॉ. सुखदेव थोरात यांनी विशद केलेले बहिष्काराचे प्रकार.

 (III) डॉ. अमर्त्य सेन यांनी प्रतिपादन केलेल्या बहिष्काराच्या वर्गीकरणापैकी कोणतेही एक वर्गीकरण विशद करा.

 (IV) गुजरातमधील बहिष्काराचे पैलू सांगा.

  (V) कर्नाटकातील बहिष्कार विशद करा.

 (VI) भारतातील बहिष्काराची कारणे सांगा

**(क)** टिपा द्या. प्रत्येकी ५० शब्दांत (५)

  (I) अस्पृश्यांवरचा बहिष्कार

  (II) प्रतिकूल समावेश

 (III) 'दलित मानवी हक्क' म्हणजे काय ?

 (IV) दलितांना कोणत्या सेवांपासून आजही ग्रामीण परिसरात वंचित केले जाते?

  (V) राजकीय क्षेत्रातील बहिष्कार

 (VI) बहिष्कार या संकल्पनेच्या काही व्याख्या सांगा.

 (VII) बहिष्काराची सैद्धान्तिक रचना सांगा.

## प्रकरण ६

# दलित व आदिवासी - राज्याची धोरणे व तरतुदी

### अध्ययनाची उद्दिष्टे :

१. मागासवर्गीय गटाच्या उद्धारासाठी करण्यात आलेल्या घटनात्मक तरतुदी काय आहेत हे जाणून घेण्यासाठी.
२. विभेदीकरणाच्या संदर्भात राज्याच्या धोरणांचे आकलन होण्यासाठी.
३. मागासवर्गीय गटांच्या संरक्षणासाठी आखलेल्या कार्यक्रमांचे आयोजन कोणत्या प्रकाराने केले हे समजण्यासाठी.
४. सामाजिक न्याय मिळविण्याच्या संदर्भात या तरतुदींच्या मर्यादेचे ज्ञान प्राप्त होण्यासाठी.

---

### प्रस्तावना

या पूर्वीच्या प्रकरण ४ व ५ मध्ये आपण स्वतंत्रपणे विभेदीकरण आणि बहिष्कार या दोन संकल्पना व त्यांचे विविध पैलू यावर विचारविनिमय केला होता. त्यामुळे या प्रकरणात त्यांची पुनरावृत्ती करण्याची गरज आहे असे वाटत नाही. सामाजिक स्तरीकरण हा प्रत्येक समाजव्यवस्थेचा स्थायीभाव होय. समाजाची श्रेष्ठत्व आणि कनिष्ठत्व या निकषावर झालेली विभागणी म्हणजे सामाजिक स्तरीकरण होय. श्रेष्ठत्व आणि कनिष्ठत्व निर्धारित करणाऱ्या दोन घटकांचा उल्लेख समाजशास्त्रज्ञ करतात. त्यातील **एक घटक म्हणजे जन्म व दुसरा घटक म्हणजे व्यक्तीचे कर्तृत्व होय.**

भारतीय समाजाचा विचार करता भारतीय समाजात जातींवर आधारित स्तरीकरण-व्यवस्था असून जातीचा श्रेष्ठ-कनिष्ठ दर्जा हा जन्माद्वारे निर्धारित केला जातो व त्यात कोणत्याही प्रकारचा बदल होत नाही. म्हणजे जन्माने प्राप्त झालेला जाती दर्जा हा कायम स्वरूपाचा असतो. जन्माने जो ब्राह्मण तो कायम ब्राह्मण व समाजात श्रेष्ठत्व प्राप्त करतो

तर जन्माने जो शूद्र वा अस्पृश्य तो कायम शूद्र व अस्पृश्य असतो, त्यांना सतत कनिष्ठ दर्जा प्रदान करण्यात आला होता.

या उलट कर्तृत्वाचा विचार करता शिक्षणाने कर्तृत्वाने प्राप्त झालेला दर्जा बदलता येतो. एखाद्या कनिष्ठ जातीतील व्यक्ती कर्तृत्वाने वरिष्ठ दर्जात प्रवेश करू शकते. राजकीय, शैक्षणिक, आर्थिक, व्यापारी क्षेत्रांत या प्रकारचे दर्जाबदल आढळतात.

काही तज्ज्ञ असे मानतात की, पाश्चिमात्य जगतातील दर्जा कर्तृत्वावर आधारलेला असतो; पण यातही मर्यादित अर्थ आहे. अमेरिकेतील काळे-गोरे भेद हा जन्मावर आधारित आहे तर युरोप खंडातील सरंजामशाहीतील दर्जा जन्मावरच आधारित आहे.

उदा. सरंजामशहा व भूदास हा दर्जा जन्मावर आधारित आहे.

या प्रकरणात प्रामुख्याने भारतातील जातीवर आधारित भेदाभेद, विशेषत: स्पृश्य आणि अस्पृश्य यांच्यातील तीव्र अंतर हे भारतीय समाजाचे व भारतीय जातिव्यवस्थेचे एक आगळे-वेगळे वैशिष्ट्य होय. भारतातील जातिभेदाची तीव्रता कमी करणे व अस्पृश्यतेचे निर्मूलन करणे हे स्वातंत्र्यप्राप्तीनंतर भारताचे ध्येय बनले. त्यासाठी भारत सरकारने अस्पृश्यतेचे निर्मूलन करण्याच्या संदर्भात भारतीय राज्यघटनेत अस्पृश्यता-निर्मूलनाच्या अशा अनेक तरतुदी केल्यात त्याचप्रमाणे अस्पृश्यता-निर्मूलनासाठी अनेक कायदे केलेत.

अस्पृश्यतेप्रमाणेच दूर दऱ्याखोऱ्यांत राहणाऱ्या आदिवासींनाही त्यांच्या दयनीय अवस्थेतून बाहेर काढण्यासाठी त्यांच्यासाठीसुद्धा भारत सरकारने घटनेत कायदेशीर तरतुदी जशा केल्यात त्याचप्रमाणे त्यांचा दर्जा सुधारावा म्हणूनही काही कायदे केलेत.

या प्रकरणात या सर्वांचा आपण सविस्तर आढावा घेणार आहोत.

## (अ) अस्पृश्यतानिर्मूलन - ब्रिटिश कालखंडातील कायदेविषयक तरतुदी.

स्वातंत्र्यपूर्व काळात तत्कालीन ब्रिटिश वसाहतवादी सरकारने अस्पृश्यतानिर्मूलन वा त्यांना काही सवलती मिळाव्यात या उद्देशाने काही कायदे मंजूर केले होते ते आपण पाहू.

**(I) इ. स. १९२० :** इ. स. १९२० साली ब्रिटिश सरकारने असा आदेश काढला की सार्वजनिक शाळेत अस्पृश्य जातीतील मुलांना ते केवळ 'अस्पृश्य' आहेत म्हणून प्रवेश नाकारू नये. तसेच या अध्यादेशाने ब्रिटिश सरकारने अस्पृश्य समजल्या जाणाऱ्या जातीतील मुलांना सरकारी नोकरीत काही विशेष सोयी उपलब्ध करून दिल्यात. त्यानुसार या जातीतील मुलांना एकीकडे शिक्षणाची तर दुसरीकडे सरकारी नोकरीची संधी उपलब्ध झाली होती.

**(II) इ. स. १९३५ :** इ. स. १९३५ च्या अध्यादेशानुसार ब्रिटिश सरकारने

पहिल्यांदाच अस्पृश्य समजल्या जाणाऱ्या जातींची एक यादी तयार केली व त्यानुसार या जातीतील लोकांना विशेष अधिकार देण्यात आलेत.

**(III) इ. स. १९३७ :** या वर्षी भारतातील काही प्रांतात प्रथमत:च काँग्रेस पक्षाची सरकारे स्थापन झालीत. या काँग्रेस सरकारांनी त्यांच्या त्यांच्या प्रांतांत अस्पृश्यता-निर्मूलनाच्या काही योजना आखल्या होत्या.

परंतु, ब्रिटिशांच्या कालावधीत अस्पृश्यतानिर्मूलन कार्यक्रमावर काही मर्यादा पडल्या होत्या हे निश्चित.

## (ब) भारतीय राज्य-घटनेतील अस्पृश्यता व जातिनिर्मूलनाच्या काही तरतुदी

**२६ जानेवारी १९५०** पासून भारताची राज्यघटना प्रत्यक्ष अमलात आली. या राज्यघटनेत अस्पृश्यता व जातिनिर्मूलन यासाठी अनेक घटनात्मक तरतुदी करण्यात आल्यात त्यांचा आपण आढावा घेऊ.

**(I) कलम १५ :** या कलमातील तरतुदीनुसार भारतातील कोणत्याही नागरिकात केवळ धर्म, जात, लिंग, जन्मस्थळ यावर आधारित भेद कोणीही करू शकत नाही. देशाचा कोणताही नागरिक सार्वजनिक नागरी स्थानावर (यात हॉस्टेल्स, सार्वजनिक मनोरंजनाची ठिकाणे, विहिरी, तलाव, नदीचे घाट, सार्वजनिक भोजनगृहे इत्यादींचा समावेश होतो) मुक्त संचार व प्रवेश करू शकतो.

**(II) कलम १७ :** या कलमाप्रमाणे भारतातील जातिव्यवस्थेत असलेल्या अस्पृश्यतेचा अंत करण्यात आला असून अस्पृश्यता पाळणे हा गुन्हा ठरविण्यात आला आहे.

**(III) कलम २५ :** भारतातील सर्व राज्यांना हिंदूंच्या सर्व सार्वजनिक संस्था खुल्या करण्याचे व तसेच राज्यांत विविध सामाजिक सुधारणा करण्याचे अधिकार, देण्यात आले होते.

**(IV) कलम २९ :** या कलमाप्रमाणे भारतातील सर्व अनुदानित शिक्षणसंस्थांत सर्व जातिधर्मांच्या मुलांना मुक्त प्रवेश दिला पाहिजे.

**(V) कलम ३८ :** या कलमानुसार राज्याने अशी सामाजिक व्यवस्था केली पाहिजे की ज्याद्वारे सामाजिक आकांक्षा व राजनैतिक न्याय सर्व जाती व वर्ग यासाठी उपलब्ध करून दिला पाहिजे.

**(VI) कलम ४६ :** या कलमाप्रमाणे सरकार समाजातील अनुसूचित व दुर्बळ जाती व अनुसूचित जमाती यांच्या शिक्षण व अर्थ यासंबंधीच्या हितांची उन्नती करील आणि सर्व प्रकारच्या शोषणांपासून अस्पृश्य व दुर्बल जाती / जमातींचे संरक्षण करील.

**(VII) कलम २४४ :** या कलमानुसार सरकारला असा अधिकार देण्यात आला

की, ते अनुसूचित जाती व अनुसूचित जमाती विभागाच्या नियंत्रणासाठी स्वतंत्र, प्रशासकीय यंत्रणा निर्माण करू शकते.

**(VIII) कलम ३३० व ३३२ :** या दोन कलमांन्वये लोकसभा व विधानसभा यांत या जातींसाठी राखीव जागांचा प्रबंध करण्याची तरतूद करण्यात आली.

**(IX) कलम ३४१ :** या कलमात केलेल्या तरतुदींनुसार भारताचे राष्ट्रपती व त्या त्या राज्याचे राज्यपाल मंत्रिमंडळाच्या सल्ल्याने जाती, वंश, जमाती किंवा त्यांतील कोणत्याही भागाला किंवा अनेक जातींच्या समूहास किंवा जमातींच्या समूहास अनुसूचित जाती वा जमाती म्हणून घोषित करू शकतात. सोप्या शब्दांत अनुसूचित जाती व जमातींच्या यादीत वेळोवेळी दुरुस्ती करण्याचा अधिकार या कलमाने राष्ट्रपती व राज्यपाल यांना देण्यात आले आहेत.

## (क) अस्पृश्यता (अपराध) अधिनियम १९५५ (Untouchability (Offence) Act 1955)

राज्यघटनेने, अस्पृश्यतानिर्मूलनाच्या संदर्भात ज्या तरतुदी केल्या होत्या, त्याचा अपेक्षित परिणाम न झाल्यामुळे, भारताच्या केंद्र सरकारला या संदर्भात नवीन कायदा करावा लागला. त्यानुसार भारताच्या संसदेने इ. स. १९५५ साली ''अस्पृश्यता-(अपराध) अधिनियम मंजूर केला. कायद्यान्वये अस्पृश्यतेचे पालन करणे हा दखलपात्र गुन्हा ठरविण्यात आला. या कायद्यान्वये हा गुन्हा करणाऱ्या व्यक्तीस ६ महिन्यांची सक्त मजुरीची शिक्षा किंवा ५०० रुपये दंड करण्याची तरतूद करण्यात आली होती. या कायद्यातील उणिवा आणि पळवाटा नाहीशा करण्याच्या उद्देशाने इ. स. १९६९ साली व तसेच इ. स. १९७६ साली या कायद्यात योग्य त्या दुरुस्त्या करून हा कायदा मोडणाऱ्या अपराध्यास अधिक शिक्षेची तरतूद करण्यात आली होती. तसेच इ. स. १९७६ साली या कायद्याचे अस्पृश्यता (अपराध) अधिनियम हे शीर्षक बदलून त्या ऐवजी तो कायदा आता '**नागरी संरक्षक हक्क अधिनियम**' **(The Protection of Civil Right Act)** असे करण्यात आले होते.''

## (ड) अनुसूचित जाती व अनुसूचित जमाती (दुष्टकृत्य प्रतिबंध) अधिनियम १९८९ (Scheduled Caste and Scheduled Tribe - Prevention of Atrocities Act 1989)

अस्पृश्यांविरुद्धचे गुन्हे व अत्याचार व अनुसूचित जमातींविरुद्धच्या गुन्ह्यांत सातत्याने वाढ होत असल्याचे सरकारच्या लक्षात आल्यावर (कृपया प्रकरण चारमधील तक्ता क्रमांक ४-१ पहा) - या प्रकारच्या गुन्ह्याला आळा घालण्यासाठी हा कायदा मंजूर

करण्यात आला. या कायद्यातील तरतुदींनुसार अनुसूचित जाती, अनुसूचित जमाती भटक्या विमुक्त जमातींविरुद्धचे खालील प्रकारचे कृत्य शिक्षापात्र गुन्हा ठरेल व संबंधितांना योग्य ती शिक्षा न्यायालय देईल ही शिक्षापात्र कृत्ये खालीलप्रमाणे

(I) अनुसूचित जाती, जमातीतील कोणत्याही व्यक्तीला वा व्यक्तींच्या गटाला एखादा किळसवाणा अन्नपदार्थ व पेय बळजबरीने खाऊ घालणे व पाजणे.

(II) या दोन्ही गटांच्या घरात वा घराच्या परिसरात कचरा किंवा एखादे मेलेले जनावर नेऊन टाकणे की ज्यामुळे संबंधितांच्या भावनांचा अपमान होईल, भावना दुखविल्या जातील व त्यांना राग येईल असे कृत्य करणे.

(III) एस. सी. / एस. टी. गटातील कोणत्याही व्यक्तीच्या शरीरावरचे कपडे बळजबरीने काढावयास लावून त्यांना नग्न करणे किंवा त्यांच्या चेहऱ्याला काळे फासून सार्वजनिक ठिकाणाहून त्यांची धिंड काढण्याचे कृत्य करणे.

(IV) एस. टी. / एस. सी. लोकांच्या मालकीच्या जमिनी किंवा सरकारने त्यांना दिलेल्या जमिनी जबरदस्तीने ताब्यात घेऊन त्यांची मशागत करण्याचे कृत्य करणे.

(V) एस. टी. / एस. सी. व्यक्तींच्या जमिनी किंवा मालमत्ता बळजबरीने हडप करण्याचे कृत्य करणे.

(VI) एस. टी. / एस. सी. व्यक्तींना जबरदस्तीने वेठबिगार होण्यास भाग पाडण्याचे कृत्य करणे.

(VII) एस. टी / एस. सी व्यक्तींना मतदान करण्यास एकतर प्रतिबंध करणे किंवा त्यांना विशिष्ट व्यक्तीला मत देण्यास भाग पाडण्याचे कृत्य करणे.

(VIII) एस. टी. / एस. सी. व्यक्तींविरुद्ध असे कृत्य करणे की जे त्या व्यक्तीच्या दृष्टीने तिची मानहानी करणारे व तिला त्रासदायक ठरू शकेल.

(IX) एस. टी. / एस. सी. व्यक्तीची मानखंडना करणारे कृत्य करणे.

(X) एस. टी. / एस. सी. स्त्रियांचा जाणीवपूर्वक छळ करण्याचे कृत्य करणे.

(XI) एस. टी. / एस. सी. स्त्रियांचा लैंगिक छळ करण्याचे कृत्य करणे.

(XII) एस. टी. / एस. सी. व्यक्ती वापरत असलेले पिण्याचे पाणी जाणीवपूर्वक प्रदूषित करणे.

(XIII) एस. टी. / एस. सी. व्यक्तीला बळजबरीने तिचे घर, तिचा शेजार किंवा गाव यांचा त्याग करण्यास भाग पाडणारे कृत्य करण्यास कायद्याने बंदी केली असून तसे कृत्य केल्यास ते कृत्य शिक्षापात्र आहे.

## अस्पृश्यतेच्या निर्मूलनाचे व अस्पृश्यांच्यात सुधारणा करण्याचे उपाय (Measures of Removal or Eradication and Amelioration of Untouchability) बिगर सरकारी प्रयत्न (Non-Governmental Efforts)

वर निवेदित केलेल्या वैधानिक प्रयत्नांशिवाय बिनसरकारी व्यक्ती तसेच संघटना यांनी अस्पृश्यतानिर्मूलनाच्या कार्यात जो हातभार लावला त्याचा आपण या ठिकाणी आढावा घेणार आहोत.

**बिनसरकारी प्रयत्नांत समाजसुधारकांचा** वाटा मोठा आहे. अस्पृश्यता-निर्मूलनाचा वैयक्तिक पातळीवर प्रयत्न करण्याचे श्रेय आपल्याला **'महात्मा जोतिबा फुले'** यांना द्यावे लागेल. त्यांनी त्यांच्या पुण्यातील घरात असलेला पाण्याचा हौद अस्पृश्यांसाठी खुला करून, अस्पृश्यतानिर्मूलनाकडे एक पाऊल पुढे टाकले होते. यानंतर आपल्याला **महात्मा गांधी** यांचे नाव घ्यावे लागेल. त्यांना अस्पृश्यांबद्दल अपार सहानुभूती होती या लोकांसाठी 'अस्पृश्य' या संज्ञेचा वापर करणे त्यांना अपमानास्पद वाटत होते. म्हणून त्यांनी त्यांच्यासाठी सद्भावनेतून **'हरिजन'** (परमेश्वराची माणसे) ही संज्ञा रूढ केली (परंतु काही राजकीय नेते स्वतःच्या राजकीय स्वार्थासाठी या शब्दाचे राजकीय भांडवल करीत आहेत); याव्यतिरिक्त **महात्मा गांधींनी इ. स. १९३२ साली 'हरिजन सेवक संघा'ची स्थापना** केली व त्या संघटनेच्या माध्यमातून हरिजनांच्या उद्धाराची व अस्पृश्यतेच्या निर्मूलनाची चळवळ चालू ठेवली. उत्तर प्रदेशातील समाज-सुधारक **श्री. ईश्वरचरण** यांनी अस्पृश्यतानिर्मूलनासाठी एका आश्रमाची स्थापना करून तेथे अस्पृश्यांच्या मुलांना मोफत शिक्षणाची व राहण्याची सोय केली. हा आश्रम आजही चालू असून त्यावरून त्या आश्रमाच्या कार्याची महती तुमच्या लक्षात येईल. महात्मा गांधींनी सुरू केलेल्या हरिजन सेवक संघाचे कार्य पुढे चालू राहावे या उद्देशाने **श्री. अमृतलाल ठक्कर** यांनी त्यांचे सर्व आयुष्य खर्च करून आश्रमाला योग्य रूप देण्याचे कार्य केले. **श्री अमृतलाल ठक्कर की जे ठक्कर बाप्पा** या नावानेपण संबोधले जातात त्यांनी अस्पृश्यांसंबंधीचे स्पृश्यांमध्ये असलेले गैरसमज दूर व्हावे म्हणून **उच्च जातीतील मुले हरिजन सेवक संघात अस्पृश्यांच्या मुलांसमवेत राहिली तर त्यांनाही शिष्यवृत्ती देण्याची सोय केली होती.**

महाराष्ट्रात **'डॉ. बाबासाहेब आंबेडकर'** यांनी केलेले अस्पृश्योद्धाराचे कार्य सर्वज्ञात आहे. अखिल भारतीय दलित संघ आणि अखिल भारतीय दलित महासंघ या नावाच्या दोन समितींच्या स्थापनेचे बरेचसे श्रेय **डॉ. बाबासाहेब आंबेडकर** यांच्याकडे जाते. महाराष्ट्रातील अनेक दलित चळवळींचे अग्रणी म्हणून डॉ. बाबासाहेब आंबेडकरांचाच उल्लेख करावा लागेल. आज भारताच्या राज्यघटनेने जे हक्क दलितांना

दिले ते हक्क डॉ. बाबासाहेब आंबेडकर जर घटनासमितीवर नसते तर दलितांना ते हक्क मिळाले असते की नाही याविषयी शंकाच आहे. या चळवळीला व्यापक राष्ट्रीय व आंतरराष्ट्रीय स्वरूप देण्याचे श्रेय पण डॉ. आंबेडकरांचेच. हिंदू धर्माचा त्याग करून बौद्ध धर्माचा स्वीकार करावयासही डॉ. बाबासाहेब आंबेडकरांचीच प्रेरणा महत्त्वाची होती. थोडक्यात, अनेक समाजसुधारकांनी खासगी व वैयक्तिक पातळीवर अस्पृश्यांच्या सामाजिक स्थितीत परिवर्तन करण्याचा प्रयत्न केला होता.

## अनुसूचित जाती व अनुसूचित जमातींसाठी राष्ट्रीय आयोग (National Commission for Scheduled Castes and Scheduled Tribes)

भारताला स्वातंत्र्य मिळून सुमारे ६४ वर्षे झाली. राज्यघटनेत अ. ज. व अ. ज. यांच्या हितसंबंधांचे रक्षण करण्यासाठी अनेक प्रकारच्या तरतुदी करूनही, विविध राज्य-सरकारांतर्फे अनेक कायदे, करूनही या जाती-जमातींतील लोकांच्या आर्थिक, सामाजिक दर्जात विशेष बदल झाल्याचे दिसत नाही. अर्थात, परिस्थिती पूर्वीइतकी जटिल आहे असे नाही तरीही अस्पृश्यांवर अन्याय होतच आहेत. बिहार, उत्तर प्रदेश, मध्यप्रदेश इत्यादी प्रांतात अस्पृश्यांवर सवर्णांतर्फे सातत्याने सामूहिक हल्ला झाल्याच्या बातम्या वृत्तपत्रातून झळकत असतात. त्यांचे व विशेषत: आदिवासी जमातीचे (की ज्यात भटक्या-विमुक्त, भटक्या जमाती यांचाही समावेश होतो) आर्थिक शोषण चालू आहे. अनुसूचित जाती जमाती, भटक्या-विमुक्त जमाती यांच्या हितसंबंधांचे संरक्षण करणारी एखादी कायमची यंत्रणा असावी म्हणून भारत सरकारने अनुसूचित जाती व अनुसूचित जमाती यासाठी एका आयोगाची स्थापना केली. नंतर या आयोगाच्या नावात बदल करून तो आयोग आज '**अनुसूचित जाती व अनुसूचित जमातींसाठी राष्ट्रीय आयोग**' या नावाने ओळखला जातो. **१२ मार्च १९९२ रोजी** व त्या दिवसापासून या आयोगाला वैधानिक दर्जा देण्यात आला. अनुसूचित जाती व अनुसूचित जमातींच्या विकासासाठी आवश्यक ते प्रश्न सोडविणे व त्यांच्यासाठी योग्य ते धोरण ठरविणे इत्यादी कामे या आयोगाच्या कार्यकक्षेत येतात. सामाजिक मानवशास्त्रज्ञ, समाजशास्त्रज्ञ, सामाजिक कार्यकर्ते आणि इतर काही सामाजिक शास्त्रज्ञ इत्यादींचा समावेश आयोगाच्या सदस्यांत केला जातो. **या राष्ट्रीय आयोगाची महत्त्वाची कार्ये खालीलप्रमाणे -**

(I) अस्पृश्यतेचा विस्तार आणि परिणाम यांचा अभ्यास करणे आणि त्यातून निर्माण होणाऱ्या सामाजिक विभेदीकरणास आळा घालणे व त्यातून निर्माण होणाऱ्या दुष्परिणामांवर नियंत्रण ठेवणे हे **या आयोगाचे पहिले कार्य होय.**

(II) अनुसूचित जाती-जमातींच्या व्यक्तींविरुद्ध तथाकथित उच्चभ्रू लोकांना अपराध

करण्याची वेळ येऊ नये म्हणून सामाजिक आर्थिक परिस्थितीवर योग्य नियंत्रण ठेवणे **हे आयोगाचे दुसरे महत्त्वाचे कार्य होय.**

(III) अनुसूचित जाती व जमाती यांच्या विकासासंबंधीच्या प्रश्नांच्या विविध पैलूंवर विचारविनिमय करून समाजाच्या मुख्य प्रवाहात ही माणसे सामील होऊन एकूण ऐक्य कसे निर्माण होईल याची खात्री **देण्याचे तिसरे महत्त्वपूर्ण कार्यही आयोगाच्या कार्यकक्षेत येते.**

## आयोगाची सभासदसंख्या –

या राष्ट्रीय आयोगात एक अध्यक्ष (Chairman) व अकरा अन्य सदस्य असतात. या आयोगाची मुदत तीन वर्षांची असते. याचा अर्थ दर तीन वर्षांनी आयोगाचा अध्यक्ष व सदस्य बदलतात किंवा बदलले जातात.

केंद्र सरकारच्या पातळीवर जरी अनुसूचित जाती व जमाती या उभयतांचे प्रश्न हाताळण्यासाठी जरी एकच मंत्रालय वा खाते असले तरी राज्यपातळीवर मात्र अनुसूचित जातींचे आणि अनुसूचित जमातींचे प्रश्न हाताळण्यासाठी दोन स्वतंत्र विभाग कार्यरत आहेत. परंतु, प्रत्येक राज्याची स्वतंत्र प्रशासकीय यंत्रणा असते व ती राज्यातील अनुसूचित जाती व अनुसूचित जमातींच्या कल्याणासाठी विविध कार्यक्रमांचे आयोजन करते. काही राष्ट्रीय पातळीवरच्या स्वयंसेवी संघटनासुद्धा यासाठी कार्यरत आहेत. त्यातील काही महत्त्वपूर्ण संघटनांची नावे खालीलप्रमाणे –

(१)   हरिजन सेवक संघ, दिल्ली

(२)   हिंदू सफाई कामगार सेवक समाज, नवी दिल्ली

(३)   भारतीय आदिमजाती सेवक संघ, नवी दिल्ली

(४)   वनवासी कल्याण आश्रम, जशपूर

अनुसूचित जाती व अनुसूचित जमाती यांच्या कल्याणाकडे भारत सरकारने पंचवार्षिक योजनेच्याद्वारे विशेष लक्ष पुरविले होते. या दोन्ही घटकांवर करण्यात आलेल्या गुंतवणुकीच्या रकमेत एका योजनेकडून दुसऱ्या योजनेकडे जाताना सतत वाढ झाली असल्याचे दिसून येते. (कृपया खालील तक्ता पहा.)

| अ. क्र. | पंचवार्षिक योजना क्रमांक | पंचवार्षिक योजनेचा कालावधी | खर्चाच्या रकमेची तरतूद (कोटी रुपयांत) |
|---|---|---|---|
| १ | २ | ३ | ४ |
| (१) | पहिली | १९५१-१९५५ | ३०.०४ |
| (२) | दुसरी | १९५६-१९६० | ७९.४१ |
| (३) | तिसरी | १९६१-१९६५ | १००.४० |
| (४) | चौथी | १९६९-१९७४ | १७२.७० |
| (५) | पाचवी | १९७४-१९७९ | २९६.१९ |
| (६) | सहावी | १९८०-१९८५ | १३३७.२१ |
| (७) | सातवी | १९८५-१९९० | १५२१.४२ |
| (८) | आठवी | १९९२-१९९७ | १७७२.३६ |

(तक्ता क्र. ६.१)

वरील तक्त्यावरून असे लक्षात येते की, अनुसूचित जाती व अनुसूचित जमाती, तसेच अन्य मागासवर्गीय जाती व भटक्या, भटक्या-विमुक्त जाती-जमाती या सर्वांच्या विकासासाठी सरकारने सातत्याने प्रयत्न केलेत. वरील आर्थिक खर्चाच्या वाढत्या तरतुदींशिवाय या जाती-जमातींना स्वतःच्या विकासाची संधी मिळावी म्हणून केंद्र सरकारच्या मदतीने राज्याने अनेक योजनांची सुरुवात केली. त्या योजना खालीलप्रमाणे.

(I) विविध सरकारी सेवात अनुसूचित जाती, अनुसूचित जमाती, अन्य मागासवर्गीय जाती, भटक्या विमुक्त जमाती इत्यादींसाठी त्यांच्या सरकारी सेवेच्या प्रतिनिधित्वात वाढ व्हावी म्हणून, त्यांच्यासाठी स्पर्धापरीक्षेची तयारी म्हणून त्यांच्यासाठी खास शिक्षण व प्रशिक्षणाची सोय करण्यात आली होती.

(II) माध्यमिक शिक्षणानंतरचे शिक्षण घेण्यासाठी या जातीतल्या विद्यार्थ्यांना शिष्यवृत्ती देण्याची तरतूद करण्यात आली आहे.

(III) आदिवासी विभागात व्यावसायिक प्रशिक्षणाची व्यवस्था करण्यात आली तर ज्या आदिवासी विभागात साक्षरतेचे प्रमाण कमी आहे तेथे त्यांच्यासाठी व विशेषतः स्त्रीसाक्षरतेला प्रोत्साहन देण्यासाठी विशेष साक्षरताकार्यक्रमाचे आयोजन करण्यात आले आहे.

(IV) विद्यापीठे, महाविद्यालये आणि विद्यालये यात शिक्षण घेणाऱ्या अनुसूचित जाती,

जमाती, अन्य मागासवर्गीय जाती व भटक्या तसेच भटक्या विमुक्त जमाती यांच्या मुलींच्या निवासाची व्यवस्था व्हावी म्हणून वसतिगृहे बांधण्याची योजना आखली होती.

(V) अनुसूचित जाती जमातींसहित अन्य मागासवर्गीय जाती, भटक्या व भटक्या विमुक्त जमातींच्या सदस्यांचा आणि विकासाचा संशोधनात्मक अभ्यास करणाऱ्या नामवंत अशा सामाजिक शास्त्रातील संशोधनसंस्थांना आर्थिक साहाय्य देण्याची तरतूद करण्यात आली.

(VI) वैद्यकीय, अभियांत्रिकी महाविद्यालयांत शिक्षण घेणाऱ्या या जाती-जमातीतील सर्व विद्यार्थ्यांना मोफत पाठ्यपुस्तके पुरविण्याची व्यवस्था करण्यात आली.

(VII) या गटात मोडणाऱ्या सर्व जाती जमातींच्या विद्यार्थ्यांना जर उच्चशिक्षणासाठी परदेशी जावयाचे असेल तर त्यांना शिक्षण व प्रवास यावर होणाऱ्या खर्चासाठी किंवा खर्चापोटी अनुदान देण्याची तरतूद करण्यात आली.

## भारताचे आरक्षण धोरण व मंडल आयोग (India's Reservation Policy and Mandal Commission)

भारतात आरक्षणधोरणावर जेवढी चर्चा झाली तेवढी क्वचितच कोणत्या विषयावर झाली असेल. आरक्षणाचा विषय निघाला की, उच्चवर्णीयांच्या भुवया उंचावतात. या जाती-जमातींतील व्यक्ती सरकारच्या जावई आहेत, त्यांच्यामुळे आमचे हक्क मारले गेले इत्यादी विधाने या प्रश्नाचा कोणताही अभ्यास न करता जेव्हा सर्वसामान्य माणूस करतो तेव्हा ते एक तर त्यांच्यावर झालेल्या संस्काराचे फळ असते नाहीतर या जाती-जमातींबद्दल त्यांच्या मनातील पूर्वग्रहाचे प्रतीक असते. पण जेव्हा स्वत:ला सुशिक्षित, उच्चशिक्षित समजणारी तज्ज्ञ वा विद्वान व्यक्ती जेव्हा आरक्षणविरोधी विधान करते तेव्हा सुशिक्षित असूनही त्यांच्या अज्ञानाची व अनुसूचित जाती-जमाती यांच्याबद्दलच्या पूर्वग्रहाची कीव करावीशी वाटते. एकेकाळी तथाकथित उच्चवर्णीयांनी शूद्रातिशूद्रांना शिक्षणादी अनेक संधींपासून वंचित करण्यात आले होते व त्याची भरपाई म्हणून आरक्षणाची ही सोय म्हणजेच तरतूद घटनेत करण्यात आली. या ठिकाणी भारताच्या आरक्षणधोरणाचा आपण आढावा घेऊ.

### आरक्षण : घटनेतील तरतूद (Reservation : Constitutional Provisions)

भारतीय राज्यघटनेतील **१४ व्या कलमानुसार** भारतातील प्रत्येक व्यक्ती कायद्यासमोर समान किंवा कायद्याने समान संरक्षण मिळणारी अशी आहे. **कलम १५ नुसार** धर्म, वंश, जात, लिंग किंवा जन्मस्थान याआधारे व्यक्तीव्यक्तीत भेद करावयास मान्यता नाही किंवा त्याला बंदी आहे. परंतु **इ. स. १९९५ मध्ये एक उपकलम जोडण्यात**

**आले. (७७ वे पोटकलम नियम १९५५) या पुरवणीमुळे अनुसूचित जाती व अनुसूचित जमाती यांना बढतीकरता राखीव दर्जा दिला गेला. त्यामुळे कलम १६ तील (४ - अ) हा छोटा भागही महत्त्वाचा ठरतो. या कलम १६ (४ - अ)** नुसार कुठल्याही वर्गाच्या जागा राखीव असतील व बढतीला योग्य असतील तर त्या ठिकाणी अनुसूचित जाती-जमातींचाच सभासद येईल आणि त्या जागा जर पुरेशा प्रमाणात भरल्या गेल्या नाहीत तर त्या तशाच रिकाम्या ठेवाव्यात. त्यावर इतर सवर्णांची नेमणूक करू नये. यापूर्वी आपण **कलम क्र. १७, कलम २५ चा** उल्लेख केला असल्यामुळे (पान ११५ पहा) त्याची पुनरावृत्ती टाळतो.

तसेच घटनेतील **कलम क्रमांक ३३० कलमानुसार** लोकसभेत तर **कलम ३३२-नुसार** विधानसभेत या वर्गातील जाती-जमातींतील लोकांसाठी (आमदार खासदार) राखीव जागांची तरतूद करण्यात आली. सध्या लोकसभेच्या **५४५** जागांपैकी **१०६** जागा या कमकुवत वर्गासाठी राखीव आहेत. विधानसभेतील राखीव जागांचे प्रमाण त्या त्या राज्यातील एकूण विधानसभेच्या जागांवरून ठरते.

याशिवाय **घटनेच्या १९९२ च्या पोट नियमानुसार (७३ वे पोट कलम) खेड्यातील ग्रामपंचायतीपासून ते जिल्हापरिषदेपर्यंतच्या** सर्व स्तरांवर कमकुवत वर्गांसाठी **लोकसंख्येच्या प्रमाणात** जागा राखीव ठेवण्याची तरतूद करण्यात आली.

आर्थिक क्षेत्रात घटनेने वेठबिगार मजुरांना नुसतेच संरक्षणच दिले नाही तर **(कलम २३)** त्यांच्यासाठी विशेष तरतूद केली आहे.

## आरक्षण धोरण ..... मंडल आयोग (Reservation Policy ... Mandal Commission)

**मंडल आयोग ..... काही महत्त्वाच्या बाबी :** ज्या जातींचा उल्लेख पूर्वी शूद्र म्हणून केला जात असे, अशा सर्व जातींचा समावेश हा अन्य मागासवर्गीयांत केला जातो. आर्थिक दृष्टीने विचार करता या जातींची स्थिती तुलनात्मक दृष्टीने हलाखीची व गरिबीची होती म्हणून या जातींच्या विकासाची दिशा निश्चित करून त्यासंबंधी धोरणे ठरविण्यासाठी भारत सरकारने **मंडल आयोगाची स्थापना** केली. या आयोगाने **त्यांचा अहवाल ३१/१२/ १९८० रोजी** सरकारला सादर केला. **इ. स. १९८२ साली** संसदेच्या दोन्ही सभागृहांत यावर साधक-बाधक चर्चा झाली आणि त्यांनी सचिवांच्या समितीने या अहवालाचे परीक्षण करून त्यासंबंधीची निरीक्षणे संसदेला सादर करावी असा निर्णय झाला होता. परंतु, अचानक एका सुप्रभाती राष्ट्रीय आघाडी सरकारचे तत्कालीन पंतप्रधान कै. व्ही. पी. सिंग यांना साक्षात्कार झाला व **७/८/१९९० रोजी त्यांनी आकस्मितपणे हा अहवाल स्वीकारण्याची घोषणा** केली. काही तज्ज्ञांच्या व राजकीय विश्लेषकांच्या

मताने व्ही. पी. सिंग यांचा निर्णय पूर्णपणे राजकीय स्वरूपाचा होता. कारण उत्तर भारतात या अहवालाच्या विरोधात अनेक विद्यार्थ्यांनी आंदोलने केली आणि एवढेच नव्हे तर **सप्टेंबर १९९० ते ऑक्टोबर १९९० या कालावधीत सुमारे १६० विद्यार्थ्यांनी आत्महत्येचा प्रयत्न केला होता.** परंतु, कोणत्याही राजकीय पक्षाने या आरक्षण धोरणविषयक धोरणाला विरोध केला नाही.

## मंडल आयोग ... काही ठळक बाबी (Mandal Commission - Some Important Provisions)

मंडल आयोगाने अन्य मागासवर्गीयांच्या (Other Backward Castes) विकासासंबंधी जे विवेचन केले होते त्यातील काही ठळक बाबी पुढीलप्रमाणे.

(१) मंडल आयोगाने **३७४२ जातींचा समावेश अन्य** मागासवर्गीय जाती म्हणून केला आहे.

(२) प्रथमच या जातींसाठी पण अनुसूचित जातींप्रमाणेच **सर्व क्षेत्रांत आरक्षणाची किंवा राखीव जागांची तरतूद केली आहे.**

(३) अन्य मागासवर्गीय जाती कोणत्या, यासाठी आयोगाने तीन प्रमुख **निर्देशक तत्त्वे वापरली आहेत** ती पुढीलप्रमाणे - **(अ) सामाजिक (ब) आर्थिक (क) शैक्षणिक** या तिन्हीही निर्देशक तत्त्वांचा आपण विचार करू.

**(अ) सामाजिक कसोटी -** अन्य मागासवर्गीय जाती कोणत्या यासाठी सामाजिक कसोटी लावली तर त्यात चार निर्देशक घटकांचा समावेश होतो. (I) इतर जातींनी ज्या जाती किंवा वर्ग (Caste or Class) सामाजिक दृष्टीने मागासवर्गीय आहेत असे मानलेल्या जाती. (II) उपजीविकेसाठी ज्या जाती केवळ मजुरीवर (Manual Labour) की ज्यात हमाल, हातगाडीवाले, हातमाग इ. येतात.) अवलंबून आहेत अशा जाती येतात. यात सुतार, लोहार, सोनार, गवंडी, तेली, तांबोळी, माळी, कुंभार, न्हावी, धोबी इत्यादी जाती सामील होतात. (III) ज्या जातींत किंवा वर्गात राज्याच्या सरासरी विवाहवयापेक्षा किंवा १७ वर्षे वयापेक्षा जास्त वयात २५% मुलींचे व १० टक्के मुलांचे विवाह ग्रामीण परिसरात होतात तर नागरी परिसरात १० टक्के मुली व ५ टक्के मुले यांचे विवाह होतात अशा जाती. (IV) ज्या जातीत राज्य सरासरी वयापेक्षा जास्त वयात कमीत कमी २५% स्त्रिया जातीच्या कामात सहभागी होतात अशा जाती.

**(ब) आर्थिक कसोटी -** आर्थिक निकषाच्या आधारे मागासवर्गीय जाती कोणत्या, याचीही चार निर्देशक तत्त्वे मंडल आयोगाने निर्धारित केली आहेत. ती पुढीलप्रमाणे (I) ज्या जातींची वा वर्गांची एकूण कौटुंबिक मालमत्ता त्या त्या राज्यातील कुटुंबाच्या सरासरी मालमत्तेपेक्षा कमीत कमी २५% पेक्षा कमी असणाऱ्या जाती. (II) राज्याच्या

सरासरी निवासस्थानांपैकी २५% जास्त संख्येने कुटुंबे ही जर कच्च्याघरात रहात असतील अशा कुटुंबांची जात / वर्ग. (III) गावातील एकूण घरांपैकी ५० % घरांमध्ये राहणाऱ्या लोकांना पिण्याचे पाणी आणण्यासाठी अर्धा किलोमीटरच्या पलीकडे जर पाणी भरण्यासाठी जावे लागत असेल तर अशा घरांत राहणाऱ्या जाती (IV) राज्यातील एकूण कर्जबाजारी कुटुंबांपैकी २५% जास्त कुटुंबे ही जर कर्जबाजारी असतील तर अशा कर्जबाजारी जाती या अन्य मागासवर्गीय जातींत समाविष्ट होतात.

**(क) शैक्षणिक कसोटी -** शैक्षणिक निकषाच्या आधारे मागावर्गीय जाती कोणत्या हे निर्धारित करणारी तीन निर्देशक तत्त्वे मंडल आयोगाने प्रतिपादन केली आहेत. ती पुढीलप्रमाणे - (I) ज्या जातीतील किंवा वर्गातील ५-१५ वयोगटातील मुले कधीच शाळेत गेली नाहीत अशा जाती; पण शाळेत न जाणाऱ्या मुलांची संख्या राज्याच्या शाळेत न जाणाऱ्या अन्य मुलांच्या सरासरी संख्येपेक्षा कमीत कमी २५% जास्त असली पाहिजे. (II) ज्या जातीत वा वर्गात ५-१५ वयोगटातील शाळकरी मुलांचे गळतीचे प्रमाण त्याच वयोगटातील राज्यातील अन्य जातींतील मुलांच्या गळतीच्या प्रमाणापेक्षा कमीत कमी २५% जास्त आहे अशा जाती आणि (III) ज्या जातीत किंवा वर्गात १० वी पेक्षा कमी शिक्षण (Non - Matric) घेतलेल्या विद्यार्थ्यांचे प्रमाण एकूण राज्यातील तशाच प्रमाणापेक्षा कमीत कमी २५% जास्त आहे अशा जाती '**अन्य मागासवर्गीय जाती**' म्हणून समजल्या जातात.

मंडल आयोगाने सामाजिक **चार**, आर्थिक **चार** आणि शैक्षणिक **तीन** असे एकूण **११** निकष एखाद्या जातीला ' **अन्य मागासवर्गीय जाती** ' हा दर्जा देताना लक्षात घ्यावे असे प्रतिपादन केले आहे.

## अन्य मागासवर्गीय जातींच्या समस्या

सुरुवातीला प्रतिपादन केल्याप्रमाणे वर्णव्यवस्थेत ज्या जातींच्या उल्लेख शूद्र म्हणून केला जातो. अशा सर्व जाती ' **अन्य मागासवर्गीय जाती** ' म्हणून ओळखल्या जातात. दुसऱ्या शब्दांत असे म्हणता येईल की, सवर्ण जातीतील लोक, अनुसूचित जाती, जमाती, भटक्या विमुक्त जमाती, भटक्या जमाती वगळता; अन्य सर्व जाती या ' अन्य मागासवर्गीय जाती ' यात मोडतात. आपल्या महाराष्ट्रापुरता विचार करता खालील जातींचा समावेश हा अन्य मागासवर्गीयात केला जातो.

सुतार, लोहार, कुंभार, न्हावी, जोशी, परीट, सोनार, गुरव, तेली, तांबोळी, साळी, शिंपी, माळी, गोंधळी, ठकार, मुलाणा, वाजंत्री, घडशी, तराळ, भावसार, रामोशी, रंगारी, कोष्टी इत्यादी.

ही यादी परिपूर्ण नाही. परंतु, विद्यार्थ्यांना थोडीशी कल्पना यावी म्हणून ही यादी

दिली आहे. या जातीतील लोकांना सर्वसाधारणपणे खालील समस्यांना सामोरे जावे लागते.

**(१) पारंपरिक व्यवसायावर आघात** – या विभागात समाविष्ट होणाऱ्या प्रत्येक जातीचा व्यवसाय या परंपरेने चालत आलेला होता. सुतार, लोहार, तेली, तांबोळी, परीट, न्हावी, कुंभार यांचे व्यवसाय त्या त्या जातीची मक्तेदारी होती. त्यामुळे व्यवसाय-निश्चिती असल्याकारणाने उपजीविकेची काळजी या लोकांना नव्हती. परंतु, आधुनिकीकरण, नागरीकरण, औद्योगिकीकरण यामुळे या लोकांच्या पारंपरिक व्यवसायावर आघात झाला. तेलाच्या म्हणजे तेल गाळण्याच्या यंत्रावर चालणाऱ्या गिरण्यांमुळे; लाकूड, लोखंड यापासून वस्तू तयार करण्याच्या कारखान्यांमुळे; कापड तयार करणाऱ्या यांत्रिक कारखान्यांमुळे, या जातीतील कुटुंबांचे पारंपरिक व्यवसाय नष्ट झाले व त्यांना उपजीविकेसाठी अन्य मार्गांचा अवलंब करण्याविना दुसरा पर्याय नव्हता. दुसऱ्या जातीचा व्यवसाय करता येत नव्हता व मजुरी करावी तर जातीची प्रतिष्ठा आड येत होती. अशा दुहेरी कात्रीत हा समाज सापडला होता. तसेच शिक्षणाचा अभाव असल्याने नोकरी मिळणे त्या काळात दुरापास्त होते. परिणामी पोटाची ही टीचभर खळगी भरण्यासाठी मिळेल ते काम करण्याशिवाय त्यांच्यासमोर दुसरा पर्याय नव्हता.

**(२) औपचारिक शिक्षणाचा अभाव** – पारंपरिक व्यवसाय व व्यवसायनिश्चिती यामुळे या जातीतील लोकांना त्या काळात औपचारिक शिक्षणाची गरज वाटली नाही. कारण पारंपरिक व्यवसायासाठी लागणाऱ्या कौशल्याचे शिक्षण जुनी पिढी नवीन पिढीला देत असे. परंतु, बदलत्या परिस्थितीशी सामना करण्याचे ज्ञान या पारंपरिक शिक्षणात नव्हते. आधुनिकीकरणामुळे शहरी विभागात व तसेच ग्रामीण परिसरात फॅशन्सच्या नवनवीन तऱ्हा (Styles) अस्तित्वात येऊ लागल्या तेव्हा नवीन आव्हानाला तोंड देण्याचे सामर्थ्य पारंपरिक शिक्षणात नव्हते. त्यामुळे वाढत्या व्यवसायस्पर्धेला सामोरे जाण्यास त्या त्या जातीतील लोक असमर्थ ठरले. परिणाम त्यांना त्यांचे पारंपरिक व्यवसाय बंद करावे लागले. औपचारिक शिक्षणाचा अभाव हेच ह्या जातीतील लोक मागे पडण्याचे एक महत्त्वाचे कारण होय.

**(३) जातीचा कनिष्ठ दर्जा व उच्च जातीवर अवलंबन** – भारतातील जाति-व्यवस्थेच्या स्तररचनेत अन्य मागासवर्गीयांचा दर्जा अन्य सवर्ण जातींपेक्षा कनिष्ठ तर तथाकथित अस्पृश्यांपेक्षा श्रेष्ठ होता. या जातीतील लोकांना जरी गावकुसात स्थान दिले गेले असले तरी या जातींतील सर्व लोकांना गावातील मोठ्या शेतकऱ्यांवर सतत अवलंबून रहावे लागे. ग्रामीण समाजरचनेचा विचार करता ग्रामीण समाजरचनेचा केंद्रबिंदू आहे शेतकरी. त्यांच्या सभोवती बलुतेदार व आलुतेदार असतात. या '**अन्य मागासवर्गीय जातीतील बहुसंख्य जाती**' बलुतेदार व आलुतेदार यां सदरात मोडतात व हे बलुतेदार व आलुतेदार पूर्णपणे शेतकऱ्यांवर त्यांच्या उपजीविकेसाठी अवलंबून असतात. आपल्या

जातीच्या सेवेच्या मोबदल्यात ते शेतकऱ्यांकडून अन्नधान्य मिळवीत. या जातींचे शेतकऱ्यांवर अवलंबन हीच या जातींची एक महत्त्वाची समस्या होय.

**(४) आर्थिक मागासलेपण -** सामाजिक दृष्टीने या जातींचा दर्जा हा जसा कनिष्ठ होता तसाच आर्थिक दृष्टीने विचार करता या जातीची आर्थिक स्थिती ही कनिष्ठ स्वरूपाची म्हणजे गरीब होती. भारतातील ग्रामीण परिसरात पूर्वी चलनी अर्थव्यवस्था नव्हती. तेव्हा या जातीतील लोकांनी, सवर्ण व विशेषत: जमीनदार, शेतकरी यांची वर्षभर सेवा करावयाची व त्या मोबदल्यात रीतीरिवाजाप्रमाणे सुगीच्या काळात शेतकऱ्यांकडून त्यांना धान्य मिळत असे. चलनी अर्थव्यवस्था आल्यावरही यात विशेष बदल झालेला दिसत नाही. या ग्रामीण परिसरातील कारागिरांच्या सेवेचे मोल पैशांत करून तेवढे पैसे रोख किंवा त्या पैशाचे धान्य मिळे. ग्रामीण भागातील या जातीतील कुटुंबे ही आर्थिकदृष्ट्या कनिष्ठ वा गरीबच राहिली. या जातीतील ज्या लोकांनी शहरी समुदायात आपले व्यवसाय सुरू केले त्यांची आर्थिक स्थिती त्यांच्या ग्रामीण बांधवांपेक्षा जरी सुधारल्यासारखी दिसत असली तरी शहरातील अन्य सवर्ण जातींच्या तुलनेने ते गरीबच राहिले. या जातींतील लोकांचा समावेश वर्गव्यवस्थेचा दृष्टिकोन डोळ्यांसमोर ठेवला तर मध्यम वर्गीयांत करणे अवघड आहे. आर्थिक दृष्ट्या दयनीय स्थिती ही या जातीची एक समस्या होय.

**(५) निरक्षरता -** पारंपरिक व्यवसायामुळे औपचारिक शिक्षणाची गरज किंवा शालेय शिक्षणाची गरज या जातींना वाटली नाही. म्हणून या जातीतील लोकांत निरक्षरतेचे प्रमाण अन्य सवर्ण जातींचा विचार करता खूपच जास्त आहे. यांच्या पारंपरिक व्यवसायावरच गदा आल्यावर अन्य व्यवसाय व नोकरीकडे वळावे तर निरक्षरता आड येत होती. शिक्षणाबाबतचा उदासीन दृष्टिकोन हे या लोकांच्या निरक्षरतेचे कारण होय. शिक्षणाच्या अभावामुळे या जाती सर्वच क्षेत्रांत मागे राहिल्यात असे म्हटल्यास चूक ठरू नये. तेव्हा निरक्षरता ही या जातीची एक समस्या होय. **अन्य मागासवर्गीय जातींच्या समस्या सोडविण्याचे उपाय**

**(अ) वैधानिक तरतुदी -**

भारतातील राज्यघटनेत या जातीतील लोकांसाठी स्वतंत्र तरतूद नसली तरी कलम क्र. १५, १६, १७, १९, २३, २५, २९, ३८, ४६, ३३०, ३३२, ३४१ कलमांतील तरतूद या जातीतील लोकांनापण लागू आहे. (या सर्व कलमांवर अनुसूचित जाती, जमातींच्या समस्यांवर चर्चा करताना आपण चर्चा केली आहे, त्यामुळे त्याची पुनरावृत्ती या ठिकाणी टाळतो. विद्यार्थ्यांनी त्या कलमाचा संदर्भ उत्तर लिहिताना पहावा.) अन्य मागासवर्गीयांच्या समस्यांचा अभ्यास करण्यासाठी नेमलेला 'मंडल आयोग' या तरतुदींनुसारच नेमण्यात आला होता.

**(ब) अन्य उपाय : मंडल आयोगाच्या सूचना -**

अन्य मागासवर्गीयांच्या समस्या सोडविण्यासाठी मंडल आयोगाने खालील शिफारशी केल्या आहेत.

(१) अनुसूचित जाती-जमातींप्रमाणेच अन्य मागासवर्गीय जातींसाठी पण सरकारी, निमसरकारी प्रशासनसंस्था, सर्व प्रकारच्या शिक्षणसंस्था यांत २७% जागा किंवा नोकऱ्या राखीव ठेवण्याची सोय करण्यात आली. याचा परिणाम असा झाला की, '**अन्य मागासवर्गीय जातीतील लोकांना सरकारी, निमसरकारी क्षेत्रांत नोकरीच्या संधी उपलब्ध झाल्यात.**' त्यामुळे या जातीतील लोकांपुढे प्रगतीचे एक नवीन दालन खुले झाले.

(२) **अनुसूचित जाती व अनुसूचित जमातीं**प्रमाणेच या अन्य मागासवर्गीय जातींतील लोकांनापण मोफत शिक्षणाची सोय राज्य सरकारांनी उपलब्ध करून द्यावी अशीही तरतूद या अहवालात आहे. महाराष्ट्रापुरते बोलावयाचे झाल्यास ब्राह्मण व मराठा आणि तसेच महाराष्ट्र, कर्नाटक सीमेवरील गावांतील लिंगायत संप्रदायाचे लोक वगळता अन्य सर्व जाती या 'अन्य मागासवर्गीय जाती' या संज्ञेस पात्र ठरतात.

(३) मंडल आयोगाच्या शिफारशी अमलात येण्यापूर्वी भारतात प्रथम महाराष्ट्र सरकारने मा. यशवंतराव चव्हाण हे महाराष्ट्राचे मुख्यमंत्री असताना, त्यांनी आर्थिक दृष्ट्या मागासवर्गीय जातीतील लोकांना किंवा मुलांना शिक्षणाची संधी मिळावी म्हणून मोफत शिक्षणाची सोय केली होती. आजही ती सोय चालू आहे. या तरतुदीनुसार ज्या कुटुंबाचे एकूण वार्षिक उत्पन्न ₹ १२०००/- (ही योजना सुरू झाली तेव्हा उत्पन्नाची मर्यादा ₹ ४८००/- होती) वा त्यापेक्षा कमी आहे. अशा कुटुंबातील मुलांना मोफत शिक्षणाची सोय करण्यात आली होती. अशा मुलांची शाळा, महाविद्यालयातील शैक्षणिक व परीक्षा फी (शुल्क) सरकार भरते. या योजनेचा फायदा प्रामुख्याने 'अन्य मागासवर्गीय जातीतील' कुटुंबांनाच मिळत असे **पण या योजनेचे वेगळेपण हे की, 'आर्थिकदृष्ट्या कमकुवत किंवा कमी उत्पन्न असलेल्या सवर्ण जातीतील मुलांनापण योजनेचा फायदा मिळतो.'**

(४) याव्यतिरिक्त या जातीतील लोकांना स्वत:चा रोजगार करावयाचा असेल तर अल्प व्याजदरात कर्ज देण्याची सोयपण उपलब्ध झाली आहे. त्यामुळे स्वयं-रोजगाराच्या नवनवीन संधी या जातींसमोर उपलब्ध झाल्या आहेत.

**आरक्षणनीती**

मंडल आयोगाच्या शिफारशी सरकारने स्वीकारल्यानंतर व त्याची प्रत्यक्ष अंमलबजावणी केल्यानंतर उत्तर भारतात तीव्र प्रतिक्रिया झाल्या. त्याविरुद्ध आंदोलन झाले. प्रकरण **'सुप्रीम कोर्टात' वा सर्वोच्च न्यायालयात दाखल झाले.** शेवटी सर्वोच्च न्यायालयाने असे निर्देश दिले की कोणत्याही परिस्थितीत **'आरक्षण हिस्सा' हा ५०% टक्क्यांपेक्षा जास्त असता उपयोगी नाही.** याशिवाय केंद्रसरकारला खालील निर्देश सर्वोच्च न्यायालयाने दिले.

(अ) **केंद्र सरकारने 'सर्वोच्च स्तरातील'** (Creamy layer) जातींना आरक्षणातून का वगळले याचे स्पष्टीकरण द्यावे.

(ब) आरक्षणात **कोणत्या जातींचा वा उपजातींचा समावेश करावयाचा** किंवा त्यांना आरक्षणातून वगळावयाचे या संदर्भात बदलत्या परिस्थितीनुरूप सतत विशिष्ट कालावधीनंतर आढावा घ्यावा.

(क) **आरक्षणाच्या प्रकरणांचा** आढावा घेण्यासाठी केंद्र व राज्य सरकारने एका कायमस्वरूपी आयोगाची नेमणूक करावी की जो परिस्थितीचे निरीक्षण करून वेळोवेळी योग्य निर्णय घेईल.

यातील महत्त्वाची गोष्ट ही की सर्वोच्च न्यायालयाने आरक्षणाची अंतिम मर्यादा ५०% असावी. असा निर्देश देऊनही काही राज्यांनी त्यापेक्षा जास्त आरक्षणहिश्शात वाढ केली ती खालीलप्रमाणे

(१) **तमिळनाडू ६९% आरक्षण**

(२) **कर्नाटक ७३%** (कर्नाटकातील आरक्षणनीतीला सर्वोच्च न्यायालयाने स्थगिती दिली आहे.)

(३) **महाराष्ट्र ५२%**

- कर्नाटकातील 'आरक्षणनीती' चा विचार करता कर्नाटक सरकारने तथाकथित उच्चभ्रू व सवर्ण समजल्या जाणाऱ्या वोक्कलिंग (Vokkalingas) आणि लिंगायत (Lingayat) जातीतील लोकांचापण मागासवर्गीयांत समावेश केला. त्यामुळेच त्यांच्या या आरक्षणनीतीला स्थगिती मिळाली असावी.
- महाराष्ट्रात मात्र 'आरक्षण नीती' सर्वोच्च न्यायालयाच्या निर्देशानुसारच निर्धारित केली असून खालील तक्त्यावरून महाराष्ट्रातील आरक्षणनीतीचे धोरण व प्रमाण विद्यार्थ्यांच्या लक्षात येईल.

## महाराष्ट्रातील आरक्षणनीती दर्शविणारा तक्ता

| अ.क्र.<br>(१) | आरक्षण दिलेल्या जातीचे नाव<br>(२) | आरक्षणाचे शेकडा प्रमाण<br>(३) |
|---|---|---|
| (१) | अनुसूचित जाती | १३.०० |
| (२) | अनुसूचित जमाती | ७.०० |
| (३) | विमुक्त जमाती | ३.०० |
| (४) | भटक्या जमाती[*]<br>(अ) इ. स. १९९० साली जाहीर<br>केलेल्या २८ जाती | २.५ |
| | (ब) धनगर व तत्सम | ३.५ |
| | (क) वंजारी व तत्सम | २.० |
| (५) | अन्य मागासवर्गीय जाती | १९.० |
| (६) | विशेष मागासवर्गीय प्रवर्ग | २.० |
| | **एकूण आरक्षण** | ५२.० |

**(तक्ता क्र. ६.२)**

[*] (भटक्या जमातींचे तीन वर्गांत विभाजन केले असून त्या जाती क्रमाने (अ) एन. टी. I (ब) एन. टी. II व (क) एन. टी. III म्हणून संबोधल्या जातात.)

## सारांश

भारत हा देश जातिव्यवस्थेवर आधारलेला देश असून जातीदर्जा हा जन्मावर आधारित असतो. सर्वसामान्यपणे ब्राह्मण, क्षत्रिय आणि वैश्य वर्णांत मोडणाऱ्या जाती या सवर्ण व तसेच आर्थिक दृष्टीने सबळ मानल्या जातात. चौथा वर्ण शूद्र व गावकुसाबाहेर राहणारा अस्पृश्य, यात समाविष्ट होणाऱ्या जाती या मागासवर्गीय जाती म्हणून ओळखल्या जातात. तर जंगल, डोंगर व दऱ्याखोऱ्यांत राहणारा आदिवासी समाजपण मागासवर्गीय म्हणून ओळखला जातो. भारतीय राज्यघटनेने, या तीन वर्गांत विभागलेल्या जातींना वेगवेगळी संज्ञा दिली आहे.

**(१) अनुसूचित जाती** - यात पूर्वाश्रमीच्या अस्पृश्य समजल्या जाणाऱ्या जातींचा समावेश होतो. उदा. महार, मांग, चांभार, ढोर इत्यादी.

**(२) अनुसूचित जमाती** - यात दऱ्याखोऱ्यात आणि जंगलात वास्तव्य करणाऱ्या असंख्य आदिवासी जमातींचा समावेश होतो.

(३) **अन्य मागासवर्गीय जाती –** यात पूर्वाश्रमीच्या शूद्र म्हणून समजल्या जाणाऱ्या अनेक जाती येतात. लोहार, सुतार, सोनार, शिंपी, न्हावी, तेली, तांबोळी इत्यादी. या वरील सर्व जाती केवळ सामाजिक दृष्टीने मागासलेल्या होत्या असे नाही तर आर्थिक दृष्टीनेपण त्या मागासलेल्या होत्या.

या जातींच्या व जमातींच्या प्रश्नांचा अभ्यास करून त्यांच्या हितसंबंधांचे रक्षण करण्यासाठी सरकारने **अनुसूचित जाती व जमातींसाठीचा राष्ट्रीय आयोग इ. स. १९९२ साली स्थापन केला.** या आयोगाच्या कार्यावर सविस्तर चर्चा या प्रकरणात सुरुवातीलाच केली आहे.

नंतर प्रथम अनुसूचित जातींचा विस्तार व त्याचे विविध पैलू यांवर चर्चा केल्यानंतर या अनुसूचित जातींच्या समस्या कोणत्या यावर सविस्तर प्रकाश टाकण्याचा प्रयत्न केला आहे. तसेच या पूर्वाश्रमीच्या अस्पृश्य समाजाच्या समस्या कोणत्या हे स्पष्ट करण्याचा प्रयत्न केल्यानंतर अस्पृश्यांच्या या समस्यांचे निराकरण करण्यासाठी कोणत्या वैधानिक व अन्य मार्गाचा अवलंब केला गेला यावर सविस्तर चर्चा करण्यात आली आहे.

शेवटी अनुसूचित जातींविरुद्ध जे विविध प्रकारचे गुन्हे नोंदविले गेले त्यासंबंधीपण विद्यार्थ्यांना माहिती देण्याचा प्रयत्न केला आहे.

अनुसूचित जातींनंतर अनुसूचित जमातींचा विस्तार भारतात किती व कशाप्रकारचा आहे यावर विवेचन केले आहे. अनुसूचित जमातींच्या समस्यांवर प्रा. राम आहुजा यांनी जे विवेचन केले त्यावर प्रकाशझोत टाकल्यानंतर अन्य समाजशास्त्रज्ञांनी विविध पैलूंतून जी चर्चा केली त्याचा आढावा घेतला आहे. अनुसूचित जमातींच्या समस्यांचे निराकरण करण्यासाठी वैधानिक व अन्य उपाय योजण्यात आले त्याचाही ऊहापोह केला आहे.

अनुसूचित जाती, अनुसूचित जमाती व अन्य मागासवर्गीय जाती यांच्या हितसंबंधांचे रक्षण व संवर्धन करण्यासाठी सरकारने पहिल्या पंचवार्षिक योजनेपासून आठव्या पंचवार्षिक योजनेपर्यंत किती पैसा खर्च केला हे तक्त्याच्या आधारे स्पष्ट केले आहे.

अन्य मागासवर्गीय जातींच्या समस्यांचा अभ्यास करण्यासाठी केंद्र सरकारने मंडल आयोगाची स्थापना केली होती. ह्या आयोगाच्या अंमलबजावणीला सुरुवात **७ ऑगस्ट १९९०** पासून झाली. मंडल आयोगाच्या काही बाबींवर चर्चा केली आहे. नंतर अन्य मागासवर्गीयांच्या समस्यांच्या विविध बाजूंवर विवेचन केले आहे. त्यानंतर मागासवर्गीयांच्या समस्यांचे निराकरण करण्यासाठी जे उपाय योजण्यात आले त्यावर सविस्तर विवेचन करण्यात आले आहे. शेवटी मंडल आयोगाने निर्धारित केलेल्या आरक्षण-नीतीवर चर्चा करताना, सर्वोच्च न्यायालयाने या संदर्भात दिलेल्या निर्देशनाचाही उल्लेख करण्यात आला आहे. सर्वोच्च न्यायालयाच्या निर्देशनानुसार सर्व प्रकारच्या

आरक्षणाचे प्रमाण ५०% पेक्षा जास्त असता उपयोगी नाही. परंतु, सर्वोच्च न्यायालयाचे हे निर्देश डावलून तमिळनाडू, कर्नाटक इत्यादी काही राज्यांनी आरक्षणाचे प्रमाण ५०% जास्त ठेवले आहे.

## सामाजिक न्याय व मंडल आयोग

भारतात इंग्रजांचे राज्य आल्यावर भारतीय समाजव्यवस्थेवर किंवा समाजरचनेवर त्याचे अनेक प्रहार होऊ लागले. पाश्चात्त्य संस्कृती व मूल्ये आणि भारतीय संस्कृती व मूल्ये यांच्यात संघर्ष होऊ लागला. समता, स्वातंत्र्य, विश्वबंधुत्व, आर्थिक, सामाजिक, राजकीय हक्क यात समानता, स्त्री-पुरुष समानता, समाजातील सर्व व्यक्तींना विकासाची, शिक्षणाची, सरकारी सेवेत दाखल होण्याची समान संधी ही नवीन मूल्ये एका बाजूला तर जन्मजात उच्चनीचपणा, श्रेष्ठत्व, कनिष्ठत्व, जातीप्रधान समाजरचना, शिक्षणापासून वंचित असा समाजाचा फार मोठा वर्ग, वंशपरंपरागत करावे लागणारे व्यवसाय, व्यक्ति-विकासासाठी आवश्यक असलेली संधी न मिळणे, आर्थिक विषमता, स्त्रियांकडे पाहण्याचा अनुदार व दूषित दृष्टिकोन या मूल्यांचे आचरण करणारा भारतीय समाज दुसऱ्या बाजूला. एकीकडे पाश्चिमात्यांचा समान दृष्टिकोन तर दुसरीकडे भारतीय समाजातील विषमता यांत मेळ घालण्याची आवश्यकता होती त्यासाठी योग्य त्या वैधानिक तरतुदींची गरज होती. **या ठिकाणी 'सामाजिक न्याय' म्हणजे समाजातील प्रत्येक व्यक्तीला, तिची जात, तिचा धर्म, पंथ, वंश, लिंग, प्रदेश याचा विचार न करता विकासाची समान संधी देणे होय.'** त्याचप्रमाणे ज्यांना पारंपरिक भारतीय संस्कृतीने वर नमूद केलेले हक्क डावलले गेल्यामुळे मागे रहावे लागले अशांना विकासाची समान संधी प्राप्त व्हावी व त्यांना तथाकथित उच्चवर्णीयांइतके सक्षम होता यावे म्हणून घटनेने एकीकडे समानतेसाठी जशा अनेक तरतुदी केल्या होत्या. (कलम १४ ते १९). तसेच कनिष्ठांना वरिष्ठांबरोबर येता यावे म्हणून राखीव जागांची किंवा आरक्षणाचीपण तरतूद करण्यात आली. घटनाकारांच्या मताने जेव्हा दलित स्पृश्यांएवढे सक्षम होतील तेव्हा खऱ्या अर्थाने भारतात सामाजिक न्याय प्रस्थापित होईल. काही तज्ज्ञांच्या मताने मंडल आयोग हापण सामाजिक समता व सामाजिक न्याय प्रस्थापित करण्याच्या दृष्टीने टाकलेले एक पाऊल होय. परंतु, या ठिकाणी प्रश्न असा निर्माण होतो की, या सगळ्या तरतुदींनंतरही भारतात सामाजिक न्याय प्रस्थापित झाला काय ? यात मतभिन्नता आहे.

मुंबई विद्यापीठातील समाजशास्त्राचे प्राध्यापक व डॉ. बाबासाहेब आंबेडकर (मुंबई विद्यापीठातील) सामाजिक न्यायस्तरीक केंद्र (Certre for Social Justice) यांनी आरक्षणधोरण व दलितांना कायद्याने मिळालेले अधिकार या संदर्भात केलेल्या विवेचनाचा आपण आढावा घेऊ.

**भरपाई भेदाचे सकारात्मक परिणाम -** १९५० च्या सुमारास, अनुसूचित जाती व अनुसूचित जमातींमध्ये शिक्षणाचा चांगलाच प्रसार झाला आणि तोच महत्त्वाचा भाग होता. यात मुख्यत्वेकरून आर्थिक मदत होती. ती शिष्यवृत्ती शाळा, कॉलेजात शिकणाऱ्या मुला-मुलींना मिळत होती. या समाजाकरिता वसतिगृहे बांधणे, इंजिनिअरिंग व मेडिकल महाविद्यालयांत आरक्षण ठेवणे व इतर सुविधा पुरविल्या जात होत्या. भारतीय घटनेच्या कलम ४६ प्रमाणे राज्यांनी या लोकांच्या शिक्षणाला पुढे सरकण्याकरिता विशेष काळजी घ्यायला हवी. सरकारच्या धोरणांमुळे दलितांना शिक्षणक्षेत्रांत प्रगती करायला वाव मिळाला. मानव संसाधन मंत्रालयात याच्या प्रगतीचे जे आकडे आहेत त्यावरून साक्षरता बरीच वाढली आहे हे कळते.

## 'सर्वांकरिता शिक्षण-भारतीय स्थिती/चित्र १९९३'

सर्वांसाठी शिक्षण या योजनेचा फायदा अनुसूचित जातीतील व अनुसूचित जमातीतील लोकांना व्हावा ही अपेक्षा होती. १९८१ व १९९१ सालच्या तुलनात्मक आकडेवारी करून तुमच्या असे लक्षात येईल. या दोन्हीही गटातील लोकांत साक्षरतेच्या प्रमाणात वाढ होत आहे. (२००१ व २०११ या दोन्ही जनगणनेतील संबंधित दोन्ही गटातील आकडेवारी प्रयत्न करूनही उपलब्ध होऊ शकली नाही. क्षमस्व.) त्यात सांगितल्याप्रमाणे साक्षरतेचा दर अनुसूचित जातीत **१९८१ मध्ये २१.४%** होता तो वाढून **१९९१ मध्ये ३७.४%** झाला. साक्षरतेचा दर अनुसूचित जमातीत **१९८१ मध्ये १६.४%** होता तो **१९९१ मध्ये २९%** झाला. अनुसूचित जातीतील पुरुषांच्या साक्षरतेचे प्रमाण **१९८१ मध्ये ३१.१%** होते ते **१९९१ मध्ये** ४९.९% झाले. अनुसूचित जमातीत पुरुषांच्या साक्षरतेचे प्रमाण **१९८१ मध्ये २१.५% होते तर १९९१ मध्ये** ४०.६% झाले. अनुसूचित जातीतील स्त्रियांच्या साक्षरतेचे प्रमाण १९८१ मध्ये १०.९% होते ते १९९१ मध्ये २३.८% झाले. अनुसूचित जमातीतील स्त्रियांच्या साक्षरतेचे प्रमाण **१९८१ मध्ये फक्त ८% होते ते १९९१ मध्ये १८.२%** झाले. या अहवालावरून मुख्य समस्या कळते. या समाजात शैक्षणिकदृष्ट्या निरक्षरता बरीच आहे. प्राथमिक व माध्यमिक स्तरावर गळणाऱ्यांची संख्याही खूप आहे. उच्चशिक्षणाला मर्यादित वाव आहे. आपल्या देशात त्यांच्याकरिता निरनिराळे शैक्षणिक कार्यक्रम आखलेत तरी हे असे चित्र आहे.

संरक्षित भेदाच्या धोरणात नाकारता न येणाऱ्या योजना व कार्यक्रम यांचा समावेश केला आहे. त्याला भारतीय राज्यांकडून मोठ्या प्रमाणात मदतही मिळते आहे. दुर्बल घटकांना निरनिराळ्या सरकारी खात्यांत नोकरी मिळू शकते. सामान्य जनतेकरिता उपलब्ध असलेल्या भागांत काम करणे, राजकारण, शैक्षणिक संस्था इ. मार्ग उघडले आहेत. साक्षरतेची सरासरी काढताना त्यांच्या लोकसंख्येच्या प्रमाणात त्यांची नोकर भरती होते.

एकूण या राज्यांनी तयार केलेली धोरणे व त्यामुळे होणारे पुरेसे पुनर्वाटपाचे परिणामदेखील जाणवतात. आरक्षित जागांमुळे विधानसभेत पुरेसे पाठबळ आहे. नोकऱ्या आरक्षित केल्यामुळे त्यांच्या कमाईत बराच फरक पडला आहे.

भारताचे माजी पंतप्रधान पी. व्ही. नरसिंह राव यांनी नवीन आर्थिक सुधारणात्मक धोरणाचा अवलंब केला. त्यांचे लक्ष्य, सर्व क्षेत्रांत खासगीकरणाचा अवलंब करून, सरकारवरचा कामाचा व आर्थिक ताणाचा बोजा कमी करणे, हे होते. अनुसूचित जाती / जमातींच्या नोकरी करणाऱ्यांच्या प्रमाणात घट झाली. १९५६ पासून लागू असलेल्या सकारात्मक पद्धती उलट्या केल्या गेल्यात. या सर्व घटनांवरून, फायदा मिळवून घेणाऱ्या गटाला, पुनर्वाटप प्रश्न सोडविताना कळते की, ते एकजिनसी नाहीत. पण त्यांच्या सामाजिक आणि सांस्कृतिक ओळखीत तो एकजिनसीपणा दिसतो. म्हणूनच सरकारने तयार केलेल्या योजना व कार्यक्रमांना अशा विरळ गोष्टीचाही विचार करून मागणी पूर्ण करायला हवी. तेथील गटांची विभागवार आखणी, जात इत्यादी गोष्टी विचारात घेऊन करताना अन्य काहीतरी लक्ष्य डोळ्यांसमोर ठेवून योजना राबवावयास हव्यात.

अनुसूचित जाती / जमातींना मात्र निश्चितच या सुरक्षाकवचापासून फायदा झाला आहे. सरकारने सुरू केलेल्या आणि त्यांना समजलेल्या शिक्षणाचा त्यांनी पुरेपूर फायदा घेतला. ते आपल्या मुलांनादेखील शिकवितात व आपल्या कुटुंबाची सामाजिक-आर्थिक प्रतिष्ठा राखतात.

या पुस्तकावरून हेच सुचविले जाते की, आजची समाजपद्धत यशस्वितेकडे वाटचाल करीत आहे. या योजनांचा सर्वसाधारण प्रभाव जरी मर्यादित असला तरी तो सकारात्मक आहे. अनुसूचित जाती-जमातींच्या लोकांमधील थोडे का होईना त्यांना सरकारी नोकऱ्यांत आणि विधिमंडळात शिरकाव मिळाला आहे. जे गरीब व गरजू आहेत आणि त्यांची संख्याही जास्त आहे ते मात्र या प्रगतीपासून दूरच आहेत. भारत सरकारच्या २००१ च्या, अनुसूचित जाती-जमातींचे जे कमिशनर आहेत त्यांनी तयार केलेल्या अहवालावरून हे कळते. या अहवालात या गटांनी केलेल्या प्रगतीचा आढावा घेतला आहे. आयोगाने लोकसंख्या, साक्षरता, उद्योगधंद्यांत असणारे आणि शासकीय सेवेत असणारे यांच्याबद्दल अर्थपूर्ण माहिती व आकडे दिले आहेत. त्यामुळे या गटांची गेल्या ५० वर्षांतील प्रगती आपल्याला कळते. या अहवालाप्रमाणे अनुसूचित जाती / जमातींचा हिस्सा पाहता भारतात दिसून येणारी प्रगती अगदीच नगण्य आहे. नोकऱ्यांसाठी आरक्षण करण्याचेच फक्त प्रयत्न केले जात आहेत. तेदेखील ठरलेले लक्ष्य पार करू शकले नाहीत. आयोगाला असे वाटते की, प्रतिनिधित्व करताना लोकसंख्या, साक्षरता, व्यवसायात असणारे, शासकीय कर्मचारी घटकांचाही समावेश यात व्हायला हवा. म्हणजेच जी काही प्रगती

होते आहे ती दिसून येईल. नवीन व्यवसाय करणाऱ्यांना पुढे जाऊ दिले पाहिजे व अनुसूचित जाती-जमातींना चालना देऊन वर काढले पाहिजे. या गोष्टींवर भर देण्याची वेळ आली आहे.

त्यांनी स्वत:ला पुढे आणण्याकरिता त्यांना प्रोत्साहन देणे गरजेचे आहे. सगळ्या क्षेत्रांत आर्थिक प्रगती साधण्याकरिता विशेष प्रशिक्षण, शिक्षण आणि आर्थिक साहाय्याची तरतूद व इतर गोष्टींचीही तितकीच आवश्यकता आहे. अनुसूचित जाती व जमातींकरिता बऱ्याच गोष्टी करणे गरजेचे आहे. त्याकरिता त्यासंबंधी योजना आखून, संरक्षण देऊन आणि त्यांना न्याय्य वाटा मिळतो की नाही हे पाहणेही अत्यंत आवश्यक आहे. अनुसूचित जाती-जमातींना योग्य प्रतिनिधित्व मिळते आहे का नाही, हे पाहून त्यांच्याकरिता त्यांच्या कामात येणारी परिणामकारकता आणि संरक्षण यांचा उपभोग ते घेऊ शकतील, हे ठरविता येऊ शकेल.

## उद्देश नसण्याचे परिणाम

पूर्वी म्हटल्याप्रमाणे, आरक्षणधोरणाने उद्देश नसणारे परिणाम निर्माण झालेत, प्रशासकीय पद्धतीत नवीन नातेसंबंध निर्माण झालेत. जसे दुकानदार गिऱ्हाईक, देणारे आणि घेणारे इ. दलितांसारखे जे वंचित त्यांना आरक्षणापासून फायदा मिळायला हवा त्याऐवजी सरकारी कर्मचाऱ्यांनी त्यांना आपल्या ताब्यात ठेवून दलितांना गप्प केले. हे कर्मचारी स्वत: राजकारण्यांसारखे झालेत. ह्यामुळे दलितांमधला मध्यमवर्ग तयार झाला. त्यालाही त्यांनी सीमित करायचा प्रयत्न केला. आरक्षणाचा फायदा मिळणाऱ्याच्या मनात ही एक कल्याणकारी योजना आहे, अशी भावना वाढीला लागली. ह्या फायदे मिळणाऱ्यांना त्यांनी एका वेगळ्या आणि कलंकित श्रेणीत घातले आणि जातीवरून पुन्हा त्यांना खालच्या स्तरावर ठेवण्यात आले. आता दलितांनासुद्धा कळून चुकले की, ह्या सरकारने सुरू केलेल्या योजना, जशी आरक्षणयोजना, हे छोट्या छोट्या तुकड्यांमध्येच आपल्याला मिळणार आहे. ह्या योजनेमुळे दलितांना राजकारणात तटस्थ ठेवले. नंतर त्यांच्या लक्षात आले की, त्यांचे व्यवसायाच्या दृष्टीने आरक्षणावर अवलंबून राहणे वाढले की, ते आपोआपच राजकारणापासून दूर राहतात. म्हणजेच ह्या धोरणाचा वापर 'सामाजिक ताबा ठेवण्यासाठी वापरलेली यंत्रणा' एवढाच होता असे म्हणायला हरकत नाही. विशिष्ट जातीला धर्मामुळे जी प्रतिष्ठा मिळाली व समाजातील विशिष्ट जातीतील एक व्यक्ती हा संबंध अजून तरी संपलेला नाही. नोकरीसाठी आरक्षणधोरण आखताना हा त्यांचा संबंध तोडण्याचा प्रयत्न केला गेला. त्याकरिता काही दलितांना नोकऱ्या देऊन त्यांना मध्यवर्गीयांचा दर्जा दिला व इतर काम खालच्या स्तरातील लोकांना दिले; पण त्याने त्यांचा हेतू पूर्ण झाला नाही. एक मात्र मान्य करायला हवे की, आश्रयदात्यांमुळे ह्या

फायदा मिळणाऱ्या घटकांना राजकारणाची ओढ लागली. खरे तर ह्या आरक्षणधोरणामुळे त्यांच्यात सुधारणा व्हावी म्हणून प्रयत्न सुरू केले होते. पण त्याचा फायदा वैयक्तिकरीत्या घेण्यातच झाला. समाजातील व्यक्तीचे पुढे जाणे म्हणजे एका अर्थाने एकाच ठिकाणी तुंबून राहणे होय. या लोकांची प्रगती होते आहे असे म्हटले तरी प्रगतीची वाट गुंतागुंतीची व समस्यांनी भरलेली आहे.

## सकारात्मक परिणाम

ह्या धोरणाच्या मर्यादा दिसत असूनही हिने काही सकारात्मक बदल दलित व जमातीच्या लोकांत केलेत. व्यक्तिगत चालना ही त्यांतील एक बाब. ज्याला या धोरणातून फायदा मिळत असेल त्या व्यक्तीच्या कुटुंबीयांना सामाजिक सुरक्षा किंवा खासगी सुरक्षा मिळाली. (ह्या ठिकाणी साधारणपणे प्रत्येक फायदा मिळणाऱ्या व्यक्तींवर ६ ते ७ लोक अवलंबून आहेत असे दिसले.) अनुसूचित जाती व अनुसूचित जमातीतील लोकांना समाजात काही प्रतिष्ठा मिळाली, पण ती कमावण्याकरिता त्यांना मोठी किंमत चुकवावी लागली.

आरक्षणधोरणाने काही सकारात्मक परिणाम दाखवले आहेत, त्यामुळे ह्या धोरणाच्या वाढीकरिता व ते ज्या कामाकरिता ज्या अर्थाने सुरू झाले ते पूर्ण करण्याकरिता त्यांत सुधारणा करणे गरजेचे आहे. म्हणजेच घटनेला प्रेरित असणारे कार्य पूर्ण होईल. दलित आणि जमातीच्या लोकांची इच्छा आहे त्यांची प्रतिष्ठा त्यांनी केलेल्या कामावर ठरवावी. पूर्वी जातींवरून जो दर्जा दिला जायचा तो आता कालबाह्य धरावा. दुसरे म्हणजे सर्वसाधारण गटातील लोकांनी त्यांना 'नोकरीतील आरक्षणाचे फायदे घेणारे' असे म्हणू नये. हा दृष्टिकोन जर नीट पाळला गेला तर ऐतिहासिक काळापासून दूर ठेवलेल्या वंचित लोकांसाठी हे स्वप्न न राहता ते प्रत्यक्षात येऊ शकते. त्यांच्यावर जातीमुळे होणारा भेद नजीकच्या भविष्यात जाऊन तर्कशास्त्रदृष्ट्या योग्य पद्धत आचरली जाईल, हे पाहणे महत्त्वाचे व गरजेचे आहे.

नोकऱ्यांकरिता असलेले आरक्षणधोरण त्यावर चर्चा करताना, सर्वोच्च न्यायालयाने त्यावर टाकलेला प्रकाशही महत्त्वाचा ठरतो. भारतात जातींचा पगडा किती खोलवर गेलेला आहे हे ह्यावरून कळते. लोकांच्या मनात असलेल्या चुकीच्या कल्पना व सत्यता ह्यातला फरक समजून घेण्याची गरज आहे. ह्या धोरणाचा फायदा मिळणारे किंवा ह्या धोरणाला विरोध करून त्याचे राजकारण करणारे दोघांनीही हा विषय गंभीरपणे घ्यायला हवा. आपण जर ह्याचा एकतर्फीच विचार करत राहिलो तर ही कधीही न संपणारी समस्या राहील आणि ज्यांना स्वत:चे स्वार्थ आहेत त्यांना ते धोरण एक वरदानच ठरेल आणि ही बाब भारतीय समाजाला न परवडणारी आहे.

## कायद्याने मिळालेल्या अधिकारांची प्रक्रिया

ह्या बदलत्या परिस्थितीत आता एक निश्चित झाले आहे की, दुर्बल घटकांना जास्त पाठिंबा आणि संरक्षण राज्यांकडून मिळायला हवे. ते लागू करण्याकरिता कायद्याने कडक उपाय योजावे लागतील. ह्यासाठी जास्तीत जास्त मदत व कठोर परिश्रमांची गरज आहे. ह्या सगळ्यांपेक्षा वरची मोठी आणि चांगली गरज आहे, ती विचारपूर्वक रीतीने राजकारणाला दूर ठेवण्याची. जागतिकीकरण व उदारीकरणवाद्यांशी लढण्याकरिता ह्या वंचित व कधीही काहीही फायदा न मिळालेल्यांना त्यासाठी सिद्ध करायला हवे. हे करताना त्यांच्या जगण्यावर आणि वाढीवर परिणाम होण्याचा संभव आहे. काही झाले तरी प्रगती आणि सामाजिक न्याय हे सरकारने आखलेल्या योजना किंवा कार्यक्रमातील नुसते मुद्दे बनू शकत नाहीत तर ते वास्तविक पाहता समाजाची शक्ती आहेत. त्यात शिरकाव करणे आणि त्याला काबूत ठेवणे हेच मूळ स्रोताचे काम आहे. ह्या सगळ्या योजनांमुळे त्यांचे आयुष्य किंवा आयुष्यातील स्थिती बदलू शकते. ह्या प्रकारे सामाजिक न्यायाची वाढ होणारी प्रक्रिया सुरू झाली की, ह्या घटकांच्या सभासदांचा स्वत:चा आत्मविश्वास वाढेल व फक्त स्वत:वर अवलंबून राहून असलेल्या संधीचा वापर करून ताठमानेने आयुष्य जगण्याचे ते ठरवू शकतील.

भारतीय समाजात ह्या दुर्बल घटकांना, कायद्याने मिळालेल्या अधिकारांबद्दल शेवटी काय वाटते? कायद्याने मिळालेले अधिकार ही दाखवता येणारी गोष्ट नव्हे. ते म्हणजे स्वत:ची स्वत:ला केलेली मदत. स्वत: केलेले प्रयत्न व वंचित लोकांची मानसिक चालना ह्यावर ते अवलंबून आहे. प्रत्येक व्यक्तीला आपल्याला कायद्याने मिळालेल्या अधिकारांचा योग्य वापर करता आला पाहिजे. त्याचा उपयोग त्यांनी आयुष्य बंधमुक्त करून नवीन पद्धतीने सुरू करायला हवे. त्यांचे बंधमुक्त होणे हे वाईट वागणूक, सगळे (अत्याचार इ.) सहन करणे आणि स्तर नसलेल्या प्रकारचे आयुष्य ह्यातून बाहेर पडणे होय. कायद्याने मिळालेल्या अधिकारांनी मानसिक वृत्तीत बदल व भौतिक गोष्टी मिळविण्याचे स्रोत खुले होतात. थोडक्यात, कायद्याने मिळणारे अधिकार ही एक मनाची स्थिती आहे. त्याचा परिणाम आत्मविश्वास, आत्मनिर्भरता आणि स्वत:च्या हक्कांसाठी लढण्याकरिता बळ येणे हे होय. हे फक्त स्वत:ची वाढ, प्रगती करण्याची इच्छा असली तरच ते शक्य आहे.

कायद्याने दिलेल्या अधिकारांकडे ह्या संदर्भात पाहताना हे म्हणावेसे वाटते की, ज्या हक्कांना जबरदस्तीने लागू केले नाही त्यांचीच आता समस्या बनली आहे. ती पुढे एक धारणा बनते. व्यक्ती, वर्ग आणि समाजाची आर्थिक आणि सामाजिक समर्थता तयार होण्याकरिता ह्या घटकाची गरज आहे. कायद्याने मिळणारे अधिकार पुढे आणण्यामागे काही कल्पना आहेत त्यात उच्चनीचतेच्या स्तरावरून सबंध मानवजात एकच आहे ह्या एकाच कारणामुळे समाजात बदल आणणे आवश्यक आहे.

ह्या पार्श्वभूमीवर कायद्याने मिळालेल्या अधिकारांचा मुद्दा पाहायला हवा. दुर्बल घटकांची सामाजिक उन्नती हेच त्यांचे ध्येय आहे व ते समजून घेण्याची गरजपण आहे. आता ह्या गटांना वाढती जाणीव आल्यामुळे ते स्वत:ला पुढे सरकवण्याचा आग्रह धरतात. आता त्यांना जातींवर आधारित उच्चनीचता नको आहे, जी इतकी वर्षे समाजातील उच्चवर्णीयांनी त्यांच्यावर लादली होती. आता ते समाजाची सुधारणा करण्यात पुढाकार घ्यायला लागले आहेत आणि म्हणूनच कायद्याने दिलेल्या अधिकारांची प्रक्रिया सुरू झाली आहे. ह्या दबून राहिलेल्या जाती व जमातींची मंडळी आता पुढे येऊन, त्यांचा छळ करणाऱ्यांविरुद्ध निषेध नोंदवायला लागले आहेत. आता त्यांना त्यांच्या राजकीय तंत्राने स्वत:साठी राजकीय सत्ता मिळवायची आहे, हे काम एका हाताने होत असताना दुसरीकडे त्यांना आपल्यावरचा 'शिक्का मतपेढी' हा पुसून टाकायचा आहे. त्यांना 'मानवी हक्क' मिळावेत म्हणून हा निषेध आहे. प्रगतीच्या प्रक्रियेतील योग्य वाटा त्यांना त्यांचा हवा आहे. ह्या नवीन घटनांनी त्यांना जाग आणली खरी. त्यात त्यांना आत्मसन्मान, काहीतरी करून दाखवण्याची जिद्द, ह्या गोष्टी मिळाल्यात त्याच वेळी समाजातील वर्चस्व प्रस्थापित करणाऱ्या जाती व वर्गांविरुद्ध निषेध करायलाही शिकलेत. समाजातील सामाजिक, सांस्कृतिक संघटना आणि त्यांचे लिखाण ह्यामुळे ह्या घटकांना चालना मिळाली व त्यामुळे ते लोकशाहीतील हक्कांसाठी लढू शकले व आपलं सामर्थ्य दाखवू शकलेत.

म्हणूनच कायद्याने मिळालेल्या अधिकारांचा विचार करताना त्या संदर्भात काय काय घडले ह्याचा विचार होणे अपरिहार्य आहे. त्यांचे समाजातील तुच्छ स्थान, प्रचंड दारिद्र्य आणि सतत वंचित ठेवलेली स्थिती ह्यातून त्यांना बाहेर काढायचे होते. दुसऱ्या शब्दांत, कायद्याने मिळालेल्या अधिकारांमुळे दुर्बल घटकांना आपली प्रगती करता आली. त्यात सामाजिक-आर्थिक परिस्थिती आणि त्यांच्या प्रतिष्ठेत होणारी वाढ ह्या गोष्टी आल्यात. थोडक्यात, कायद्याने मिळालेल्या अधिकारांमुळे आता दुर्बल घटक त्यांच्या खऱ्या मुद्द्यांना अगदी स्पष्ट शब्दांत सांगू लागले आहेत. त्यांच्या त्या सुनियोजित पद्धतीमुळे ते राज्यावर दबाव आणू शकतात आणि राज्यालाही समस्या दूर करण्याकरिता मधे पडावेच लागते. त्यामुळे भविष्यात तरी कामे सुरळीत होतील. ह्या घटकांना कायद्याने दिलेले अधिकार हे लोकशाहीतील राजकारणाच्या चौकटीतच बसवावे लागतात. त्यामुळे राज्यांना विशेष जबाबदारीने काम करून ह्या समस्या सोडवाव्या लागतील आणि त्याचबरोबर त्यांची क्षमता कशी वाढेल इकडेही लक्ष ठेवावे लागेल.

## समारोप

दलित व आदिवासी यांच्या संदर्भात राज्याची धोरणे व तरतुदी या प्रकरणात प्रथम आपण अस्पृश्यतानिर्मूलनाच्या संदर्भात विविध कालखंडांत सरकारने केलेल्या विविध

कायदेविषयक तरतुदींचा सविस्तर आढावा घेताना त्याची सुरुवात वसाहतवादी म्हणजे ब्रिटिश सरकारने अस्पृश्यतानिर्मूलनाच्याबाबत केलेल्या कायदेविषयक तरतुदींचा धावता आढावा घेतला. त्यानंतर भारताला स्वातंत्र्य मिळाल्यानंतर भारताची स्वतंत्र राज्यघटना तयार झाली व ती २६ जानेवारी १९५० पासून प्रत्यक्ष अमलात आली. या घटनेत घटनाकारांनी अस्पृश्यतानिर्मूलनाच्या संदर्भात ज्या अनेक कलमांचा समावेश केला होता त्यांचाही आपण धावता आढावा घेतला होता. घटनेतील तरतुदींचा विशेष फायदा न झाल्याचे सरकारच्या लक्षात आल्यानंतर इ. स. १९५५ साली अस्पृश्यता (अपराध) अधिनियम मंजूर केला व अस्पृश्यतेचा गुन्हा करणाऱ्यास शिक्षेची तरतूद करण्यात आली. अनुसूचित जाती व अनुसूचित जमातींवरचे अत्याचार वाढत गेल्याने व त्याला विकृत स्वरूप प्राप्त झाल्यामुळे १९८९ साली भारत सरकारने 'अनुसूचित जाती व अनुसूचित जमाती' (दुष्टकृत्य प्रतिबंध) अधिनियम मंजूर केला. अस्पृश्यतानिर्मूलनाच्या संदर्भात जरी अनेक कायदे सरकारने केले असले तरी जोपर्यंत लोकांच्या या संदर्भातील अभिवृत्ती बदलत नाहीत तोपर्यंत खऱ्या अर्थाने अस्पृश्यतानिर्मूलन १००% झाले नाही असेच म्हणावे लागेल.

याशिवाय महात्मा जोतिबा फुले, महात्मा गांधी, श्री. ईश्वर चरण, श्री. अमृतलाल ठक्कर किंवा ठक्कर बाप्पा आणि डॉ. बाबासाहेब आंबेडकर यांनी व्यक्तिश: व त्यांच्या त्यांच्या संघटनांच्या पातळीवर अस्पृश्यतानिर्मूलनाचा प्रयत्न केला होता.

भारतातील अनुसूचित जाती-जमातींच्या समस्यांचा अभ्यास करण्यासाठी, त्यांची सोडवणूक करण्यासाठी, तसेच त्यांच्या हितसंबंधांचे संरक्षण करण्यासाठी '**अनुसूचित जाती व अनुसूचित जमातींसाठीचा राष्ट्रीय आयोग**' स्थापन करून त्यास १२ मार्च १९९२ रोजी वैधानिक दर्जा दिला. या आयोगाच्या कार्यावरही या प्रकरणात आपण चर्चा केली आहे.

या प्रकारचा तिसरा भाग अनुसूचित जातीजमातींसाठी आखलेल्या व सरकारने निर्धारित केलेल्या आरक्षणधोरणाशी संबंधित आहे. यात प्रथम भारत सरकारने आरक्षणाच्या बाबतीत केलेल्या घटनात्मक तरतुदी विशद केल्यात. अस्पृश्यांप्रमाणेच ज्यांचा पूर्वी शूद्र म्हणून उल्लेख केला जात होता, अशा सर्व अन्य मागासवर्गीयांनाही किंवा मागास जातींनाही आरक्षण द्यावे अशी सतत मागणी होत असल्यामुळे त्या मागणीचा विचार करण्यासाठी भारत सरकारने मंडल आयोगाची स्थापना केली. आयोगाने त्यांचा अहवाल ३१/१२/१९८० दिनी सरकारला सादर केला. मंडल आयोग, त्यांची आरक्षण-नीती, त्याचे सकारात्मक परिणाम, त्याचे उद्देश इत्यादींवर या प्रकरणात सविस्तर चर्चा करून प्रकरणाची सांगता केली आहे.

## स्वअध्ययनासाठी प्रश्न -

**(अ) खालील प्रश्नांची उत्तरे प्रत्येकी ५०० शब्दांत द्या. (२०)**

(I) 'अस्पृश्यतानिमूर्लन' कायदेविषयक तरतुदींवर निबंध लिहा.

(II) मंडल आयोगाने प्रतिपादन केलेल्या आरक्षणनीतीचा सविस्तर आढावा घ्या.

**(ब) खालील प्रश्नांची उत्तरे प्रत्येकी १५० शब्दांत द्या. (१०)**

(I) अनुसूचित जाती व अनुसूचित जमाती (दुष्टकृत्य प्रतिबंध) अधिनियम १९८९-मधील तरतुदी

(II) आरक्षण - घटनेतील तरतुदी

(III) अस्पृश्यतानिर्मूलन-बिनसरकारी प्रयत्न.

(IV) आरक्षण - अन्य मागासवर्गीय जातींसाठी मंडल आयोगाच्या शिफारशी.

**(क) टिपा लिहा. प्रत्येकी ५० शब्द (५)**

(I) अस्पृश्यता (अपराध) अधिनियम १९५५.

(II) अनुसूचित जमाती-आरक्षणविषयक घटनेतील तरतुदी.

(III) 'अनुसूचित जमाती' बाबतच्या राष्ट्रीय आयोगाच्या काही कार्यांचा धावता आढावा घ्या.

(IV) सामाजिक न्याय.

# प्रकरण ७

# दलित – बहुजन समाज रूपावली व अस्मितेचे राजकारण

## अध्ययनाची उद्दिष्टे :

१. दलितांची समकालीन स्थिती काय आहे याचे आकलन होण्यासाठी.

२. दलित – बहुजन समाज रूपावली म्हणजे काय हे समजण्यासाठी.

३. दलितांची अस्मिता म्हणजे काय याची जाणीव होण्यासाठी.

४. अस्मितेच्या राजकारणाचे स्वरूप समजण्यासाठी.

## प्रस्तावना –

या पुस्तकाच्या पहिल्या प्रकरणाच्या शेवटी आपण दलितांचा उदय व त्याचे स्वरूप यावर धावती चर्चा केली होती. या प्रकरणात प्रामुख्याने आपण दलितांची समकालीन स्थिती काय आहे, याचा आढावा घेणार आहोत. शिवाय गेल्या काही दशकांत बहुजन समाज ही संज्ञा वापरात येत असून त्याचा संबंध दलितांशी जोडण्याचा प्रयत्न काही विचारवंत करीत आहेत. या दृष्टिकोनातून आपण दलित-बहुजन समाज रूपावली म्हणजे नेमके काय हेही तपासून पाहणार आहोत. तसेच गेल्या काही दशकांपासून 'दलितांची अस्मिता' ही संकल्पना पुढे आली व त्यातूनच (दलितांच्या संदर्भात) अस्मितेच्या राजकारणाला प्रारंभ झाला. आपणच दलितांचे कैवारी ही प्रतिमा निर्माण करण्याचा प्रयत्न प्रत्येक राजकीय पक्षाने केला हे सत्य डावलता येणार नाही. दलितांचे कैवारी असल्याचा दावा रिपब्लिकन पक्षापासून ते भारतीय जनता पक्षापर्यंत सर्वच पक्ष करतात. अतिडाव्या पक्षांपासून ते अति उजव्या पक्षापर्यंत सर्वच पक्ष स्वतःला दलितांचे उद्धारक समजतात व त्या दृष्टीने ते त्यांच्या राजकारणाची दिशा ठरवितात. 'दलितांची एकगठ्ठा मते' मिळविण्याचा हा एक प्रयत्न प्रत्येक राजकीय पक्षाच्या राजकारणाचा एक भाग बनला आहे. या सर्वांचा विचार आपण या प्रकरणात करण्याचा प्रयत्न करणार आहोत.

## दलित – समकालीन अर्थ (Dalit - Contemporary Meaning)

शोषित किंवा दलित गटातील व्यक्ती या दलित संज्ञेखाली येतात. दलित ही संज्ञा नवीन नाही तर जुनीच आहे. इ. स. १९३० साली शोषित वा दलित वर्गासाठी (Depressed Classes) मराठी व हिंदी भाषांतरकारांनी दलित या संज्ञेचा वापर केला होता. त्याचप्रमाणे इ. स. १९३० साली पुण्यात, दलित वर्गांच्या प्रश्नांना वाचा फोडण्यासाठी 'दलित बंधू' हे वृत्तपत्र प्रकाशित करण्यात येत होते. डॉ. बाबासाहेब आंबेडकर यांनी त्यांच्या मराठी भाषणात त्यांनी अस्पृश्यांसाठी दलित याच संज्ञेचा वापर केला होता. परंतु, १९४८ साली प्रकाशित झालेल्या Untouchables (अस्पृश्य) या इंग्रजी पुस्तकात डॉ. बाबासाहेब आंबेडकरांनी दलित या मराठी संज्ञेसाठी इंग्रजीत मात्र Broken Men (भग्नहृदयी माणसे) ही संज्ञा वापरणे पसंत केले होते.

विसाव्या शतकाच्या उत्तरार्धात म्हणजे इ. स. १९७२ साली 'दलित पॅन्थर्स' या संघटनेने 'दलित' या संज्ञेचे पुनरुज्जीवन करताना 'दलित' या संकल्पनेचा विस्तार करून त्यात अनुसूचित जमाती, नव-बौद्ध, कामगार, भूमिहीन आणि गरीब शेतकरी, स्त्रिया आणि असे सर्व लोक की ज्यांचे राजकीय, आर्थिक आणि धार्मिक शोषण केले जाते अशा सर्वांचा समावेश केला होता.

इ. स. १९७० च्या प्रारंभापासून 'दलित' हा शब्द, मोठ्या प्रमाणात वृत्तपत्रे, सामान्यांच्या भाषेत, मोठ्या प्रमाणात वापरण्यात येऊ लागला. याच कालावधीत महाराष्ट्राचे माजी मुख्यमंत्री बॅरिस्टर ए. आर. अंतुले यांनी दलिताबरोबर पददलित ही संज्ञापण वापरली होती. पददलित म्हणजे अस्पृश्य असा अर्थ त्यांना अभिप्रेत असावा असे वाटते.

दलितांसंबंधी ज्या-ज्या विचारवंतांनी लिखाण केले होते, त्यांत दोन दृष्टिकोनांचा प्रभाव जाणवतो.

(अ) जे विचारवंत भारतीय समाजाचे विश्लेषण वर्गाच्या आधाराने करतात त्यांनी दलित या संज्ञेत वर्ग किंवा व्यावसायिक वर्ग म्हणून शेतकरी, शेतमजूर, कारखान्यातील कामगार, विद्यार्थी आणि तत्सम गटांचा समावेश केला होता. या प्रकारचे वर्गीकरण करणाऱ्या विचारवंतांत मार्क्सवादी ऐतिहासिक लेखक, शोषितांचे अध्ययन करणाऱ्या अनेक ग्रंथांचे लेखक आणि दलित पॅन्थर्सचा जाहीरनामा तयार करणारे लेखक इत्यादींचा समावेश होतो. 'दलित' या संकल्पनेचे वर्गीय दृष्टिकोनातून विश्लेषण करणाऱ्या विचारवंतांचा हा पहिला गट होय.

(ब) जे विचारवंत जातीचे सांप्रदायिक दृष्टिकोनातून विश्लेषण करतात. त्यांच्यानुसार दलित म्हणजे हिंदू धर्मातील असे लोक, की ज्यांच्या आनुवंशिक व्यवसायामुळे त्यांना स्पर्श केला की वरिष्ठ जातीतील लोकांना विटाळ होतो. हा दृष्टिकोन

प्रामुख्याने 'दलित चळवळींचा अभ्यास' करणाऱ्या लेखकांनी मांडला असून त्यांत पुढील लेखकांची अध्ययने येतात. त्यात क्रमाने कांबळे जे. आर. (१९७९), गुप्ता एस. के. (१९८५), प्रधान अतुल चंद्र (१९८६) आणि त्रिलोक नाथ (१९८७) यांची अध्ययने समाविष्ट आहेत.

डॉ. घनश्याम शहा यांनी इंग्रजी भाषेतून लिहिलेल्या 'Dalit Identity and Politics' (दलित अस्मिता आणि राजकारण) ग्रंथात 'दलित' या संज्ञेची व्याख्या ते पुढीलप्रमाणे करतात.

(I) दलित म्हणजे गरीब व पायाखाली तुडवले गेलेले लोक.

(II) प्रशासकीय व कायदेशीर भाषेत दलित म्हणजे अनुसूचित जाती, अनुसूचित जमाती आणि इतर मागासवर्गीय लोक होत.

(III) परंतु राजकीय भाषेनुसार दलित ही संज्ञा केवळ अनुसूचित जातींसाठीच वापरली जाते.

समकालीन समाजाचा विचार करता वर्गीय दृष्टिकोनातून दलित या संकल्पनेत अनेक गटांचा समावेश होतो की जे आर्थिक, सामाजिक, धार्मिक दृष्टीने वंचित आहेत. तर हिंदू धार्मिक दृष्टिकोनातून विचार करता केवळ अस्पृश्य समजल्या जाणाऱ्या जातीतील लोकांसाठीच दलित या संज्ञेचा वापर केला जातो.

वर्गीय दृष्टिकोनातून विचार करता दलित ही संज्ञा खूपच व्यापक असून ती धर्मातीत आहे. हिंदूसहित सर्व धर्मांतील गरीब, शोषित, दलित, वंचित लोक या संकल्पनेत येतात. तर वर म्हटल्याप्रमाणे केवळ हिंदू धर्मातील अस्पृश्यांचा 'दलित' या संकल्पनेत समावेश करणे हे संकुचित दृष्टिकोनाचे प्रतीक होय.

डॉ. गंगाधर पानतावणे, प्राध्यापक, मराठी विभाग मराठवाडा विद्यापीठ (सध्याचे डॉ. बाबासाहेब आंबेडकर मराठवाडा विद्यापीठ) औरंगाबाद आणि 'अस्मितादर्श' नियतकालिकाचे संस्थापक, संपादक व दलित साहित्याचे प्रमुख प्रवर्तक यांच्या दलितज्ञळ-संबंधीच्या व्याख्येची दखल 'एलीनॉर झेलिऑट' (Eleanor Zelliot) या पेनसिल्व्हेनिया विद्यापीठातील पीएच. डी. करणाऱ्या विद्यार्थिनीला घ्यावी लागली. आमच्याकडे आजही डॉ. बाबासाहेब आंबेडकर यांच्या विचाराबाबत सवर्ण मंडळीत आजही कटुता आहे. पाश्चिमात्य जगातील अभ्यासकांना मात्र भारतीय साहित्य, अस्पृश्यता यांविषयी उत्सुकता आहे. असो या विद्यार्थिनीला 'दलित' या संकल्पनेची सर्वाधिक आवडलेली व्याख्या ही डॉ. गंगाधर पानतावणे यांची आहे व ती खालीलप्रमाणे -

डॉ. गंगाधर पानतावणे म्हणतात की, "माझ्या दृष्टीने 'दलित' एक जात नाही. या देशातील सामाजिक व आर्थिक परंपरांद्वारे शोषण होणारा तो एक माणूस आहे. तो (दलित मनुष्य) देवावर, पुनर्जन्मावर, आत्म्यावर, विभेदीकरणाचे शिक्षण देणाऱ्या पवित्र ग्रंथावर,

प्रारब्ध व स्वर्ग यावर विश्वास ठेवीत नाही; कारण या सर्वांनी त्याला 'गुलाम' बनविले. तसेच तो हिंदुत्ववादावरही विश्वास ठेवत नाही. 'दलित' हे परिवर्तन आणि क्रांती यांचे प्रतीक आहे.''

डॉ. गंगाधर पानतावणे यांची ही व्याख्या हिंदुत्वाला पूर्ण नाकारत असली, दलित हे परिवर्तन व क्रांतीचे प्रतीक असले तरी पानतावणे यांना अभिप्रेत असलेली क्रांती घडल्याचे दिसत नाही. दलितांचे नेते मात्र स्वत:च्या स्वार्थासाठी दलित राजकारणाचा वापर करीत असून त्यांच्या वृत्तीवरून त्यांना सत्तेशिवाय काही दिसत नाही असे वाटते.

## सत्तेचे राजकारण व दलित नेते (Power Politics and Dalit Leaders)

इ. स. २००३ साली शिवसेनेचे नेते श्री. उद्धव ठाकरे यांनी, रिपब्लिकन पक्षाचे एक नेते श्री. रामदास आठवले यांच्या उपस्थितीत 'भीमशक्ती व शिवशक्ती' एकत्र आली पाहिजे असे आवाहन केले होते व त्यामुळे महाराष्ट्राच्या दलित समाजांमध्ये एका अस्वस्थ राजकीय चर्चेची वावटळ निर्माण झाली. त्यावेळच्या दलित चळवळीतील तरुण व महत्त्वाकांक्षी राजकीय कार्यकर्त्यांना हे आवाहन आकर्षक वाटले होते. वास्तविक त्यावेळेला दलित पॅन्थर्सचे नामदेव ढसाळ हे आधीच शिवसेनेच्या मांडवाखाली आले असताना व तसेच त्यावेळी औरंगाबादच्या महानगरपालिकेमध्ये प्रकाश आंबेडकरांचा पक्ष भारिप व बहुजन महासंघ यांच्याबरोबर शिवसेनेची भक्कम आघाडी असताना श्री. उद्धव ठाकरे यांचे हे आवाहन कोणासाठी, असा प्रश्न निर्माण होतो.

शिवसेनेने हिंदुत्व सोडले तर चर्चा होऊ शकते हा रामदास आठवले यांचा प्रतिसाद आणि औरंगाबादचे रिपब्लिकन नेते श्री. गंगाधर गाडे यांनी तेथील शिवसेनेशी प्रत्यक्ष केलेली आघाडी हे उद्धव ठाकरेंच्या त्यावेळच्या आवाहनाचे फलित होय.

शिवसेना व भाजप या दोन हिंदुत्ववादी राजकीय संघटनांनी दलितांमधील मातंग, चर्मकार व इतर मागासवर्गीयांना आकर्षित करून महाराष्ट्राची सत्ता हस्तगत केली होती. मग भीमशक्तीला आवाहन करण्याची राजकीय आवश्यकता श्री. उद्धव ठाकरे व शिवसेनेला का वाटली? याचे उत्तर आहे - महाराष्ट्रातील अनुसूचित जातीच्या एकूण लोकसंख्येमध्ये पूर्वाश्रमीचे महार व आताच्या बौद्ध जनतेचे प्रमाण जास्त असून हा गट सातत्याने काँग्रेसबरोबर होता. रिपब्लिकन पक्ष व काँग्रेस ऐक्याचा तो परिपाक होय. त्यातच नंतर श्री. सुशीलकुमार शिंदे हे महाराष्ट्राचे मुख्यमंत्री झाल्यावर शिवसेनेकडे असलेले चर्मकार व मातंग यांची मते काँग्रेसकडे वळतील अशी भीती शिवसेनेला वाटत असल्यामुळे शिवसेनेने हे आवाहन केले असावे. युती सरकारच्या काळात काही मातंग व चर्मकार समाजाचे सभासद आमदार, खासदार, मंत्री झाले होते. पण त्यांनी सामाजिक, आर्थिक क्षेत्रांत दलितांच्या उद्धारासाठी कोणता कार्यक्रम राबविला, किती दलित भूमिहीनांना जमिनी मिळाल्यात, किती दलितांना रोजगार मिळाला, किती दलितांना बँकांनी कर्जे

दिलीत इत्यादी प्रश्नांची उत्तरे अनुत्तरितच राहतील. कारण दलित नेत्यांनाही सवर्ण नेत्यांप्रमाणे सत्तेत रस आहे. दलितांचे प्रश्न सोडविण्यात नाही.

## इतिहासाची पुनरावृत्ती

निवडणुका आल्या की झोपी गेलेले राजकीय नेते खडबडून जागे होतात. महाराष्ट्रात महानगरपालिकांच्या निवडणुकांच्या पार्श्वभूमीवर व येऊ घातलेल्या विधानसभा निवडणुकीच्या पार्श्वभूमीवर २०११ साली शिवसेनेचे अध्यक्ष श्री. उद्धव ठाकरे यांनी परत श्री. रामदास आठवले यांच्या उपस्थितीत भीमशक्ती व शिवशक्ती एकत्र येण्याचे आवाहन केले. श्री. रामदास आठवले त्यांच्या अनुयायांसह शिवसेनेबरोबर युती करण्यास तयार झाले. भारतीय रिपब्लिकन पक्षाने भाजप शिवसेनेबरोबर युती करण्याचे ठरविल्यामुळे दलितांचे अन्य गट अस्वस्थ झाले. कारण अनुयायांपेक्षा त्यांच्या नेतृत्वाची कसोटी होती. त्यामुळेच भारिप बहुजन समाजपार्टीचे नेते श्री. प्रकाश आंबेडकर यांनी येत्या (२०१२) नगरपालिका निवडणुकीसाठी राष्ट्रवादी काँग्रेस पक्षाबरोबर सोयरिक केली तर दलितांचे दुसरे नेते व रिपब्लिकन पार्टी ऑफ इंडिया खोब्रागडे पक्षाचे नेते श्री. गंगाधर गाडे यांनी राष्ट्रवादी काँग्रेसमध्ये प्रवेश केला. दलित समाजाचे आणखी एक नेते प्रा. जोगेंद्र कवाडे यांनी मात्र काँग्रेस पक्षाबरोबर जाण्याचा निर्णय घेतला.

२०१२ च्या महानगरपालिका निवडणुकीचा विचार करता दलित मतांचे विभाजन करण्यास बहुजनपक्षाचे[*] नेते यशस्वी झाले असेच म्हणावे लागेल. २०१२ च्या निवडणुकीचे आघाडी-युतीचे चित्र सर्व साधारणपणे खालीलप्रमाणे असेल.

| अ. क्र. | दलितांचे नेते व त्यांचा पक्ष | कोणाबरोबर निवडणूक समझोता केला वा तशी शक्यता. |
|---|---|---|
| १) | श्री. रामदास आठवले व त्यांचा रिपब्लिकन पक्ष. | भारतीय जनता पक्ष व शिवसेना |
| २) | श्री. गंगाधर गाडे व रिपब्लिकन पार्टी ऑफ इंडिया. खोब्रागडे गट. | गंगाधर गाडे स्वत: राष्ट्रवादी काँग्रेसमध्ये प्रवेश करते झाले. |
| ३) | श्री. प्रकाश आंबेडकर भारिप बहुजन समाजपक्षाचे नेते. | राष्ट्रवादी काँग्रेसबरोबर समझोता होण्याची शक्यता. |
| ४) | प्रा. जोगेंद्र कवाडे | काँग्रेससमवेत आघाडी होण्याची शक्यता. |

(तक्ता ७.१)

---

[*] या ठिकाणी बहुजन पक्ष म्हणजे दलितांचे पक्ष वगळता अन्य पक्ष. यात महाराष्ट्रात भाजप, शिवसेना, काँग्रेस, राष्ट्रवादी काँग्रेस इत्यादी पक्ष येतात.

२०१२ च्या नगरपालिका निवडणुकीतील दलितांचे समजले जाणारे पक्ष वरील तक्त्यात (७.१) दर्शविल्याप्रमाणे भाजप, शिवसेना, राष्ट्रवादी काँग्रेस व काँग्रेस पक्षाबरोबर आघाडी करतात. हा युती वा आघाडी प्रयोग जर यदाकदाचित यशस्वी झाला तर युती वा आघाडीचे हे चित्र महाराष्ट्रापुरता विचार करता येत्या लोकसभा व विधानसभा निवडणुकीत आहे तसेच राहील. पण जर हा प्रयोग अयशस्वी झाला तर मात्र हे चित्र विस्कटेल व त्यातून परत नवीन आघाडी जन्म घेईल. काय होणार हे काळच ठरवेल.

## दलित-बहुजनसमाज रूपावली (Dalit - Bahujan Samaj Paradigm)

दलित-बहुजन रूपावलीचा विचार करता प्रथम 'दलित' या संकल्पनेत समाविष्ट होणाऱ्या व 'दलित' या संज्ञेच्या बदलत्या अर्थाचा आढावा घेणे अत्यावश्यक आहे. डॉ. गोपाळ गुरू यांनी डॉ. घनश्याम शहा संपादित इंग्रजी पुस्तक 'Dalit Identity and Politics' (दलितांची अस्मिता आणि राजकारण) या ग्रंथात 'दलित-बहुजन राजकीय संवादाची परिभाषा' (Dalit - Bahujan - Concept of Political Dialogue) या शीर्षकाचा एक लेख लिहिला होता. या लेखात 'गोपाळ गुरू' यांनी दलित या संकल्पनेच्या विविध अर्थांवर चर्चा केली होती. त्यांतील काही अर्थांचा आपण थोडक्यात विचार करू.

वरील लेखाचा आधार घेता 'दलित' ही श्रेणी किंवा वर्ग राष्ट्रीय आणि जागतिक राजकारणात व अभ्यासक्रमात आज महत्त्व मिळवून बसला आहे. तसेच त्याला (म्हणजे त्या वर्गाला) सामाजिक-सांस्कृतिक चित्रात स्थान मिळाले आहे. मात्र, दलित समाजातील काहींनी यावर खूप वाद केला होता व तसेच या गोष्टीचा निषेधपण केला होता. उदाहरणार्थ शहरी, सुशिक्षित मध्यमवर्गीय दलित या श्रेणीवर, सामाजिक दृष्ट्या पाठीमागे जाणारी, कमीपणा आणणारी आणि अवांच्छनीय आहे म्हणून टीका केली जाते. त्या समाजाचा हा वर्ग, दलित या शब्दामुळे आपल्यावर भूतकाळाचा चटका सतत जाणवू देतो, असे म्हणतो. या शब्दावर वा श्रेणीवर अधिक टीका करणारे लोक असे म्हणतात की, मनूने या श्रेणीला जो दर्जा दिला होता, तोच या शब्दाने अधोरेखित होतो. मनू म्हणजे हिंदू समाजाला नियम घालून देणारा समजला जातो. दलित श्रेणीवर विचित्र व अतार्किक टीका करणारे विरोधक आपल्या टीकेत एक प्रकारचा डौल आणण्याचा प्रयत्न करतात. ते म्हणतात, दलित श्रेणीचा पाया वर्ग हा असून तो सत्स्वरूप आहे; म्हणून तो अवांच्छनीय आहे असे डॉ. गोपाळ गुरू म्हणतात. दलित या शब्दाऐवजी व्यक्तिगत ओळख दाखविणारा / दर्शविणारा बौद्ध हा शब्द अधिक योग्य आहे. कारण त्यांच्या मताने दलित श्रेणी बौद्ध श्रेणींच्या विरोधी आहे. अलीकडच्या काळातही काही राजकारणी लोकांनीही दलित शब्द नकारात्मक मागास असे स्वरूप

दर्शवितो म्हणून 'बहुजन' हा शब्द वापरावयास सुरुवात केली.

या सर्व चर्चेच्या आधारे असे म्हणता येईल की दलित या शब्दाला पर्याय म्हणून दलितांसाठी 'बहुजन' या शब्दांचा समानार्थी वापर केल्याचे दिसून येते. या अर्थाने दलित म्हणजेच बहुजन असा अर्थ काही घेतात. परंतु दलितांसाठी बहुजन या शब्दाचा वापर करण्यात अनेक अडचणी आहेत. कारण 'बहुजन' किंवा बहुजनसमाज म्हणजे बहुसंख्य लोकांचा समाज किंवा गट असा अर्थ होतो. भारतापुरता विचार करता भारतीय लोकसंख्येत दलित म्हणजे अनुसूचित जातींचे प्रमाण इ. स. २००१ सालच्या जनगणना-अहवालानुसार एकूण लोकसंख्येच्या केवळ १६.४८% एवढे होते. इ. स. २००१ च्या जनगणना अहवालानुसार भारताची एकूण लोकसंख्या ही १,०२,८७,३७,४३६ एवढी होती. त्यापैकी अनुसूचित जातींची लोकसंख्या केवळ १३ कोटी ८२ लाख एवढीच आहे. एवढ्या कमी लोकसंख्येसाठी 'बहुजन' संज्ञेचा वापर योग्य आहे असे वाटत नाही.

इंग्रजीतील Mass या शब्दाचे भाषांतर बहुजन समाज किंवा बहुसंख्यांकांचा समाज असे केले तरीही दलितांसाठी 'बहुजन' हा शब्द वापरता येत नाही.

उत्तर प्रदेशात श्री. कांशीराम या अस्पृश्य शीख नेत्याने 'बहुजन समाज पक्ष' हा पक्ष स्थापन केला. हा पक्ष केवळ दलितांचा नसून अन्य उच्चभ्रू व मध्यम जातीतील लोकांचा तो पक्ष होता. या पक्षाच्या प्रमुख नेत्या श्रीमती मायावती यांनी 'सामाजिक अभियांत्रिकीची' (Social Engineering) कल्पना राबवून दलितांसहित अन्य उच्चवर्णीयांनाही निवडणुकीची तिकिटे देऊन हा पक्ष खऱ्या अर्थाने नावाप्रमाणे बहुजन असल्याचे नुसते दाखवूनच दिले नाही, तर इ. स. २००७ ची निवडणूक प्रचंड बहुमताने जिंकली. २०१२ सालच्या विधानसभा निवडणुकीतही मायावतींनी, 'सामाजिक अभियांत्रिकीचा प्रयोग करण्याचे ठरविले असून सर्व जातिधर्मांच्या लोकांना त्यांच्या पक्षातर्फे तिकीट देऊन आपला पक्ष खऱ्या अर्थाने बहुजन समाजपक्ष आहे हे दाखवून दिले. २०१२ च्या उत्तर प्रदेश विधानसभा निवडणुकीचे निकाल काय लागतील हा प्रश्न अलाहिदा (अलग) असला तरी दलित बहुजन समाजात सामंजस्य निर्माण करण्याचा तो एक प्रयत्न आहे निश्चित. श्रीमती मायावतींनी उत्तर प्रदेशात निवडणूक तिकिटांचे वाटप जातीनिहाय कसे केले हे खालील तक्त्यावरून तुमच्या लक्षात येईल.

| अ. क्र. | जातीनिहाय तिकिट वाटप | विधानसभा निवडणुका | |
|---|---|---|---|
| | | २००७ | २०१२ |
| १) | उच्चवर्णीय | १३९ | ११७ |
| २) | इतर मागासवर्गीय जाती | ११० | ११३ |
| ३) | दलित | ९३ | ८८ |
| ४) | मुस्लिम | ६१ | ८५ |
| | एकूण जागा | ४०३ | ४०३ |
| | जिंकलेल्या जागा | २१३ | * |

**(तक्ता क्र. ७.२)**

बहुजन समाज - दलित रूपावलीचा उत्तरप्रदेश निवडणुकीच्या आधारे अन्वयार्थ लावावयाचा झाल्यास असे म्हणता येईल की, दलितांना स्वबळावर सत्ता हस्तगत करणे अशक्य आहे; कारण लोकसंख्येतील त्याचे प्रमाण तुलनात्मक दृष्ट्या अल्प आहे. तेव्हा उच्चवर्णीयांचा द्वेष न करता त्याच्या सहकार्याने सत्ता हस्तगत करा व दलितांच्या सामाजिक परिवर्तनास गती द्या.

मायावतींच्या सामाजिक अभियांत्रिकीचे फलित २००७ साली त्यांच्याकडे सत्ता सोपवून जनतेने दिले. २०१२ च्या निवडणुकीतही जर सत्ता मायावतींना मिळाली तर मग असे म्हणता येईल की, मायावतींचा 'सामाजिक अभियांत्रिकीचा' प्रयोग यशस्वी झाला. कांशीराम यांनी वापरलेला 'बहुजन' हा शब्द व महाराष्ट्रातील काही नेत्यांनी वापरलेला बहुजन यांच्या अर्थातील भेद लक्षात घेणे आवश्यक आहे. महाराष्ट्रातील नेत्यांच्या दृष्टीने दलित या शब्दात अवमानकारकता सूचित होते म्हणून पर्याय म्हणून 'दलित' ऐवजी त्यांनी 'बहुजन' ही संज्ञा वापरली. या उलट, कांशीराम यांच्या 'बहुजन' या संकल्पनेत दलितांसमवेत सवर्ण जातीतील लोक आणि अल्पसंख्य (मुस्लिम) यांचाही अंतर्भाव होतो. पूर्वी म्हटल्याप्रमाणे कांशीराम यांच्याही पुढे जाऊन 'सामाजिक अभियांत्रिकीचा' मायावतींनी प्रयोग केला व २००७ च्या निवडणुकीत उत्तरप्रदेशाची सत्ता हस्तगत केली. २०१२ साली होत असलेल्या उत्तरप्रदेशात होऊ घातलेल्या विधानसभा निवडणुकीत मायावतींनी परत तोच प्रयोग केला आहे. यश काय मिळेल ते आज तरी सांगता येणार नाही. मार्च २०१२ च्या उत्तरप्रदेशातील विधानसभा निवडणुकीचे जे निकाल जाहीर झालेत त्यावरून तेथील जनतेने बहुजन समाज पक्षाला पराभूत करून श्री. मुलायमसिंग यादव व श्री. अखिलेश यादव यांच्या समाजवादी पक्षाला भरघोस यश दिले. परिणाम

काहींच्या मताने मायावतींच्या सामाजिक आभियांत्रिकीची जादू या (२०१२ च्या) निवडणुकीत चालली नाही.

## दलित-बहुजन रूपावली अन्वयार्थ महाराष्ट्रातील राजकारण

२०१२ साली महानगरपालिकेच्या निवडणुका होणार आहेत. त्यात भीमशक्ती आणि शिवशक्ती अधिक भाजप युतीची चर्चा रंगली आहे. अनेकांनी यावर टीका पण केली आहे; पण भीमशक्ती-शिवशक्तीच्या युतीचा हा प्रयोग पहिलाच प्रयोग नाही. यापूर्वी हा प्रयोग महाराष्ट्रात झाला होता व त्यावर बरीच उलट-सुलट चर्चाही झाली होती. **महाराष्ट्रातील एक विचारवंत व साहित्यिक प्रा. रावसाहेब कसबे** यांनी त्यावेळी 'परिवर्तनाचा वाटसरू' या नियतकालिकांत 'भीमशक्ती शिवशक्ती काही निरीक्षणे' या शीर्षकाचा लेख लिहिला होता व तो १ एप्रिल ते ३० एप्रिल २००३ या अंकात प्रकाशित झाला होता. प्रा. रावसाहेब कसबे यांनी या संदर्भात नोंदविलेली निरीक्षणे याठिकाणी त्यांच्याच शब्दात देत आहे. त्यावरून दलितपक्ष व बहुजनांचे पक्ष (यात काँग्रेस, राष्ट्रवादी काँग्रेस, भारतीय जनता पक्ष, शिवसेना, साम्यवादी पक्ष, समाजवादी पक्ष इत्यादी येतात.) यांच्यातील राजकारणाच्या स्वरूपाची कल्पना आपणास येईल. प्रा. रावसाहेब कसबे त्यांच्यावरील लेखात म्हणतात की,

> मूळ प्रश्न असा आहे की, आपण शिवशक्ती व भीमशक्ती असं म्हटलं की, आपण त्याचा सगळा विचार, विचारप्रणालींच्या पातळीवर करत असतो. शिवशक्ती म्हणजे हिंदुत्ववादी म्हणजे फॅसिस्ट म्हणजे प्रतिगामी आणि भीमशक्ती म्हणजे सर्वसामान्यपणे परिवर्तनवादी, समतावादी, पुरोगामी वगैरे वगैरे, असं आपल्या डोक्यात असते. जोपर्यंत राजकीय पक्षांना तत्त्वप्रणालीचा आधार होता, त्या विचाराप्रमाणे राजकारण चालत होते तोपर्यंत ही गोष्ट बरोबर होती. पण पुढे जेव्हा महाराष्ट्राच्या राजकारणामध्ये एक अशी वेळ आली की मराठा जातीने संख्येच्या जोरावर महाराष्ट्राचे राजकारण पूर्णपणे साचेबंद करून टाकले. म्हणजे ३२ टक्के मराठा आणि जवळजवळ १४ टक्के महार यांनी एकत्र येऊन संयुक्त महाराष्ट्रानंतर बाकीचे जनसमुदाय बाहेर फेकले गेले. बाकीच्या समुदायाला 'व्यक्ती' म्हणून सत्ता दिली असेल पण समाज म्हणून सत्ता दिलेली नाही. परंतु, अडचण अशी की बौद्धसमाज काँग्रेसबरोबर गेला यात विचारप्रणालीचे सारखेपण होते. प्रश्न असा की, काँग्रेस रिपब्लिकन युती झाली ती कोणत्या आधारावर? ती संख्येच्या गणिताच्या, जातीच्या गणिताच्या आधारावर. दुसरी गोष्ट अशी की महार हा समूहगट असा

समूहगट आहे की तो महाराष्ट्राच्या सत्तेच्या राजकारणात 'बॅलन्सिंग पॉवर' आहे. तो जिकडे जाईल तिकडे सत्ता जाते व तो तटस्थ राहिला तर कोणालाच पूर्ण सत्ता मिळत नाही. १९९१ च्या दरम्यान श्री. शरद पवार जेव्हा सत्तेवर आले तेव्हा श्री. रामदास आठवले जर पवारांच्या बरोबर नसते तर तेव्हाच पवारांच्या हातून सत्ता गेली असती. जेव्हा रिपब्लिकन पक्ष स्वतंत्र असतो तेव्हा कोणालाच बहुमत मिळत नाही. यांनाही नाही व त्यांनाही नाही.

शिवसेनेला तुम्ही किती टक्के हिंदुत्ववादी म्हणणार हा पुन्हा प्रश्न. म्हणजे शिवसैनिकांना हिंदुत्ववाद वगैरे कळत असेल असं मला वाटत नाही. श्री. बाळासाहेब ठाकरे यांना कदाचित हिंदुत्ववाद माहिती असेल. कारण ते सावरकरवादी आहेत. सावरकरांचं हिंदुत्व पूर्णपणे उपयुक्ततावादी आहे. विश्व हिंदू परिषदेचे हिंदुत्व सांस्कृतिक राष्ट्रवादाचे आहे. श्री. बाळासाहेब ठाकरे म्हणतातच ना की, माझं हिंदुत्व पळीपंचपात्रीचं हिंदुत्व नाही.

शिवशक्ती - भीमशक्तीच्या युतीच्या संदर्भात भाष्य करताना प्रा. रावसाहेब कसबे म्हणतात की, काँग्रेसच्याभोवती मराठा जात एकवटली आहे तर शिवसेनेच्याभोवती अन्य मागास जाती (ओबीसी) एकवटलेल्या आहेत. आता प्रश्न असा की, नवबौद्धांनी शिवसेनेबरोबर जायचे म्हणजे ओबीसींच्या बरोबर जायचे की मराठ्यांच्या बरोबर जायचे? **शिवसेना म्हणजे काय ? शिवसेना म्हणजे काय महारेतर अस्पृश्य! आणि मराठेतर सवर्ण! आणि रिपाई म्हणजे काय ? रिपाई म्हणजे फक्त नवबौद्धांचं संघटन!** आतापर्यंत नवबौद्धांची ताकद मराठ्यांनी वापरून घेतली, पण त्यांना तसे काहीच मिळाले नाही. या पार्श्वभूमीवर मराठ्यांच्या पक्षांबरोबर जाण्यापेक्षा ओबीसी जातीचे प्राबल्य असणाऱ्या शिवसेनेबरोबर जाणे जास्त चांगले, हा विचार या पाठीमागे असावा.

बिहारमध्ये नीतिशकुमार व जॉर्ज फर्नांडिस यांना म्हणजे समता पक्षाला कुर्मी जातीची मते गमवावी लागू नये म्हणूनच भाजपशी समझोता करावा लागला होता.

प्रा. रावसाहेब कसबे यांच्या विचारानुसार मराठ्यांचे प्राबल्य असणाऱ्या पक्षांबरोबर जाण्यापेक्षा ओबीसी जातींचे प्राबल्य असलेल्या पक्षांबरोबर (शिवसेना आदी) युती करण्यात चूक आहे असे नाही.

२००२ चीच पुनरावृत्ती २०१२ च्या निवडणुकीत होत असून तेथे पक्षांची विचारप्रणाली महत्त्वाची नसून संख्येच्या आधारे सत्तेचे राजकारण महत्त्वाचे ठरते. उत्तर प्रदेशात मायावती, बिहारात नीतिशकुमार तर महाराष्ट्रात रामदास आठवले यांनी सत्तेसाठी बहुजनांचाच आधार घेतला.

याठिकाणी दलित म्हणजे प्रामुख्याने पूर्वाश्रमीचे अस्पृश्य तर बहुजन म्हणजे ओबीसी-सहित सर्व सवर्ण होते.

दलित-बहुजन रूपावली ही सत्तेच्या राजकारणाचे एक अत्यावश्यक अंग असून ते संख्येच्या गणिताद्वारे खेळले जाते.

## रिपब्लिकन पक्षाचे एकत्रीकरण

डॉ. बाबासाहेब आंबेडकर यांच्या हयातीत अखिल भारतीय रिपब्लिकन पक्षाची स्थापना करण्याचा निर्णय जरी झाला असला तरी त्याला मूर्त रूप प्राप्त होऊ शकले नाही. परंतु, डॉ. बाबासाहेबांच्या मृत्यूनंतर मात्र त्यांच्या निष्ठावंत अनुयायांनी ३ ऑक्टोबर १९५७ रोजी डॉ. बाबासाहेब आंबेडकर यांच्या कल्पनेतील अखिल भारतीय रिपब्लिकन पक्षाची स्थापना केली. (Republican Party of India) त्या वेळेला देशाच्या कानाकोपऱ्यातील दलित नेते नागपूर येथे एकत्र आले होते. या पक्षाच्या स्थापनेमागचा हेतू असा होता, सर्व दलित मते या पक्षाच्या मागे एकवटतील. पण दुर्दैवाने तसे झाले नाही.

डॉ. बाबासाहेब आंबेडकर यांनाही त्यांच्या हयातीत निवडणुकीत पराभवाचा सामना करावा लागला होता. इ. स. १९५२ साली 'शेड्यूल कास्ट फेडरेशन' ने निवडणूक रिंगणात उतरण्याचे ठरविले. त्यांच्या काही मागण्यांसाठी ही निवडणूक लढविण्याचा निर्णय या फेडरेशनने घेतला होता. शेड्युल्ड कास्ट फेडरेशनने १९५२ च्या निवडणुकीत लोकसभेच्या चार जागा तर विधानसभेच्या ३८ जागा लढविण्याचे ठरविले. पण या निवडणुकींत फेडरेशनला प्रचंड पराभवाचा सामना करावा लागला. चार पैकी फक्त १ जागा हा पक्ष जिंकू शकला ती सोलापूरची. श्री. पी. एन. राजभोज हे तेथून निवडून आले. डॉ. बाबासाहेब आंबेडकर उत्तर मुंबई लोकसभा मतदारसंघातून निवडणुकीला उभे होते; पण त्यांनाही पराभवाचा सामना करावा लागला. त्यांच्या विरोधात चांभार जातीचे उमदेवार श्री. एन. एस. काजरोलकर (N.S.Kajrolkar) हे निवडून आले. मुंबई विधानसभेच्या (आत्ताच्या महाराष्ट्र-गुजरात प्रांत) ३८ जागांपैकी श्री. बी. सी. कांबळे यांच्या चिंचपोकळी-लोअरपरेल-लव्हग्रोव्ह विधानसभेचा अपवाद वगळता बाकी सर्व ३७ उमेदवारांना पराभूत व्हावे लागले.

इ. स. १९५४ च्या लोकसभेच्या पोटनिवडणुकीत डॉ. बाबासाहेब आंबेडकर आणि श्री. अशोक मेहता हे निवडणूक लढवीत होते. डॉ. बाबासाहेब आंबेडकर हे

नागपूर जिल्ह्यातील भंडारा लोकसभा मतदारसंघातून परत पराभूत झाले तर समाजवादी नेते अशोक मेहता मात्र विजयी झाले. या निकालाचा अर्थ असा की, दलितेतर मतदारांनी डॉ. बाबासाहेबांना मतदान केले नाही. डॉ. बाबासाहेब आंबेडकरांसारख्या जागतिक कीर्तीच्या विद्वान, राजकारणपटूच्या बाबतीत सवर्णांचा हाच दृष्टिकोन असेल तर दलित माणसे निवडून कशी येणार.

यावर तोडगा म्हणून व दलितांची एक व्होट-बँक (Vote Bank - मत-पतपेढी) व्हावी म्हणून 'अखिल भारतीय रिपब्लिकन पक्ष' स्थापन झाला खरा, पण त्यालाही कालांतराने फुटीची झळ लागली. सुरुवातीला श्री. बी. के. गायकवाड, बॅरिस्टर बी. डी. खोब्रागडे, श्री. रा. सु. गवई आदींनी व नंतर सर्वश्री रामदास आठवले, प्रकाश आंबेडकर, जोगेंद्र कवाडे, गंगाधर गाडे, इत्यादी नेत्यांनी रिपब्लिकन पक्षातून बाहेर पडून स्वत:ची स्वतंत्र चूल मांडली. याशिवाय राजा ढाले, नामदेव ढसाळ व जे. व्ही. पवार यांनी ९ जुलै १९७० रोजी 'दलित पँथर्स' ही संघटना स्थापन केली. इतर पक्षांप्रमाणेच रिपब्लिकन पक्षातील प्रत्येकाला नेता बनवायाचे असून अनुयायी बनण्यास कोणीच तयार नसते. बी. के. गायकवाड (दादासाहेब गायकवाड यांनी या संदर्भात व्यक्त केलेले मत महत्त्वाचे आहे. - ते म्हणतात, ''प्रत्येक दलिताला छोटा आंबेडकर बनावयाचे आहे.'' या पक्षातील भांडणे म्हणजे भावाभावांतील वारसाहक्काचा झगडा होय. पक्ष दुभंगण्याचा परिणाम दलित चळवळ कमकुवत होण्यात झाला.

इ. स. १९८० साली व परत २००२, २००९ साली रिपब्लिकन पक्षात ऐक्य साधण्याचा प्रयत्न बुद्धिवाद्यांनी करून पाहिला, पण त्यांच्या प्रयत्नांना यश येऊ शकले नाही. दलित 'व्होट बँक!' दलित चळवळ विभाजितच राहिली.

दलितांच्या संदर्भात आणखी एक गोष्ट ही की, दलितातील जाती-जातींमध्ये सामंजस्य, आपुलकी नाही. क्वचित त्यांचे संबंध द्वेषपूर्ण आहेत. यावर भाष्य करताना प्रा. रावसाहेब कसबे म्हणतात, डॉ. बाबासाहेबांनी प्रतिपादन केलेल्या, 'आंतरजातीय विवाहाचा' मार्ग किती दलितांनी अवलंबिला. याबाबत प्रागतिक चळवळीने काय केले. एखाद्या महार मुलाने, निदान (नव) बौद्ध मुलाने तरी मांगाच्या पोरीशी लग्न केले आहे का ? दलिता-दलितांतील जातिभेद, उच्चनीचता, परस्पर वैरभाव दलित चळवळ विस्कळीत करते. तेव्हा त्यांनी एकत्र येण्याची गरज आहे; पण कसे व केव्हा हे ती नियतीच जाणे.

## अस्मितेचे राजकारण (Politics of Identity) अर्थ व स्वरूप

अस्मिता म्हणजे स्वत:ची, स्वत:च्या गटाची ओळख, त्याबद्दल वाटणारा अभिमान, स्वत:च्या परिस्थितीची जाणीव इत्यादी बाबींचा अंतर्भाव या संकल्पनेत होतो. दलित वा

तथाकथित पूर्वास्पृश्य हे तत्कालीन भारतीय समाजात अत्यंत हीन दर्जाचे जीवन जगत असल्यामुळे, तसेच त्यांचे जीवन हे पूर्णपणे सवर्णांच्या कृपेवर अवलंबून असल्यामुळे ब्रिटिश पूर्वकाळात दलितांमध्ये अथवा तथाकथित पूर्वास्पृश्यांमध्ये 'अस्मिता' ही संज्ञाच अपरिचित होती. सवर्णांतील लोकांनी मात्र त्याकाळी अस्मितेचा संबंध राष्ट्राशी जोडून राष्ट्राबद्दलचे त्यांचे प्रेम, त्यांचा अभिमान, इत्यादींसाठी राष्ट्राभिमान ही संज्ञा, त्यांनी वापरली. यानंतर स्वदेशाभिमान, स्वधर्माभिमान, स्वगटाभिमान, स्वपक्षाभिमान इत्यादी जाणिवांच्या अस्तित्वासाठी अस्मितेचा वापर सवर्णांतर्फे केला. अस्मिता ही जणूकाही सवर्णांचीच मक्तेदारी व दलितांना किंवा पूर्वास्पृश्यांना अस्मितेशी काही देणे-घेणे नाही असा आभास निर्माण करण्यात आला. परंतु, अस्मिता म्हणजे केवळ राष्ट्र, जात, धर्म, गट याबद्दलचा, अभिमान नव्हे तर अस्मिता म्हणजे स्वतःच्या, स्वतःच्या गटाच्या, स्वतःच्या परिस्थितीची जाणीव होय.

घनश्याम शहा यांनी त्यांच्या 'दलित चळवळ व अस्मितेचा शोध' या निबंधात असे प्रतिपादन केले आहे की, भारतात एकच व एकसंघ दलित चळवळ सध्याही नाही व पूर्वीही नव्हती. वेगवेगळ्या चळवळींनी वेगवेगळ्या प्रश्नांवर प्रकाशझोत टाकला होता तो वेगवेगळ्या तत्त्वज्ञानाच्या संदर्भात; परंतु, सर्वजण खुलेपणाने वा छुपेपणाने दलित अस्मितेचा ठामपणे उल्लेख करतात. परंतु अस्मितेचा प्रत्येकाचा अर्थ एकच वा अचूक नाही. घनश्याम शहा यांच्या मताने 'अस्मिता' या संज्ञेत, स्वतःची ओळख, आत्मसन्मान आणि एखाद्या समुदायाची स्वप्रतिमा, इत्यादी अर्थ समाविष्ट आहेत. मग या सर्व बाबी खऱ्या असोत वा काल्पनिक. प्रत्येक जण आपले अस्तित्व, आपली भूमिका याचा विचार करतो. ''आम्ही कोण आहोत? समाज आणि इतर समुदायांच्या* संदर्भात आमचे स्थान काय आहे? आपण आणि इतर यांतील नाते काय? या प्रश्नांच्या उत्तरात अस्मितेचा अर्थ अभिप्रेत आहे. अशा रीतीने अस्मितेच्या अर्थाबाबत मतभिन्नता होती.'' परंतु, या सर्वांचा समान शोध असा होता की, ''समानता, स्वप्रतिष्ठा व अस्पृश्यता-निवारण म्हणजे 'अस्मिता' होय.''

## सांस्कृतिक ऐक्य व दलित अस्मिता

समाजशास्त्रज्ञांच्या एका प्रमुख गटानुसार जाति-व्यवस्थेत ब्राह्मण वरच्या स्तरावर आणि अति शूद्र अगदी खालच्या स्तरावर असले तरी वेगवेगळे नाहीत, एकमेकांपासून स्वतंत्र नाहीत. दोघांचीही काही समान मते दिसतात. वरपासून खालपर्यंत एकप्रकारचे सांस्कृतिक मतैक्य दिसून येते. अस्पृश्यही शुद्धता-अशुद्धता ही तत्त्वे मानतात. मात्र, त्यांची मूलतत्त्वे सवर्ण हिंदूंपेक्षा वेगळी होती. ब्राह्मणांप्रमाणेच त्यांचीही ग्रामदेवता असते, शिवाय हिंदू देवांचीही ते पूजा करतात. समाजाची ही रचना केवळ तात्त्विक नसून

भांडवलशाहीपूर्व समाजाच्या कृषि अर्थव्यवस्थेचा तो एक भाग होता व त्याला शतकानुशतकांची परंपरा कारणीभूत होती. अस्पृश्यांसहित सर्व वर्णांतील लोक खेड्याचे त्यांना नेमून दिलेले काम धर्म म्हणून करीत. हे सर्व ग्रामीण समाजरचनेचा एक भाग होते.

## भक्ति चळवळ व दलित अस्मिता

१० व्या व १३ व्या शतकादरम्यान हिंदूधर्म लोकप्रिय करण्यासाठी भारतभर भक्ति-चळवळ सुरू झाली. उत्तरेस रामानंद आणि रविदास, पूर्वेकडे चैतन्य व चंडिदास, पश्चिमेस एकनाथ-चोखामेळा व तुकाराम-नरसी मेहता, दक्षिणेकडे रामानुजाचार्य, निंबार्काचार्य व बसवेश्वर इत्यादी सवर्ण हिंदू व दलित हिंदू संत होऊन गेले. भक्ती चळवळ शूद्र व अतिशूद्रांत लोकप्रिय झाली कारण ही चळवळ समानतेचे समर्थन करीत होती. दलित संत चोखामेळ्याला त्याच्या पददलित स्थानाचे दुःख होई, त्याविरोधी त्यांनी बंड करून आपल्या कनिष्ठ स्थितीचा जाब ईश्वराला विचारला होता. दलित अस्मितेच्या शोधाचा हा पहिला प्रयत्न होता. आपल्या हीन स्थितीबद्दल परमेश्वराला जाब विचारणारा संत चोखामेळ्यांचा हा अभंग पुढीलप्रमाणे.

*'असेच करणे होते तुला।*
*तरी का जन्म दिला मला॥*
*जन्म देऊनी सांडीले।*
*का हो निष्ठुर मन केले॥*
*कोठे गेला माझे वेळी।*
*केळे कोणाची सांभाळी॥*
*चोखा म्हणे देवा।*
*नको मोकळू केशवा॥'*

संत चोखामेळा यांचा हा अभंग प्रचलित प्रथेच्या संदर्भात विठ्ठलाला जाब विचारणारा असून, ती एक बंडखोरी असून दलित अस्मितेचा एक आविष्कार होय.

परंतु, दुसऱ्या एका अभंगात मात्र पूर्वजन्माचे फळ म्हणून आपले समाजाचे स्थान मान्य करतो.

*शुद्ध चोखमेळा। करी नामाचा सोहळा॥१॥*
*यातिहिन मी महार। पूर्वी निळाचा अवतार॥२॥*
*कृष्णनिंदा घडली होती। म्हणोनी महार जन्मा प्रति॥३॥*
*चोखा म्हणे विटाळ। आम्हा पूर्वीचे फळ॥४॥*

## दलित अस्मिता-आणखी पैलू

महाराष्ट्रातील बहुसंख्य दलितांना त्यांच्या हीन स्थितीबद्दल प्रचंड चीड होती. काही दलित साहित्यिकांनी ही चीड त्यांच्या गीतांतून व्यक्त केली होती. महाराष्ट्रातील किसन फाबू बनसोडे या दलित कवीने देवाकडे केलेली प्रार्थना हीपण दलित अस्मितेचा आविष्कार होय. त्या कवितेची एक ओळ पुढीलप्रमाणे.

*देवा मला पशु कर, पक्षी कर*
*पण महार नको करू.*

दलित अस्मितेचा साक्षात्कार अनेक दलित नेत्यांना, कवींना झाला होता. दलितांच्या सद्य:स्थितीबद्दल त्यांच्या मनात राग होता. डॉ. बाबासाहेब आंबेडकरांची शिकवणूक व त्यांची दलितमुक्तीची इच्छा अनेक लेखक व कवी यांचे प्रेरणास्थान होते. आम्ही दलित असलो तरी त्याचा आम्हाला अभिमान आहे. डॉ बाबासाहेब आंबेडकरांचे निस्सीम भक्त व अनुयायी त्यांच्या 'आंबेडकरांपासून' या कवितेत त्यांची भावना त्यांनी पुढील ओळीत व्यक्त केली होती.

*सूर्याकडे पाठ फिरवून त्यांनी शतकाचा प्रवास केला।*
*आत्ता अंधार यात्रिक होण्याचे नाकारलेच पाहिजे॥*
*हा आपला बाप अंधार वाहून वाहून अखेर पोकळ्या झाला।*
*आता त्याच्या पाठीवरचा बोजा खाली ठेवलाच पाहिजे॥*
*या वैभव नगरीसाठी आपलाच खून सांडला।*
*आणि दगडी खाण्याचा मक्ता मिळाला॥*
*आता आभाळमुका घेणाऱ्या हवेल्यांना सुरुंग लावलाच पाहिजे।*
*सूर्यफुले हाती घेणारा फकीर हजारो वर्षांनंतर लाभला।*
*आता सूर्यफुलासारखे सूर्योन्मुख झालेच पाहिजे॥*

दलितांमधील जागृती, अन्यायाविरुद्ध लढण्याची त्यांची आकांक्षा या बाबीपण दलित अस्मितेत येतात.

सुरुवातीला अन्यायाविरुद्ध पेटून उठण्याची भाषा करणारे दलित साहित्यिक आज मात्र दलित नेत्यांतील विस्कळितता, त्यांची संधीसाधू वृत्ती, समाजकारणापेक्षा राजकारणाला प्राप्त झालेले महत्त्व यामुळे दलित चळवळ सुकाणूविरहित, निष्क्रिय आणि ढिली झाली आहे. या विचाराने विचलित वा हतबल झाले आहेत व दलितांची ही हतबलता श्री. वामन कर्डक यांनी पुढील कवितेतून व्यक्त केली आहे.

*जेथे पाहावे तेथे आमच्या माता भगिनी*
*विवस्त्र केल्या जातात,*

*पण मला रागच येत नाही*
*आज माझ्या आत्मसन्मानाचा*
*अपमान झालेला मी पाहतो,*
*मी सिंहाचा छावा होतो*
*आज शेळीचं लेकरू झालोय!*
*मीच माझ्या हातानं माझं*
*सर्व काही राख केलं आहे.*

आपण सिंहाचे छावे एकेकाळी होतो. आज मात्र शेळीचे लेकरू झालो आहोत. ही हतबलतेची भावना वामन कर्डक व्यक्त करतात. दिशाहीन स्वार्थी नेतृत्व, सत्तेच्या लालचेमुळे परत सवर्णांपुढे लांगूलचालन करण्याची दलित नेत्यांची वृत्ती यांमुळे दलित अस्मिता धोक्यात तर येत नाही ना हे पाहणे गरजेचे आहे.

याशिवाय काही प्रमुख दलित कवींनी दलितांतील अस्मिता जागृत करणाऱ्या कविता लिहिल्यात. त्यांत सर्वश्री दया पवार, प्रल्हाद चेंदवणकर, जे. व्ही पवार, त्र्यंबक सपकाळ, अर्जुन डेंगळे, प्रकाश जाधव, शिवा इंगोले व याशिवाय अलीकडच्या काही कवयित्रींनीपण दलित साहित्यात आपल्या विद्रोही विचारांचा ठसा उमटविला होता. या कवयित्री म्हणजे मीना गजभिये व ज्योती लांजेवार होत.

या वरील विवेचनाचा अर्थ असा की, दलितांतील लेखकांनी, कवींनी त्यांच्या लिखाणातून आणि कवितेतून दलितांतील अस्मिता जागृत करण्याचा प्रयत्न केला ही वास्तवता नाकारता येत नाही.

## दलित पॅन्थर्स आणि नवदलित चळवळ व दलित अस्मिता

डॉ. बाबासाहेब आंबेडकरांनी त्यांच्या हयातीत दलित चळवळीला प्रेरणा व दिशा दिली. इ. स. १९३२ साली त्यांनी नाशिक जिल्ह्यातील येवले येथे अशी घोषणा केली की, 'मी हिंदू म्हणून जन्माला आलो असलो तरी हिंदू म्हणून मरणार नाही.' या घोषणेने दलितांना हिंदू परंपरा, प्रथा व धर्म याविरुद्ध लढण्याची नुसती प्रेरणाच मिळाली नाही तर ती त्यांची शक्ती बनली. अनेक वर्षांच्या विचार-विनिमयानंतर डॉ. बाबासाहेब आंबेडकरांनी बौद्ध धर्माचा स्वीकार करताना त्यांनी दलितांसाठी दोन मंच उभारण्याचे वा स्थापन करण्याचे ठरविले होते. **(१) बौद्ध धर्म -** आध्यात्मिक मंच **२) भारतीय रिपब्लिकन पक्ष -** राजकीय मंच. हे दोन्ही मंच दलितांच्या सर्व आशा-आकांक्षा पूर्ण करतील अशी त्यांची अपेक्षा होती. परंतु, दुर्दैवाने धर्मांतरानंतरच दोन महिन्यांनी डॉ. बाबासाहेबांचे महापरिनिर्वाण झाल्याने त्यांच्या दोन्ही मंच उभारण्याच्या इच्छा अपूर्णच राहिल्यात. थोडक्यात, डॉ. बाबासाहेब आंबडेकर त्यांच्या हयातीत बौद्धधर्माची

संघटनात्मक बांधणी बाबासाहेब करू शकले नाहीत. तद्वतच भारतीय रिपब्लिकन पक्षाची स्थापनापण करू शकले नाहीत.

डॉ. आंबेडकरांच्या स्वप्नातील भारतीय रिपब्लिकन पक्ष आणि बौद्धधर्म सर्व दलितांसाठी राहिला नसून तो काही जातींपुरताच मर्यादित राहिला. उदा : महाराष्ट्रात महार जात आणि उत्तर प्रदेशात विखुरलेले चांभार गट (ज्यांना २० व्या शतकात जाटिया म्हणावयास सुरुवात झाली). बौद्ध धर्मात प्रवेश केल्यानंतर माजी अस्पृश्यांच्या जाणिवेत प्रचंड बदल झाले असले तरी त्यांच्या समाजातील स्थानात फारसा फरक पडला नाही. शिवाय वरील दोन्ही जाती वगळता अन्य कोणत्याही हिंदू जातींनी त्यांचे अनुकरण केले नाही. इतकेच नव्हे तर बौद्ध धर्म भारतातच अस्पृश्य ठरला. भारतीय रिपब्लिकन पक्ष संपूर्ण दलितांच्या आकांक्षा पूर्ण करण्यास असमर्थ तर ठरलाच पण या पक्षाच्या नेतृत्वाच्या हट्टामुळे गटात जे विभाजन झाले ते दलित हितसंबंधांना बाधक ठरले.

## दलित पॅन्थर्सचा उदय व नवदलित चळवळ (Rise of Dalit Panthers and New-Dalit Movement)

भारतीय रिपब्लिकन पक्ष व त्याचे नेतृत्व यांना न जुमानणाऱ्या कार्यकर्त्यांनी दलित पॅन्थर्सची स्थापना केली. इ. स. १९७२ साली स्थापना झालेल्या दलित पॅन्थर्सनी त्यांच्या पहिल्या जाहीरनाम्यात अशी घोषणा केली की, ''आम्हाला ब्राह्मण गल्लीत टिचभर जागा नको; संपूर्ण भूमीची सत्ता हवी. आमची क्रांती विजेसारखी तळपेल.' मुंबईच्या झोपडपट्टीत ही संघटना जन्मली. नंतर ही संघटना खेडोपाडी आणि शहरांत पसरली ती बंडखोरीचा झेंडा उंचावून! काँग्रेसला पराभूत करण्यासाठी मदत म्हणून ही संघटना निवडणूकराजकारणात उतरली आणि शिवसेनेबरोबर दोन हात करण्यासाठी रस्त्यावर उतरली तेव्हा एकदम प्रसिद्धीच्या झोतात आली. डॉ. बाबासाहेब आंबेडकरांनंतरच्या भारतातील दलित चळवळ एका विशिष्ट टप्प्याला पोहचली होती. हा क्षण असा होता की, संपूर्ण दलित समाजाला प्रेरणा मिळाली होती. त्या वेळच्या नक्षलवादी चळवळीप्रमाणे दलित पॅन्थर्स चळवळ ही जनतेच्या क्रांतीचे प्रतीक म्हणून तळपू लागली.

परंतु दलितांच्या दुर्दैवाने दलित पॅन्थर्सने जितक्या लवकर आकाशात भरारी घेतली तितक्याच झटपट म्हणजे केवळ सहा वर्षांत दलित पॅन्थर्सच्या या विमानाला जमिनीवर उतरावे लागले. त्यालाही दलितांचे नेतृत्व व त्यांच्यातील मतभेदच कारणीभूत आहेत. परिणामत: १९७८ साली दलित पॅन्थर्सचा पहिला बहर ओसरला. त्याला आता सुमारे ३५ वर्षे झाली. दलित चळवळीभोवतीची राजकीय चौकट बदलली. काँग्रेसची किंवा काँग्रेस पक्षाची देशात व अनेक राज्यांत पिछेहाट झाली. दलितांतील महार जातीव्यतिरिक्त किंवा नवबौद्ध दलितांव्यतिरिक्त अन्य दलित जातींना निवडणुकीच्या राजकारणात

डावलल्यामुळे न कळतच या जाती भाजप-शिवसेना या पक्षांकडे वळल्यात. राजकीय स्वार्थीपणाचा किंवा राजकीय धूर्तपणाचा हा एकप्रकारे आविष्कारच होय. दलितांतील महत्त्वाचा पक्ष 'भारतीय रिपब्लिकन पक्ष एकसंघ राहिला नाही.' हे आपण पूर्वी पाहिले. त्याचप्रमाणे तो पक्ष भारतातील संपूर्ण दलितांचे प्रतिनिधित्व करण्यातही अपयशी ठरला, ही वास्तवता नाकारता येत नाही. पूर्वी म्हटल्याप्रमाणे उत्तर प्रदेशात श्रीमती मायावतींनी वेगळी चूल मांडून 'बहुजन समाज पक्ष' स्थापन केला व सामाजिक अभियांत्रिकीचा प्रयोग करून उत्तर प्रदेशची सत्ता हस्तगत केली. बहुजन समाजाच्या मदतीविना सत्ता हस्तगत करणे शक्य नाही हे सत्य मायावतींनी ओळखले. महाराष्ट्राचा विचार करता महाराष्ट्रात काँग्रेसने वा राष्ट्रवादी काँग्रेसने रिपब्लिकन पक्षाचा वापर स्वत:ची सत्ता बळकट करण्यासाठी केला. दलित जातींतील भेदाचा फायदा घेण्याचे राजकारण सतत केले तेच राजकारण पूर्वी व आज भाजप-शिवसेना खेळत आहेत. दलित अस्मितेचा विचार करता 'दलितांची अस्मिता' ही नेहमीच पक्षापेक्षा जातीशी निगडित राहिल्याचे दिसते.

## साहित्य व दलित अस्मिता

भारतातले सुप्रसिद्ध समाजशास्त्रज्ञ डॉ. एस. पी. पुनाळेकर यांनी, 'दलित साहित्य आणि दलित अस्मिता' या शीर्षकाचा एक संशोधनात्मक निबंध लिहिला होता. त्या निबंधातील काही विचारांचा आढावा घेणार आहोत. या ठिकाणी दलित साहित्य म्हणजे, 'दलित समजल्या जाणाऱ्या जातीतील लेखकांनी अथवा कवींनी दलितांच्या समस्या समाजासमोर मांडण्याचा केलेला प्रयत्न होय' डॉ. पुनाळेकर यांच्या विचारानुसार गेल्या चार दशकांत दलित अस्मितेच्या प्रश्नाला फार महत्त्व प्राप्त झाले असून त्यामुळे राज्यात आणि राज्याबाहेर विविध सामाजिक व राजकीय गट, संस्था, संघटना स्थापन झाल्या आहेत. साधारणपणे १९६० च्या दशकापासूनच्या निषेध चळवळी, दलित पॅन्थर्सचा उदय आणि जन चळवळी, इ. स. १९८० च्या दशकाच्या अखेर बहुजन महासंघाचे अस्तित्व यांची मुळे मुख्यत्वे दलित आणि बहुजन अस्मितेच्या आग्रहात आहेत. महाराष्ट्राच्या ग्रामीण भागात 'बहुजन समाज पक्ष' अधिकाधिक लोकप्रिय होत आहे. समाजपरिवर्तनात दलित आणि त्यांची ऐतिहासिक भूमिका यांना नव्याने आवाहन करण्यात आले.

दलित साहित्याचा विचार करता त्यात प्रामुख्याने लघुकथा, कादंबरी, काव्य समीक्षात्मक निबंध, आत्मचरित्रे, नाट्यकृती इत्यादींचा समावेश असून दलित अस्मितेचा प्रश्न त्यातून प्रामुख्याने दिसून येतो. साहित्यक्षेत्रात एक नवीन प्रवाह म्हणून दलित साहित्याकडे पाहिले जाते. दलितांच्या साहित्यात दलितांच्या सामाजिक, दृष्टिकोनाचे आणि विविध कल्पनांचे प्रतिबिंब पडलेले दिसते. तसेच या साहित्यात प्रचलित सामाजिक

सांस्कृतिक रीतिप्रथांचे टीकात्मक मूल्यमापन असते. लेखक मुख्यत: दलित पुरुष आणि इ. स. १९७० पासून स्त्रियाही आहेत. महाराष्ट्राच्या ग्रामीण व शहरी अशा दोन्ही भागातील लेखक यात आहेत.

दलित लेखकच सामाजिक विषमता व हिंसाचाराचे बळी तरी आहेत किंवा साक्षीदार तरी! काही लेखकांचा दलितांच्या सामाजिक, राजकीय आणि सांस्कृतिक संघटनांशी प्रत्यक्ष वा अप्रत्यक्ष संपर्क आहे. दलित अस्मिता व प्रचलित सामाजिक जाणिवेबाबतची आपली मते ठामपणे मांडण्यासाठी हे लेखक साहित्याचा साधन म्हणून वापर करतात. आपल्या व्यथा, सामाजिक स्थिती, झिडकारलेले जीवन, विटाळ-चांडाळांच्या कल्पनांचा आजही असलेला प्रभाव इत्यादींचे चित्रण दलित साहित्यात आढळते.

सर्व दलित साहित्याचा सविस्तर आढावा घेणे केवळ अशक्य आहे. परंतु, काही लेखक, त्यांच्या कादंबऱ्या, आत्मकथने, कथा, कविता यांचा नामोल्लेख या ठिकाणी करण्याचे मी ठरविले आहे.

(१) श्री. बिंदू माधव - कथासंग्रह-दलितांच्या कथा व व्यथा व्यक्त करणाऱ्या, सामाजिक दडपशाही सहन करणाऱ्या तर क्वचित त्यास विरोध करणाऱ्या दलितांच्या कथा.

(२) श्री. नामदेव ढसाळ - गोलपिठा - कथासंग्रह

(३) श्री. लक्ष्मण गायकवाड - उचल्या - आत्मकथन बेरड या जातीचे चित्रण.

(४) श्री. लक्ष्मण माने - उपरा - आत्मकथन - कैकाडी या भटक्या जमातीचे चित्रण.

(५) श्री. दया पवार - 'बलुतं' - आत्मकथन. यात जात आणि वर्णभेद याद्वारे झिरपलेल्या नागरी समाजाचे वर्णन आहे.

(६) श्री. बाबुराव बागूल - दोन कथासंग्रह (अ) जेव्हा मी जात चोरली होती (ब) मरण स्वस्त होत आहे. महाराष्ट्रातील ग्रामीण व शहरी भागातील विषम, पददलित, सामाजिक आणि आर्थिक संरचनेचे पितळ उघडे पाडले.

(७) श्री. बाबुराव बागूल - सूड - कादंबरी जानकी नावाच्या मुरळीच्या केविलवाण्या जीवनावर आहे.

(८) श्री. गंगाधर पानतावणे - मूल्यवेध

(९) श्री. दया पवार - कोंडवाडा

(१०) श्री. वामन निंबाळकर - गावकुसाबाहेरची कविता

(११) श्री. त्र्यंबक सपकाळ - सुरुंग

(१२) प्रा. रावसाहेब कसबे - झोत - रा. स्व संघाच्या विचारप्रणालीवर टाकलेला चिकित्सक प्रकाश.

याशिवाय सर्वश्री श्री. शरणकुमार लिंबाळे, प्रा. प्र. ई. सोनकांबळे, कवी केशव

मेश्राम, श्री. अरुण कांबळे, श्री. वामन कर्डक, श्री. प्रल्हाद चेंदवणकर, श्री. जे. व्ही. पवार या आणि यांसारख्या लेखकांनी त्यांच्या कथेतून, कवितेतून (दलित) साहित्य समृद्ध करताना दलितांच्या वेदना समोर मांडल्या.

याशिवाय दलितेतर मराठी साहित्यिकांनी की ज्यात सर्वश्री मालतीबाई बेडेकर, प्र. के. अत्रे, श्री. म. माटे, मामा वरेरकर, कुसुमाग्रज, दि. के. बेडेकर, ग. त्र्यं. माडखोलकर, दुर्गा भागवत, विजय तेंडुलकर, दिलीप चित्रे, भालचंद्र नेमाडे, इत्यादी साहित्यिकांनी त्यांच्या साहित्यातून दलितांच्या समस्या मांडल्या परंतु त्यांना अनुभवाची किनार नसल्याने त्याकडे दलितांनी पाठ फिरविली होती.

या सर्व चर्चेचा मथितार्थ असा की, इ. स. १९६० च्या दशकानंतर अनेक दलित लेखक व कवी यांनी त्यांच्यावर होणाऱ्या अन्यायाला वाचा फोडली परंतु, सवर्ण दगडासारखे निश्चल असल्याने परिस्थिती विशेषत: ग्रामीण व शहरी समाजात विशेष बदलली नाही. या ठिकाणी दया पवार यांची 'महार बटालियन' (ही बटालियन १९४२ साली डॉ. बाबासाहेब आंबेडकर यांनी स्थापन केली होती.) मधील एका निवृत्त महार सैनिकाची व्यथा या ठिकाणी देण्याचा मोह मी टाळू शकलो नाही. मुंबई शहरातील वरळी या उपनगरातील बी. डी. डी. चाळीत राहणारा सैनिक त्याच्या खोलीत गुदमरत होता. सबंध भागात पोलिसांची दहशत पसरली होती. बरेच पोलिस मराठा जातीचे होते. दलित त्यांच्या हल्ल्याचे लक्ष होते. ती कविता अशी -

पाय तुटलेला महार पलटणीतला कांबळे।
अंधारात भिरभिऱ्या डोळ्यांनी पहात असतो॥
आपण सीमेवर कुणासाठी लढलो।
का बरे देशासाठी खुडले गेलो॥

सारांशरूपात असे म्हणता येईल की दलित साहित्य, दलित कविता यांमुळे दलित अस्मिता जागृत होण्यात, ती टिकण्यास मदत झाली.

डॉ. बाबासाहेबांचे अनुयायी ६ डिसेंबर रोजी दरवर्षी त्यांच्या पुण्यतिथीनिमित्त मुंबईच्या चैत्य भूमीवर एकत्र जमतात, 'जय भीम' च्या घोषणा देतात. 'जय भीम' ही घोषणा वा हा शब्द दलितांच्या अस्मितेचेच प्रतीक असून खालील कवितेत तो अर्थ नमूद केला आहे.

## जयभीम म्हणजे काय ?

जयभीम म्हणजे प्रकाश
जयभीम म्हणजे प्रेम
जयभीम म्हणजे चातुर्वर्ण्यावर आघात

जयभीम म्हणजे अंधाराकडून प्रकाशाकडे प्रवास
जयभीम म्हणजे लक्षावधींच्या डोळ्यांतील अश्रू
जयभीम म्हणजे उच्च ध्येयासाठी उच्च मार्गदर्शन
जयभीम म्हणजे दलित बौद्धांची अस्मिता
जयभीम म्हणजे ज्ञानाचे भांडार
जयभीम म्हणजे बौद्धिक धर्माचा कणा मोडणारा शब्द
जयभीम म्हणजे वचनभंग करणाऱ्यांच्या हृदयातील धडकी
जयभीम म्हणजे कनिष्ठांचे मायबाप
जयभीम म्हणजे धर्माच्या नावाखाली देशाचा विश्वासघात करणाऱ्यांचा अंत
जयभीम म्हणजे स्वत:ला उच्च म्हणविणाऱ्याच्या कानात बसणाऱ्या कानठळ्या
जयभीम म्हणजे अस्पृश्यतेचा डाग पुसून टाकणारा
जयभीम म्हणजे समाजाला छळणाऱ्यांच्या गळ्याभोवतीचा फास
जयभीम म्हणजे समतेच्या तत्त्वाला आलेली मधुर फळे
जयभीम म्हणजे प्रगतीचे मार्गक्रमण

ही कविता डॉ. बाबासाहेब आंबेडकरांकडून दलितांना मिळणाऱ्या प्रेरणेचे व तसेच अस्मितेचे प्रतीक होय. आम्ही पुढे जाणारच, प्रगती करणारच हा आत्मविश्वास या कवितेत असल्यामुळेच 'जयभीम' ही घोषणा महत्त्वाची होय.

## समारोप

या प्रकरणात आपण आपले लक्ष प्रामुख्याने 'दलित-बहुजन रूपावली' या संकल्पनेचा आढावा घेताना दलित अस्मितेच्या विविध पैलूंवर चर्चा करण्याचा प्रयत्न केला आहे. प्रकरणाचा प्रारंभ आपण 'दलित' या संकल्पनेचा समकालीन अर्थ जाणून घेण्याच्या दृष्टीने प्रयत्न केला. डॉ. बाबासाहेब आंबेडकरांनी त्यांच्या अस्पृश्य (Untouchables) या पुस्तकात इ. स. १९४८ साली दलितांसाठी Broken Men (भग्नहृदयी माणसे) ही संज्ञा वापरणे पसंत केले होते. त्यापूर्वी मात्र त्यांनी दलित ही संज्ञा वापरणे पसंत केले होते. इ. स. १९७२ साली दलित पॅन्थर्सच्या उदयानंतर 'दलित' या संकल्पनेचा विस्तार करून त्यात अनुसूचित जाती, नव-बौद्ध, कामगार, भूमिहीन शेतमजूर व गरीब शेतकरी स्त्रिया व असे सर्व लोक की ज्यांचे राजकीय, आर्थिक, धार्मिक शोषण केले जाते, इत्यादींचा समावेश केला होता. या सर्वात वेगळी अशी व्याख्या प्रा. डॉ. गंगाधर पानतावणे यांनी केली होती व ती अन्य सर्व व्याख्यांपेक्षा वेगळी आहे. त्यांच्या मताने दलित हे परिवर्तन व क्रांती यांचे प्रतीक आहे.

यानंतर सत्तेचे राजकारण व दलित नेते यांत इ. स. २००३ च्या सुमारास शिवशक्ती - भीमशक्ती यांच्या एकत्रीकरणाची चर्चा खूपच रंगली. याचा फायदा त्यावेळी रिपब्लिकन पक्षाला प्रत्यक्षात किती झाला हे एक गूढच आहे. हाच प्रयोग महाराष्ट्रात परत काही राज्यांतील विधानसभानिवडणुका व महाराष्ट्रात महानगरपालिकांच्या निवडणुकींच्या पार्श्वभूमीवर करण्याचे आवाहन शिवसेनेचे अध्यक्ष श्री. उद्धव ठाकरे यांनी केले. श्री. रामदास आठवले यांचा पक्ष जरी शिवसेना-भाजप बरोबर गेला असला तरी इतर नेत्यांनी मात्र काँग्रेस व राष्ट्रवादी काँग्रेसबरोबर आघाडी करण्याची शक्यता आहे. त्याचे फलित निवडणूकनिकालानंतरच समजेल.

यानंतर आपण या प्रकरणात दलित-बहुजन समाज रूपावलीचा विचार केला असून त्यात प्रामुख्याने डॉ. गोपाळ गुरू यांनी लिहिलेल्या 'दलित बहुजन राजकीय संवादाची परिभाषा' या लेखाच्या आधाराने केला आहे. याव्यतिरिक्त २००७ च्या आणि २०१२ च्या निवडणुकीत मुख्यमंत्री सुश्री. मायावती यांनी उत्तर प्रदेशात केलेला सामाजिक अभियांत्रिकीचा प्रयोग २००७ मध्ये यशस्वी झाला. २०१२ मध्ये त्याचे काय होणार, हे लवकरच समजेल. सामाजिक अभियांत्रिकीचा प्रयोग दलित-बहुजन समाज रूपावलीचाच एक आविष्कार आहे असे म्हणावे लागेल. महाराष्ट्रातील शिवशक्ती-भीमशक्ती एकत्रीकरणाचा प्रयोग हासुद्धा दलित-बहुजन समाज रूपावलीचाच भाग असून त्या संदर्भात प्रा. रावसाहेब कसबे यांनी नोंदविलेल्या विचारांचा आढावा घेतला आहे.

यानंतर या प्रकरणात दलितांच्या अस्मितेच्या राजकारणाचा आढावा घेताना अस्मितेचा अर्थ, त्याचे विविध पैलू (की ज्यात सांस्कृतिक, भक्तिचळवळ, दलित पॅन्थर्स, नवदलित चळवळ व दलित अस्मिता इत्यादी) यांच्यावर सविस्तर चर्चा केली. सर्वात शेवटी साहित्य व दलित अस्मिता या संकल्पनेचा आढावा घेताना दलितांनी त्यांच्या वेदना विविध साहित्यप्रकारांतून व्यक्त केल्या असून त्यात दलित लेखकांच्या आत्मकथनाचा व लघुकथांचा वाटा मोठा आहे. दलितांवर सतत टीका करणाऱ्या सवर्णांनी यातील एकतरी पुस्तक वाचून पहावे म्हणजे त्यांना दलितांच्या वेदनेची कल्पना येईल.

दलितांच्या अस्मितेचे केंद्रीकरण 'जय भीम' या घोषणेत असून त्यात अस्मितेचे किती पैलू दडलेले आहेत. याचे दर्शन होते.

---

## स्वअध्ययनासाठी प्रश्न -

**(१) खालील प्रश्नांची उत्तरे प्रत्येकी ५०० शब्दांत द्या. (केवळ १) (२०)**

(अ) दलित या संकल्पनेचा समकालीन अर्थ सांगा व दलित बहुजन समाज रूपावलीवर चर्चा करा.

(ब) 'दलित अस्मितेचे विविध पैलू' निबंध लिहा.

**(२) खालील प्रश्नांची उत्तरे प्रत्येकी १५० शब्दांत द्या. (फक्त २)**　　　(२०)

(अ) 'दलित बहुजन समाज रूपावली' ही संकल्पना स्पष्ट करा.

(ब) सत्तेच्या राजकारणात दलित नेत्यांची भूमिका.

(क) 'सामाजिक अभियांत्रिकी' प्रयोग म्हणजे काय ?

(ड) भक्तिचळवळ व दलित अस्मिता.

(इ) दलित लेखकांची आत्मकथने, धावता आढावा घ्या.

**(३) टिपा द्या. प्रत्येकी ५० शब्द (प्रत्येकी ४)**　　　(२०)

(अ) दलित या संज्ञेचा बदलता अर्थ

(ब) अस्मितेचा अर्थ

(क) 'जय भीम' या संज्ञेचे तीन अर्थ द्या.

(ड) अस्मितेचे राजकारण

(इ) दलित पॅन्थर्सचा उदय

(फ) मराठी साहित्य व दलित अस्मिता

## प्रकरण ८

# आदिवासी व दलितांच्या चळवळी

### अध्ययनाची उद्दिष्टे :

१. प्रस्तावना
२. आदिवासी जमातींच्या चळवळी
३. प्रारंभिक आदिवासी चळवळी
४. आदिवासी चळवळी : काही वर्गीकरणे
५. काही महत्त्वाच्या आदिवासी चळवळी
७. दलितांच्या चळवळी
८. दलितपणाविरोधी चळवळी
१२. अन्य मागासवर्गीयांच्या चळवळी
१३. मागास जातींच्या चळवळी काही मुद्दे
१४. भटक्या-विमुक्त जमातींच्या चळवळी

---

### प्रस्तावना

या पुस्तकाच्या यापूर्वीच्या प्रकरणात आपण आदिवासी, दलित, भटक्या व भटक्या विमुक्त जमाती यांच्या संबंधीच्या प्रश्नांवर विविध अंगांनी व पैलूतून चर्चा केली. या जाती, जमाती यांच्याकडे पाहण्याचा दृष्टिकोन आजही तिरस्काराचा, द्वेषाचा असाच आहे. घटनेने जे हक्क समाजातील सर्व जनतेला दिले त्या हक्कांसाठी आदिवासी जमाती, भटक्या व भटक्या विमुक्त जमाती, दलित समाजातील जाती यांना चळवळी कराव्या

लागल्यात, काही वेळेला या चळवळींनी हिंसक रूप धारण केले पण त्यामुळे त्यांचे प्रश्न सुटले का? त्यांच्यासंबंधीचे पारंपरिक कलंक पुसले गेले का? या चळवळींसंबंधी सर्वसामान्यांच्या प्रतिक्रिया व परिणाम काय? इत्यादी बाबींवर चर्चा या प्रकरणात आपण करणार आहोत.

## आदिवासी जमातींच्या चळवळी (Tribal Movements)

भारतापुरता विचार करता भारतात आदिवासी चळवळीचा प्रारंभ १७७२ साली बिहार प्रातांत झाला. ही चळवळ क्रांतिकारी स्वरूपाची होती व ती आदिवासींना अधिक हक्क मिळाले पाहिजेत या मागणीने प्रेरित होती. त्यानंतर आदिवासी जमातींची विविध प्रांतांत क्रांतिकारी चळवळींची एक लाट आली. त्यानुसार आंध्रप्रदेश, अंदमान निकोबार बेटे, अरुणाचल प्रदेश, आसाम, मिझोराम आणि नागालँड या प्रांतांत आदिवासी चळवळी सुरू झाल्यात. १८ व्या शतकात या क्रांतिकारी आदिवासी चळवळींत ज्या आदिवासी जमाती सहभागी झाल्या होत्या त्यांची नावे व ज्या साली या चळवळी लढविल्या गेल्यात त्यांचा तपशील खालील तक्त्यात देत आहे.

**क्रांतिकारी आदिवासी चळवळी निर्देशित करणारा तक्ता**

| अ.क्र. | चळवळींत सहभागी झालेल्या आदिवासीचे नाव | चळवळीचे साल |
|---|---|---|
| (१) | (२) | (३) |
| (१) | मिझो | १८१० |
| (२) | कोल्स | १७९५ आणि १८३१ |
| (३) | मुंडा | १८८९ |
| (४) | डाफला | १८७५ |
| (५) | खासी व गारो | १८२९ |
| (६) | कचारी | १८३९ |
| (७) | संथाळ | १८५३ |
| (८) | माडिया आणि गोंड | १८८६ |
| (९) | नागा | १८७९, १८८४ |
| (१०) | भुइया (Bhuiyas) | १८६८ |
| (११) | कोंढ (Kondhs) | १८१७ |

**(तक्ता ८.१)**

प्रत्यक्ष आदिवासी चळवळींवर चर्चा करण्यापूर्वी आदिवासी चळवळीचे प्रकार पाहाणे गरजेचे आहे. कॅमेरॉन (Cameron) या शास्त्रज्ञाने आदिवासी चळवळीचे चार गटांत वर्गीकरण केले होते ते खालीलप्रमाणे.

**(१) प्रतिगामी चळवळी (Re-actionary Movement) :** प्रतिगामी चळवळी म्हणजे एका अर्थाने जुन्या जीवनपद्धतीची पुन:स्थापना करणे. जुने ते सोने या म्हणीनुसार पारंपरिक जीवनपद्धतीचे जतन करणे होय. लिन्टन (Linton) या समाजशास्त्रज्ञाने यासाठी पुनरुज्जीवनवादी (Revivalistic) या संज्ञेचा वापर केला होता.

**(२) कर्मठवादी किंवा रूढिप्रियतावादी चळवळी (Conservative Movement) :** या प्रकारच्या चळवळी या सर्व प्रकारच्या प्रचलित परिवर्तनाला विरोध करण्यासाठी व आहे त्या परिस्थितीचे जतन करण्यासाठी संघटित केल्या जातात. लिन्टन (Linton) यांनी यासाठी चिरस्थायित्व या संज्ञेचा (Perpetuative) वापर केला होता.

**(३) सुधारणावादी चळवळी (Revisionary Movement) :** या प्रकारच्या चळवळी प्रचलित प्रथांत योग्य त्या सुधारणा करण्यासाठी, संस्कृतीत अधिक शुद्धता आणण्यासाठी किंवा योग्य बदल करण्यासाठी, समाजव्यवस्थेत योग्य परिवर्तन करण्यासाठी आणि काही संस्थांचे निमूर्लन करण्यासाठी संघटित केल्या जातात. परंतु याचा अर्थ मात्र असा नाही ही या चळवळी आदिवासी जमातीच्या प्रचलित संरचनेच्या जागी नवीन संरचना स्थापन करण्याचे ध्येय बाळगत नाहीत. ही चळवळ 'सामाजिक गतिमत्त्व चळवळ' (Social Mobility Movement) या संज्ञेने संबोधली जाते.

**(४) क्रांतिकारी चळवळ (Revolutionary Movement) :** या प्रकारच्या सामाजिक चळवळीच्या माध्यमातून, विशिष्ट आदिवासी जमातीच्या संस्कृतीत आणि समाजव्यवस्थेत आमूलाग्र बदल करून त्या जागी अधिक प्रगत संस्कृती व समाजव्यवस्था निर्माण करण्याचा प्रयत्न केला जातो. या चळवळीला नवचैतन्यवादी (Revitalism) चळवळ म्हणूनही संबोधले जाते.

## प्रारंभिक आदिवासी चळवळी : धार्मिक आधार
## (Early Tribal Movement... Based on Religion)

भारतातील सुरुवातीच्या आदिवासी चळवळींचा आधार होता धर्म वा धार्मिक संघटना. धर्म किंवा धार्मिक संघटना यात उन्नती करणे हा या प्रकारच्या चळवळीचा उद्देश होता. आदिवासींना त्यांच्या धर्माऐवजी बुद्धवादाचे किंवा वैष्णववादाचे दर्शन घडविणे यात महत्त्वाचे मानले गेले कारण हे दोन्ही घटक आदिवासी धर्मापेक्षा अधिक उन्नत असल्याचे मानले जाई.

इ.सन १९७२ साली एल. के. महापात्रा (L.K.Mahapatra) यांनी आदिवासी चळवळीचे जे अध्ययन केले होते त्यानुसार वैष्णववादी चळवळी या पुढील आदिवासी जमातींत आढळल्यात. मणिपूर प्रांतात मैतेई (Meithei), पश्चिम बंगालमधील भूमिज (Bhumiji), आसाममधील नोकते नागा (Nokta Naga), ओरिसातील बाथुडी (Bathudi) आणि तसेच झारखंड, ओरिसा आणि दक्षिण भारत इत्यादींचा त्यात अंतर्भाव आहे. म्हणूनच या चळवळींना धार्मिक चळवळी या संज्ञेनेपण संबोधले जाते. या प्रकारच्या चळवळी मध्य भारतातील गोंड आदिवासीत, ओरिसातील कोंड (Kond) आदिवासीत तर राजस्थानातील भिल्ल जमातीतपण आढळतात. ब्रिटिशांच्या कालखंडात ब्रिटिश सरकारलाही काही आदिवासी चळवळींचा सामना १९ व २० शतकात करावा लागला कारण त्यांनी जनावरांची शिकार करण्यावर, मानवाचा बळी देण्यावर आणि गुलामगिरीवर बंदी आणली होती. या चळवळी प्रामुख्याने पूर्वोत्तर भारतात आकाराला आल्या होत्या. तसेच बिहार, बंगाल, ओरिसा आणि मध्यभारतात वास्तव्य करणाऱ्या आदिवासींनी जमीनदार सावकार यांच्याकडून होणाऱ्या शोषणाविरुद्ध तर पोलिस व जंगल अधिकारी यांच्यातर्फे होणाऱ्या अत्याचाराविरुद्धही चळवळी केल्या होत्या. त्याचप्रमाणे छोटा नागपुरातील ओरॉन (Oraon), राजस्थानातील भिल्ल यांच्यात भगत चळवळ आढळून येत होती. या चळवळी पुनरुज्जीवनवादी होत्या व त्या जनावरांचे मांस खाण्यास, दारू पिण्यास व मानवी बळी देण्यास ब्रिटिश सरकारने जी बंदी आणली होती त्या विरोधात होत्या.

स्वातंत्र्यप्राप्तीनंतर ज्या आदिवासी जमातींच्या चळवळी झाल्यात त्यांचे तीन गटांत वर्गीकरण करता येईल.

I) बाह्य गटाकडून होणाऱ्या शोषणाविरोधी चळवळी. या चळवळी प्रामुख्याने संथाळ व मुंडा आदिवासींनी केल्या होत्या.

II) काही चळवळी या आर्थिक वंचिततेविरोधी होत्या. (मध्यप्रदेशातील गोंड आणि आंध्रप्रदेशातील महाराजांनी या चळवळी केल्यात)

III) फुटीरवादी प्रवृत्तीच्या चळवळी काही आदिवासी जमातींत झाल्यात. (उदा. आसाममधून फुटून स्वतंत्र प्रातांची मागणी करणाऱ्या चळवळीत नागा, मिझो इत्यादींच्या चळवळी येतात.)

आदिवासी जमातींच्या स्थिती ज्ञानाच्या आधारावर काही तज्ज्ञांनी आदिवासी चळवळींचे चार वर्गात वर्गीकरण केल्याचे दिसून येते. हे चार वर्ग वा प्रकार पुढीलप्रमाणे.

I) राजकीय स्वायत्तता आणि स्वतंत्र राज्याची मागणी करणाऱ्या आदिवासी चळवळी (यांत नागा, मिझो व झारखंड मधील आदिवासी येतात.)

II) आदिवासी शेतकऱ्यांच्या चळवळी.

III) आदिवासींचे जंगलावरचे अधिकार कायम राहावेत म्हणून केलेल्या चळवळी.

IV) सामाजिक धार्मिक किंवा सामाजिक सांस्कृतिक अधिकार परत मिळावेत म्हणून केलेल्या चळवळी (यात राजस्थान व मध्यप्रदेश प्रातांतील भिल्लांनी केलेली भगत चळवळ; दक्षिण गुजरातमधील आदिवासींची तर संथाळ आदिवासींनी केलेली रघुनाथ मुरमूची (Raghunath Murmu's) चळवळ यात येते.

वरील प्रकारच्या सुधारणात्मक चळवळी 'मुंडा' (Munda) आदिवासी जमातीत-पण आढळून आल्यात. 'धरती आबा' (Dharti Aba) हा मुंडांचा समर्थ्यशाली विभूतिमत्त्व असलेला आध्यात्मिक नेता असून त्यांच्या नेतृत्वाखाली धार्मिक शुद्धता नैतिकता व वैराग्य या हिंदू तत्त्वांची पुन:स्थापना करण्यासाठी आणि भगत वा धर्मगुरूची पूजा करण्याच्या पद्धतीवर टीका करण्यासाठी या चळवळीचे आयोजन केले होते. तसेच मध्यप्रदेशातील गोंड आदिवासी जमातातील लोकांनी त्यांच्यातील विभूतिमत्त्व प्राप्त झालेल्या काही धार्मिक नेत्यांच्या नेतृत्वाखाली इ.स. १९३० साली धार्मिक आणि सामाजिक गतिमत्त्व प्राप्त होण्यासाठी चळवळ केली होती. गोंड यांनी असा दावा केला होता की त्यांना क्षत्रियांचा दर्जा मिळावा व त्यांना धार्मिक व संस्थात्मक शुद्धता प्राप्त व्हावी किंवा मिळावी.

## आदिवासी चळवळी - काही समाजशास्त्रीय अध्ययने
## (Tribal Movements - Some Sociological Studies)

आदिवासी जमातींच्या चळवळींचा अभ्यास करताना काही तथ्ये जाणून घेणे अत्यावश्यक आहे. भारतातील एकूण लोकसंख्येचा विचार करता इ.सन २००१ सालच्या जनगणनाअहवालानुसार भारतात आदिवासींची लोकसंख्या केवळ ८% एवढीच आहे. इ. स. २००१ साली भारताची एकूण लोकसंख्या ही १०२,८७,३७,४३६ (एकशे दोन कोटी सत्त्याऐंशी लाख, सदतीस हजार चारशे छत्तीस) एवढी होती. त्यापैकी आदिवासी जमातींची एकूण लोकसंख्या केवळ ८२० लाख एवढीच आहे.

डॉ. घनश्याम शहा यांनी त्यांच्या 'भारतातील सामाजिक चळवळी' (Social Movements in India) या ग्रंथात भारतातील आदिवासी जमातींचे दोन वर्गात विभाजन केले असून त्याचा आपण या ठिकाणी धावता आढावा घेण्याचा प्रयत्न करणार आहोत.

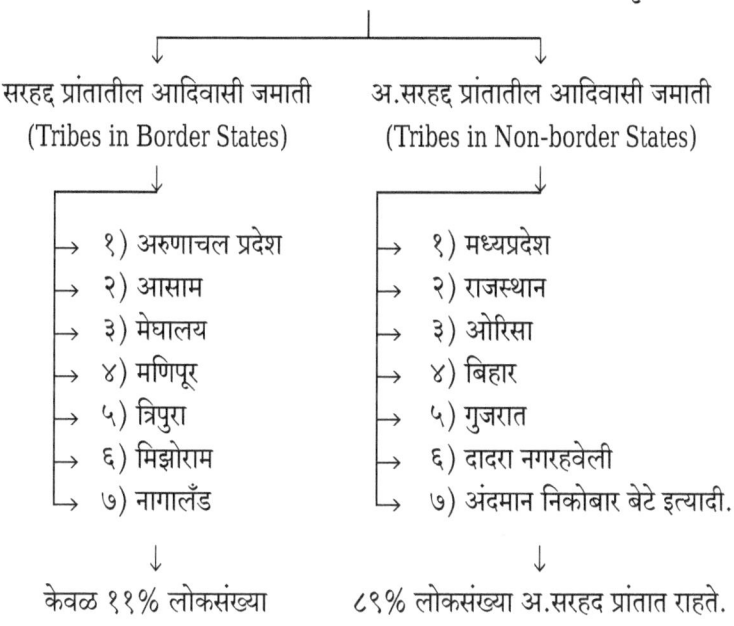

**भारतातील आदिवासी जमातींचे विभाजन दर्शविणारी आकृती**

सरहद्द प्रांतातील आदिवासी जमाती
(Tribes in Border States)

- १) अरुणाचल प्रदेश
- २) आसाम
- ३) मेघालय
- ४) मणिपूर
- ५) त्रिपुरा
- ६) मिझोराम
- ७) नागालँड

केवळ ११% लोकसंख्या

अ.सरहद्द प्रांतातील आदिवासी जमाती
(Tribes in Non-border States)

- १) मध्यप्रदेश
- २) राजस्थान
- ३) ओरिसा
- ४) बिहार
- ५) गुजरात
- ६) दादरा नगरहवेली
- ७) अंदमान निकोबार बेटे इत्यादी.

८९% लोकसंख्या अ.सरहद प्रांतात राहते.

**(आकृती क्र. ८.१)**

सरहद्द प्रांतात राहणाऱ्या आदिवासींचे प्रश्न वेगळे असून त्यांना सीमेलगतच्या परकीय शक्तींपासून धोका संभवतो. म्हणून या प्रदेशात राहणाऱ्या आदिवासी जमातींच्या संदर्भात भारताने अत्यंत जागृत राहणे गरजेचे आहे. त्यांच्यात फूट पाडून त्यांना भारतापासून तोडण्याचे मनसुबे काही परकीय शक्ती करत आहेत.

विसाव्या शतकाच्या उत्तरार्धात अनेक विचारवंतांनी आदिवासी जमातींच्या अध्ययनाला प्राधान्य दिले होते. या संदर्भात अधिक खोलात न जाता त्यांनी केलेले आदिवासी संशोधनात्मक प्रबंध वा ग्रंथ

**(१) राघवय्या (Raghavayya) :** यांनी १९७१ ते १९७८ या कालखंडात झालेल्या आदिवासी चळवळींची यादी केली की जी नंतरच्या अभ्यासकांना मार्गदर्शक ठरली.

**(२) के. एस. सिंग (K. S. Singh) :** यांनी आदिवासी चळवळींवर 'भारतातील आदिवासी चळवळी' (Tribal Movement in India) यावर तीन प्रबंध क्रमाने १९८२, १९८३ व १९९८ साली प्रकाशित केले. यांतील पहिल्या ग्रंथात (१९८२ च्या) ईशान्य भारतातील जमातींच्या चळवळींचा तर दुसऱ्या ग्रंथात (१९८३ च्या) दक्षिण भारतातील आदिवासी चळवळींचा आढावा घेतला आहे. तर १९९८ साली प्रकाशित झालेल्या

तिसऱ्या ग्रंथात देशाच्या विविध भागांमध्ये उपलब्ध असलेल्या आदिवासी चळवळी-संबंधीच्या साहित्याचा आढावा घेतला आहे. के. एस. सिंग यांचे या संदर्भातील आणखी एक निरीक्षण दखल घेण्यायोग्य आहे. ते म्हणतात सर्वच आदिवासी जमाती त्यांच्या मागण्यांसाठी चळवळीचा आधार घेतातच असे नाही. ते म्हणतात की भारतातील दक्षिणकडील राज्यांत राहणाऱ्या आदिवासी जमातींत चळवळीचे प्रमाण अत्यंत क्षुल्लक किंवा जवळ जवळ नाहीच. याचे कारण प्रतिपादन करताना डॉ. सिंग म्हणतात की दक्षिणकडील प्रांतांतील आदिवासी जमातींची संख्या फारच कमी असून त्या मागासलेल्या आहेत व त्यांची वसतिस्थाने फार एकांतात आहे. असे असले तरी त्यांना शोषण व त्यातून निर्माण होणाऱ्या असंतोषाचा सामना करावा लागतो.

**(३) एल. के. महापात्रा (L.K. Mahapatra) :** इ.स. १९८३ श्री. महापात्र यांनी केलेल्या अध्ययनाद्वारे असे निरीक्षण नोंदविले की त्यांना संख्येने कमी असणाऱ्या व देशाटन करणाऱ्या बिरहोर, कोरवा, पहिरा, खारिया किंवा स्थानांतरित शेती करणारे डोंगरी माडिया, डोंगरी साओरा किंवा अजून मागासलेले कोंड या जमातींमध्ये कधीही लक्षणीय अशा सामाजिक चळवळी, धार्मिक किंवा राजकीय स्थिती बदलणाऱ्या चळवळी पाहावयास मिळत नाहीत.

**(४) सुरजित सिन्हा (Surjit Sinha) :** यांनीसुद्धा इ.स. १९७२ साली बिहारमधील काही आदिवासींचे निरीक्षण करताना 'महापात्रा' यांच्यासारखेच मत नोंदविल्याचे दिसते.

## आदिवासी चळवळी - आणखी काही वर्गीकरणे
## (Tribal Movements - Some Further Classifications)

विसाव्या शतकाच्या उत्तरार्धात काही अभ्यासकांनी आदिवासी चळवळींच्या संदर्भात जी अध्ययने केलीत त्यां आधारे त्यांनी आदिवासी समाजात होणाऱ्या चळवळींचे वर्गीकरण विविध गटांत केले असून त्यांचा केवळ नामोल्लेख या ठिकाणी आपण करणार आहोत.

**(अ) एल. के. महापात्रा ( L. K. Mahapatra) :** इ.स. १९७२ साली केलेल्या अध्ययनाच्या साहाय्याने महापात्रा यांनी आदिवासी चळवळींचे तीन प्रकार शोधून काढले आहेत. (I) प्रतिक्रियावादी (II) रूढिवादी किंवा परंपरावादी (III) क्रांतिकारी किंवा सुधारणावादी.

**(ब) सुरजित सिन्हा (Surjit Sinhna) व के. एस. सिंग (K.S. Singh) :** या दोघांनी स्वतंत्रपणे केलेल्या अध्ययनांच्या साहाय्याने आदिवासी चळवळीचे ५ प्रकार

शोधून काढले होते. सुरजित सिंहा याचे संशोधन इ.स. १९७२ साली तर के. एस. सिंग यांचे संशोधन इ.स. १९८३ साली करण्यात आले. त्यांनी शोधलेले चळवळीचे ५ प्रकार पुढीलप्रमाणे.

I) भिन्न जातींच्या बंडखोरांच्या चळवळी.

II) सुधारणावादी चळवळी.

III) भारतातील जटिल राजकीय स्वातंत्र्याच्या चळवळी.

IV) फुटीरतावादी चळवळी.

V) शेतजमीनविषयक चळवळी.

यात के. एस. सिंग यांनी सुधारणावादी चळवळीऐवजी सांस्कृतिक चळवळी ही संज्ञा वापरली.

**(क) एस.एम. दुबे (S.M.Dubey) :** श्री. दुबे यांनी इ.स. १९८२ साली केलेल्या संशोधनाच्या आधारे आदिवासी चळवळींचे चार गटांत वर्गीकरण केले होते. ते पुढीलप्रमाणे (I) धार्मिक आणि सामाजिक सुधारणा चळवळी. (II) स्वतंत्र राज्याची मागणी करणाऱ्या चळवळी. (III) बंडखोर चळवळी. (IV) सांस्कृतिक चळवळी.

**(ड) डी. डोले (D. Doley) :** इ.स. १९९८ साली ईशान्य भारतातील आदिवासींच्या चळवळींचा शोध घेताना त्यांनीही तेथील आदिवासी चळवळींचे वरीलप्रमाणेच चार गटांत वर्गीकरण केले होते.

## काही महत्त्वाच्या आदिवासी चळवळी - धावता आढावा

भारतात त्यांच्या हक्कांसाठी आदिवासींनी ज्या चळवळी केल्यात किंवा जे लढे दिलेत त्यांतील काही महत्त्वाच्या चळवळींवर आपण प्रकाशझोत टाकणार आहोत.

**(१) नागा आदिवासी चळवळ :** काही तज्ज्ञ यासाठी 'नागा क्रांती' ही संज्ञा वापरतात. आपली संस्कृती भारतीय संघराज्यात नष्ट होईल या भीतीने त्यांनी स्वतंत्र 'नागालँड' ची मागणी करणारी चळवळ इ. स. १९४८ साली सुरू केली व १९७२ साली संपली. जेव्हा स्वतंत्र 'नागालँड' राज्य स्थापन होऊन तेथे लोकनियुक्त सरकार स्थापन झाल्यावर ही चळवळ आटोक्यात आली.

**(२) मिझो आदिवासी चळवळ :** मिझो आदिवासींची चळवळ स्वतंत्र राज्याच्या मागणीसाठीच होती. ही चळवळ 'गरिला वॉरफेअर' किंवा गनिमी युद्ध (Guerrilla Warfare) या संज्ञेनेपण संबोधली जाते. इ.स. १९६० साली सुरू झालेली ही चळवळ इ.स १९७२ साली मिजोरम या स्वतंत्र राज्याची स्थापना झाल्यानंतर संपली.

**(३) गोंडराज चळवळ :** गोंड या मध्यप्रदेशातील आदिवासींनी सुरू केली ती इ. स. १९४१ साली. १९६२–६३ साली ही चळवळ, चळवळीच्या सर्वोच्च शिखराला

पोहचली होती. १ नोव्हेंबर २००० ला छत्तीसगड राज्याची निर्मिती हे या आंदोलनाचे फलित होय.

**(४)** याव्यतिरिक्त आसाम, बिहार, पश्चिम बंगाल, आंध्रप्रदेश, महाराष्ट्र यांच्यात गेल्या काही वर्षांत फैलावलेली व हिंसक रूप धारण केलेली **नक्षलवादी चळवळ** ही १९६७ साली सुरू झालेली आदिवासींची चळवळ असून चारू मुजुमदार हा या चळवळीचा प्रणेता असून गरिबांचे शत्रू असलेल्या व त्यांचे शोषण करणाऱ्यांचा विध्वंस करा असा संदेश ही संघटना देते. गेल्या काही वर्षांत या चळवळीने आतंकवादी रूप धारण केले असून आजही म्हणजे २०१२ साली नक्षलवाद्यांच्या आतंकवादी कारवाया चालू असून पोलिस, सरकारी अधिकारी हे या संघटनेचे लक्ष्य होय.

## आदिवासी चळवळी - दोन प्रसंग

भारतात आदिवासी चळवळी का घडून येतात हे निर्देशित करणारे दोन प्रसंग या ठिकाणी देत असून संबंधित राज्य व प्रांतीय सरकारांची आदिवासी व गरीब जनतेविरोधी धोरणे यास कारणीभूत असल्याचे तज्ज्ञ मानतात. हे दोन्ही प्रसंग आदिवासींच्या शोषणाचे असून पहिला प्रसंग आंध्रप्रदेशातील असून दुसरा व तिसरा प्रसंग पुरोगामी म्हणविणाऱ्या महाराष्ट्रातील आहे.

### १) आंध्रप्रदेश :

भारताला स्वातंत्र्य मिळाल्यानंतर आंध्रप्रदेशात असा सरकारी आदेश होता की जमिनीसंदर्भातील सर्व व्यवहार हे आदिवासींना अनुकूल ठरतील असेच केले जावेत. इ.स. १९७४ साली आंध्रप्रदेशातील सरकारने (जे काँग्रेसचे होते) असा आदेश काढला की, आदिवासी क्षेत्रात बिगर आदिवासी व्यक्ती किंवा शेतकरी १५ एकर (त्यात ५ एकर बागायती व १० कोरडवाहू) शेतजमीन खरेदी करू शकतो. या आज्ञेचा परिणाम असा झाला की, या आदेशामुळे आदिवासींच्या आत्तापर्यंत राखीव असलेल्या क्षेत्रात बिगर आदिवासींनी मोठ्या प्रमाणात शेतजमिनी खरेदी केल्यात. आदिवासी असा दावा करतात की, सुमारे ३०,००० एकर शेतजमिनी बिगर आदिवासी व्यक्तींच्या हातात गेल्यात. इ.स. १९७४ ते १९८४ या दहा वर्षांत हे स्थित्यंतर झाले. याच कालखंडात सुमारे दोन हजार प्रकरणे 'भूमि कलहाची' न्यायालयात दाखल होऊन सुमारे ४०० आदिवासींना न्यायालयाने शिक्षा केली. इ.स. १९८४ साली 'तेलुगु देसम्' पक्षाच्या सरकारने काँग्रेस सरकारचे आदेश रद्दबादल ठरविले, की ज्यामुळे बिगर आदिवासी गटांना बचावात्मक पवित्रा घ्यावा लागला. या तेलुगु देसम् सरकारच्या आदेशाचा आणखी एक परिणाम असा झाला की आदिवासी गटांना, काही आतिरेक्यांनी बिगर आदिवासी जमीनदार

गटाविरुद्ध संघटित केले. त्यामुळे गोंड आदिवासी व बिगर आदिवासी यांच्यात अनेक हिंसात्मक आंदोलने झालीत. बिगर आदिवासी जमीनदार गटाने बदला घेण्याच्या हेतूने आदिवासींविरुद्ध हिंसात्मक रूप धारण करून त्याने अनेक आदिवासींना ठार मारून त्यांना आपले वेठबिगार बनण्यास भाग पाडले. दुसऱ्या एका प्रसंगात आदिवासींनी २१ बिगर आदिवासींना जंगलातून सरपण चोरताना पकडले व त्यांना आदिवासींच्या तुरुंगात ठेवले. पोलिसांनी त्यांची सुटका केली.

## २) महाराष्ट्र :

दुसरा प्रसंग महाराष्ट्रातील विदर्भ प्रदेशातील नागपूरजवळ फेब्रुवारी १९८४ साली घडला. त्यांनी म्हणजे आदिवासींनी एक सभा त्यांच्या प्रश्नावर चर्चा करण्यासाठी आयोजित केली होती. सभेचे ठिकाण होते सुमारे १००० वसती असलेले कमलपूर नावाचे खेडेगाव. या सभेला अंदाजे वीस हजार (२००००) सभासद उपस्थित राहण्याची शक्यता होती. सभेचे उद्घाटन नागपूर उच्च न्यायालयाच्या वकिलांच्या संघटनेचे अध्यक्ष करणार होते व सभेला अनेक नाटककार, सिने दिग्दर्शक आणि सिने कलाकार उपस्थित राहणार होते. परंतु सभा सुरू होण्याच्या पूर्वी दोन दिवस महाराष्ट्र सरकारने 'कमलपूर गावाला' (सभेचे ठिकाण) येणारे सर्व रस्ते बंद केले. सुमारे १००० संबंधित व्यक्तींना सरकारने अटक केली व ५ किंवा जास्त व्यक्तींनी एकत्र जमू नये म्हणून प्रतिबंधात्मक आदेश काढले. ज्या व्यक्तींना अटक केली त्यांच्यावर आक्षेपार्ह साहित्य बाळगल्याचा, जंगलातील झाडे तोडल्याचा व ती चोरण्याचा आरोप करण्यात आला. त्याचप्रमाणे स्वागत समितीच्या अध्यक्षांना जंगली संपत्तीची चोरी करण्याच्या आरोपाखाली अटक करण्यात आली. परंतु न्यायाधीशांनी त्यांची सुटका केल्याबरोबरच त्यांच्यावर दुसरे आरोप ठेवून त्यांना परत अटक केली. इतर अटक केलेल्या लोकांत, सभेत संगीताचा कार्यक्रम सादर करणारे संगीतकार, मुंबई, हैदराबाद, मद्रास (सध्याचे चेन्नई) येथील विद्यार्थि-प्रतिनिधींचा समावेश होता.

## ३) महाराष्ट्र :

तिसरा प्रसंग उत्तर महाराष्ट्रातील धुळे जिल्ह्यातील शहादे तालुक्यातील ससदे व शेल्टी गावांत घडलेला आहे. हा प्रसंग १६ मार्च १९८४ साली घडलेला आहे. ससदे गावची लोकसंख्या आहे १३०० त्यापैकी आदिवारी लोकसंख्या आहे ८०४. शेल्टी गावात १७८९ लोक राहतात पैकी आदिवासींची लोकसंख्या ९०३ एवढी आहे. ससदेपासून शेल्टी गाव २ कि.मीटर अंतरावर आहे. या दोन्ही गावी होळी पौर्णिमेचा सण पारंपरिक पद्धतीने मोठ्या उत्साहात साजरा केला जातो. शेतमजूर व मच्छीमारी करणारे लोक मोठ्या प्रमाणात या सणात सहभागी होतात. आदिवासी प्रथेप्रमाणे होळीचा दांडा भूमीवर

पडेपर्यंत होळी पेटत राहिली पाहिजे. ही होळी पेटती राहवी म्हणून एका भिल्लाने राम गोपाळ या शेतकऱ्याच्या जमिनीवरील कपाशीच्या पळकाट्या (ज्या टाकाऊच असतात) होळीत आणून टाकल्याने शेतकरी संतापला. त्याची आदिवासींबरोबर बाचाबाची झाली व त्या शेतकऱ्याने आदिवासींचा परिसर हा हा म्हणता होळीप्रमाणे पेटवून दिला व आदिवासींच्या संसाराची अक्षरश: होळी केली. यातील मन सुन्न करणारी घटना म्हणजे प्रगत किंवा बिगर आदिवासी समाजातील लोक ट्रॅक्टर व मोटारी भरून या गावात येत होते. आदिवासींना हुडकून त्यांना मरेपर्यंत मारत व त्यांची प्रेते नदीच्या पात्रात फेकून देत. या गावात घडलेले हे हत्याकांड मन विषण्ण करणारे आहे.

या तिन्ही प्रसंगांतून एक बोध घेता येतो तो हा की कायदा आहे पण तो आदिवासींना मदत करत नाही. पोलिस व जंगल अधिकारी आदिवासींचे संरक्षण करण्याऐवजी त्यांच्यावरच अत्याचार करतात व नकळतच बिगर आदिवासींना मदत करतात.

आदिवासी समाजाबाबत बिगर आदिवासींचे पूर्वग्रह कमी झाल्याशिवाय कायद्याचे साहाय्य आदिवासींना मिळाल्याविना आदिवासींना चळवळीविरहित जीवन जगणे शक्य नाही.

सुंदरलाल बहुगुणा यांचे चिपको आंदोलन, मेधा पाटकर यांचे नर्मदा धरणामुळे झालेल्या विस्थापितांचे पुनर्वसन करण्याचे आंदोलन हे आदिवासी चळवळींचेच प्रकार होय. शिवाय भिलाईच्या कारखान्यातील आदिवासी व बिगर आदिवासींनी एकत्र येऊन केलेले आंदोलन हाही आंदोलनाचा वेगळा प्रकार होय.

आदिवासी समाजाने अन्य समाजाशी तादात्म्य प्रस्थापित केले तर आदिवासींच्या चळवळीची तीव्रता कमी होईल. आदिवासींची दृढ ऐक्य चळवळ किंवा विभाजनवादी चळवळ या नक्कीच पुढील गोष्टींच्या जास्तीत जास्त एकीकरणावर अवलंबून आहेत त्यासाठी सुरजित सिन्हा यांनी पुढील सहा विधाने केली आहे. ती विधाने

(१) निसर्ग, समाज आणि संस्कृती यांपासून बहुसंख्येने आदिवासींचे व तसेच हाडाच्या शेतकऱ्यांचे वेगळेपण किंवा तुटलेपण... दूर झाले तर

(२) एका विशिष्ट स्तराची संख्येची ताकद आणि ऐक्याची चळवळ करणाऱ्यांना पुरवठा करण्यासाठी योग्य अर्थव्यवस्था निर्माण केली तर

(३) आंतरराष्ट्रीय व आंतर नागरी सीमेपासून जवळ असलेल्या आदिवासींच्या विकासाची प्रक्रिया गतिमान केली तर

(४) साक्षरता आणि शिक्षण यांची, उत्तम पुढाऱ्यांची निर्मिती व्हावी म्हणून एक विशिष्ट मर्यादा वा श्रेणी ठेवली तर

(५) ऐतिहासिक घटना, शेतकऱ्यांबरोबरच्या संघर्षाची जाणीव आणि शेतकऱ्यांची राजकीय इमारत त्यावर उभी केली तर.

(६) राजकीय पदासाठीचा मार्ग आणि त्यासोबतचे आर्थिक वेतन यांसाठी योग्य तो वाव वा अवसर दिला तर

या दोन्ही गटांतील ऐक्य होणे शक्य होईल व परिणामत: आदिवासींच्या प्रश्नांची तीव्रता कमी होईल.

भारतातील आदिवासींच्या प्रश्नांचा व त्यांतून निर्माण होणाऱ्या प्रश्नांचा आवाका इतका मोठा आहे की काही पानांत त्यावर चर्चा करणे शक्य नसले तरी तसा प्रयत्न मी या ठिकाणी केला आहे. त्यावरून आदिवासींचे प्रश्न त्या प्रश्नांसाठी वा त्या प्रश्नांच्या सोडवणुकीसाठी त्यांनी केलेल्या चळवळी, त्या चळवळींचे स्वरूप व प्रकार यांचा धावता आढावा या ठिकाणी घेतला असून आदिवासी प्रश्नांची माहिती यामुळे वाचकांना होईल अशी आशा वाटते.

## दलितांच्या चळवळी (Movements of Dalits)

दलित चळवळींचा विचार करता दलित कोण किंवा दलित कोणाला म्हणावयाचे या संदर्भातील चर्चा आपण प्रकरण एक आणि प्रकरण सात मध्ये सविस्तरपणे केली असल्याने त्याची पुनरावृत्ती टाळतो. पण या ठिकाणी एका गोष्टीचा खुलासा करणे गरजेचे आहे तो हा की दलित चळवळीचा विचार करता केवळ पूर्वाश्रमीच्या अस्पृश्यांसाठीच या संज्ञेचा वापर केला आहे. आदिवासी जमाती किंवा अनुसूचित जमातींच्या चळवळींवर या प्रकरणाच्या प्रारंभी आपण चर्चा केली असून या ठिकाणी दलितांच्या म्हणजे अस्पृश्यांनी त्यांच्या हक्कासाठी केलेल्या चळवळींवर आपण विवेचन करणार आहोत.

## दलित लोकसंख्या व त्यांचे प्रश्न (Dalit Population and Their Problems)

इ.स. २००१ च्या खानेसुमारी किंवा जनगणना अहवालानुसार भारताच्या एकूण लोकसंख्येपैकी १६% लोकसंख्या ही दलितांची किंवा पूर्वास्पृश्यांची म्हणजेच अनुसूचित जातींची आहे. भारतात २००१ च्या जनगणनेनुसार दलितांची एकूण लोकसंख्या १६८० लाख एवढी होती. व्यवसायानुसार जर या लोकसंख्येचे विभाजन करावयाचे झाल्यास यापैकी सुमारे ३६% लोक कामगार वा मजूर आहेत. या कामगारांपैकी ४८% लोक हे शेतमजूर आहेत. कातडी कमावणे, भंगीकाम, साफसफाईचे काम इत्यादी पारंपरिक व्यवसायात त्यांपैकी अनेक लोक गुंतलेले आहेत. दलितांचा किंवा अनुसूचित जातींचा विचार करता अनुसूचित जातींचे लोक भारतभर किंवा देशभर पसरलेले किंवा विखुरलेले आहेत. पूर्वोत्तर भारतात, भारताच्या सीमेवरील प्रांतांत त्यांची संख्या नगण्य असली तरी इतरत्र ती जाणवेल इतकी आहे. दलितांच्या संदर्भातील संशोधनात्मक अध्ययनाचा विचार करता दलितांच्या एकूण सामाजिक व राजकीय परिस्थितीचा विचार करता त्यासंबंधात

बरेच शोधनिबंध आहेत. यावर भाष्य करताना धनश्याम शहा असे प्रतिपादन करतात की, त्यांतील फारच थोडे पद्धतशीर अनुभवांवर आधारलेले आहेत. महाराष्ट्रातील महारांची चळवळ संपूर्ण भारताच्या पातळीवर अमलात आणली गेली. डॉ. बाबासाहेब आंबेडकर हे जातीने महार असले तरी ते उच्चविद्याविभूषित असल्यामुळे ब्रिटिशांबरोबर आणि जातिवंत हिंदूबरोबर बोलणी करताना ते संपूर्ण देशातील दलितांचे प्रतिनिधित्व करीत. इ. स. १९८६ साली नीरा बुर्रा (Neera Burra) यांनी केलेल्या संशोधनाच्या आधारे त्या असे प्रतिपादन करतात की महाराष्ट्राबाहेरील दलितांना किंवा अनुसूचित जातींना त्यांच्या लक्ष्यासाठी एकत्र आणण्यामधील त्यांच्या भूमिकेची फारशी नोंद झालेली नाही आणि त्यासंबंधीचा सर्वांगीण अभ्यासही झाल्याचे दिसत नाही. भारतात अस्पृश्यता-विरोधाच्या चळवळी व दलित स्वातंत्र्याच्या चळवळींची एक सामान्य रूपरेषा 'गेल ऑम्वेट' आणि भारत पाटणकर यांनी १९७६ साली तर डॉ. घनश्याम शहा यांनी १९८० साली प्रकाशित केलेल्या दोन शोधनिबंधांवरून येते.

**दलित चळवळींचे प्रकार आणि वादाचे विषय :**

वसाहतकालीन (ब्रिटिश कालखंड) आणि वसाहत कालानंतरचे दलित चळवळींचे वादाचे मुख्य विषय हे प्रामुख्याने अस्पृश्यतेच्या प्रश्नांशी संबंधित आहेत बाकीची कारणे तीच आहेत की जी शेतमजुरांशी संबंधित आहेत. राजकीय कार्यालये, सरकारी नोकऱ्या, कल्याणकारी योजनेमधील आरक्षण टिकविणे व वाढविणे यासाठी त्यांनी चळवळी उभारल्यात.

खरे म्हटले तर राष्ट्रीय पातळीवर दलित चळवळींचे विश्लेषण करण्याचे प्रयत्न न झाल्यामुळे चळवळींचे वर्गीकरण करण्याचेही प्रयत्न झाले नाहीत. तरीही इ.स. १९८० साली **डॉ. घनश्याम शहा** यांनी दलित चळवळींचे दोन प्रकार प्रतिपादन केले आहेत. ते खालीलप्रमाणे.

**अ) सुधारणात्मक चळवळी (Reformative Movements) :** या प्रकारच्या चळवळी अस्पृश्यतेचा प्रश्न सोडविण्यासाठी आणि जातिव्यवस्थेत सुधारणा घडवून आणण्यासाठी करण्यात आल्या होत्या.

**ब) पर्यायात्मक चळवळी (Alternative Movements) :** पर्यायात्मक चळवळींचा उद्देश दलितांची प्रतिष्ठा वाढविणे हा होता. त्यासाठी धर्मांतर करून शिक्षण मिळवून स्वत:चा आर्थिक व सामाजिक दर्जा वाढविणे, स्वत:चा पर्यायी सांस्कृतिक ढाचा बनविणे इत्यादी गोष्टींसाठी पर्यायी चळवळी महत्त्वाच्या ठरतात.

या दोन्ही प्रकारच्या चळवळींची ध्येये गाठण्यासाठी दोन्ही चळवळी राजकीय मार्गाचा अवलंब करतात.

सुधारणात्मक चळवळींचे आणखी तीन उपप्रकार पाडण्यात आले आहेत. (I) भक्ती चळवळ (II) नव वेदांतिक चळवळ आणि (III) संस्कृतीकरण चळवळ.

- **पर्यायवादी चळवळीचे** दोन प्रकारांत वर्गीकरण करण्यात आले आहे. (I) धर्मांतरांची चळवळ तर (II) धार्मिक किंवा निधर्मी चळवळ.
- **दलितांचा आदर्शवाद व त्यांची अस्मिता :** यांच्याशी निगडित दलित चळवळींचे चार वर्गांत वर्गीकरण केले जाते. (I) सांस्कृतिक मतैक्य चळवळ (II) स्पर्धात्मक आदर्शवाद आणि अ-हिंदू अस्मिता (III) बौद्ध दलित (IV) प्रति आदर्शवाद, दलित आदर्शवाद आणि दलित अस्मिता यांपैकी पहिल्या तीन चळवळी धार्मिक आदर्शवादावर तर चौथी चळवळ ही वर्गवादावर आधारित होती.
- **गेल ऑम्वेट आणि भारत पाटणकर यांनी** दलित चळवळींचे दोन प्रकारांत वर्गीकरण केले होते ते खालीलप्रमाणे - (I) जातीवर आधारित दलित चळवळी व (II) वर्गावर आधारित दलित चळवळी. या दोन संशोधकांच्या मताने १९९० सालच्या निवडणुकीत दलितांचा वाढता राजकीय सहभाग व उत्तर प्रदेशात बहुजन समाज पक्षाला मिळालेले थोडेफार यश हे दलितांनी लढ्यासाठी एकत्र येणे ही दलितांची नवी राजकीय चळवळ होय.

परंतु, या विचाराला छेद देणाऱ्या घटना गेल्या दशकात घडल्यात इ. स. २००७ च्या निवडणुकीत सामाजिक अभियांत्रिकतेचा प्रयोग (Experiment of Social Engineering) यशस्वीपणे राबवून उत्तरप्रदेशची सत्ता हस्तगत करणाऱ्या मायावतींना त्यांच्या राजकीय धोरणामुळे २०१२ च्या निवडणुकीत सत्ता गमवावी लागली. राजकीय समीकरणे सतत का बदलतात याचे अध्ययन होणे गरजेचे आहे. महाराष्ट्रातही अनेक वर्षे दलितांचे समजल्या जाणाऱ्या रिपब्लिकन पक्षानं काँग्रेसशी वा राष्ट्रवादी पक्षांशी असलेले संबंध तोडून प्रतिगामी व हिंदुत्ववादी समजल्या जाणाऱ्या शिवसेना भाजप पक्षांशी युती का केली (२००२, २०१२ साली) व त्यांचा त्यांना काय फायदा झाला याचे संशोधन होणे गरजेचे आहे. यात एकूण दलितांच्या हितापेक्षा नेत्यांच्या राजकीय हितसंबंधांनाच प्राधान्य मिळाले हे सत्य नाकारता येणार नाही. तसेच एकूण दलितांच्या हितासाठी रिपब्लिकन पक्षांच्या विविध गटांचे एकीकरण का होत नाही याचेही समाजशास्त्रीय विश्लेषण होणे गरजेचे आहे.

## दलितपणाविरोधी दलितांनी केलेल्या चळवळी

जन्मजात लाभलेले दलितपण व त्यावर लादलेली रूढी अन्यायकारक आहे ही भावना समाजसुधारकांच्या मनात होती. अगदी मुसलमानी अमलातही हिंदू संतांनी

जातिविरोधी बंड पुकारले, अस्पृश्यतेची कल्पना अमानुष आहे ही जाणीव लोकात करून देण्यासाठी त्यांनी प्रयत्न केलेत. समाजात बंधुभाव, समता निर्माण व्हावी यासाठी त्यांनी आपले संतपण पणाला लावले. ज्ञानेश्वर, तुकाराम, कबीर, गुरू नानक, एकनाथ आदी संतांनी अस्पृश्यताविरोधी वातावरण निर्माण करण्याचा प्रयत्न केला. वारकरीपंथ, महानुभावपंथ, वैष्णव व शैव पंथ, भागवत पंथ इत्यादींनी सर्व माणसे समान आहेत ही शिकवण लोकांच्या मनावर बिंबविण्याचा प्रयत्न केला. अर्थात या तथाकथित बंडखोरीचे अपरिहार्य परिणाम संतांना भोगावे लागले. परंतु या प्रयत्नात त्यांना अपेक्षित यश लाभले नाही. हा दोष संतांचा नव्हता तर प्रचलित समाजरूढी वा प्रथा यांचा पगडा एवढा जबरदस्त होता की संतांचे निष्काम केलेले समतेचे प्रयत्न अपुरे ठरले.

या दलितपणाविरोधी चळवळीत धार्मिक व सामाजिक संस्थाही मागे नव्हत्या. इ.स. १८२८ मध्ये राजा राममोहन रॉय यांनी ब्राह्मो समाजाची स्थापना करून समतेचा संदेश दिला. जन्माने सर्व व्यक्ती समान आहेत ही शिकवण या समाजाने दिली. आर्य समाजाचे संस्थापक स्वामी दयानंद स्वरस्वती यांनी हिंदूधर्माची पुनर्रचना करण्याचा प्रयत्न केला. वैचारिक व व्यावहारिक पातळीवर त्यांनी अस्पृश्यतेविरुद्ध युद्ध पुकारले. इ. स. १८६० साली न्यायमूर्ती माधव (महादेव) गोविंद रानडे यांनी 'प्रार्थना समाजाची' स्थापना करून ज्ञानेश्वर, नामदेव, तुकाराम, रामदास, गुरू नानक, कबीर आदी संतांची शिकवण प्रत्यक्षात आणण्याचा प्रयत्न केला. जातिजातीतील सहभोजने, आंतरजातीय विवाह व एकूण दलित वर्गाचे उत्थापन घडवून आणण्याच्या प्रत्यक्ष कृतीवर त्यांनी भर दिला होता. स्वामी विवेकानंदांनी रामकृष्ण मिशन स्थापन करून (इ. स. १८९७) ''सर्व मानवांत एकच ईश्वर'' वास करतो हे सांगून, अस्पृश्यता पाळणे हा ईश्वराचा अपमान आहे हा संदेश लोकांच्या मनावर बिंबविण्याचा प्रयत्न केला होता. त्याचबरोबर हरिजन सेवक संघ, सत्यशोधक समाज, भारतीय दलित संघ इत्यादी सामाजिक संस्थांचे कार्यही अस्पृश्यताविरोधी वातावरण निर्माण करण्यास साहाय्यभूत ठरले. याव्यतिरिक्त विठ्ठल रामजी शिंदे यांचा 'दलितवर्ग मिशन', 'मदनमोहन मालवीय' यांचा अखिल भारतीय सेवक संघ, १८७३ साली महात्मा जोतिबा फुले यांनी स्थापन केलेला 'सत्यशोधक समाज', डॉ. बाबासाहेब आंबेडकर यांचा 'भारतीय अनुसूचित जाती संघ' (Scheduled Caste Federation) आदी संस्थांचे कार्य अस्पृश्यतानिर्मूलनाच्या दृष्टीने महत्त्वपूर्ण ठरले होते.

## सामाजिक गुलामगिरीविरोधी बंड :

सामाजिक गुलामगिरीला विरोध करून त्याविरोधी बंड पुकारणारा पहिला कृतिशील समाजसुधारक म्हणजे महात्मा जोतिबा फुले होत. महाराष्ट्रात इंग्रजी राज्याची स्थापना व

पेशवाईचा अंत या दोन घटना घडल्यानंतर १० वर्षांनी महात्मा फुले यांचा जन्म झाला. आत्मोन्नती करून घेण्यासाठी आपण नेमके कोठे आहोत याचे भान समाजाला असले पाहिजे. असे भान नसणारा समाज सतत गुलामगिरीत राहतो हे जाणूनच त्यांनी बहुजन समाजात आत्मप्रत्याची जाणीव निर्माण केली. संपूर्ण हिंदूसमाजाला आत्मावलोकन करण्यास भाग पाडणारे महात्मा फुले हे पहिले सुधारक होते. हिंदू समाजरचनेचे अंगभूत दोष अत्यंत घृणित स्वरूपात पेशवाईच्या काळात प्रकट झाले होते. शेतकऱ्यांवरील अन्याय्य जातिभेद, ब्राह्मणांचा अहंकार, बेबंदशाही, अज्ञान, दारिद्र्य व अंधश्रद्धा यांना ऊत आला होता. इंग्रजांनी आणलेल्या पाश्चिमात्य संस्कृतीतील उदारमतवादी विचारांचा फार मोठा प्रभाव महात्मा जोतिबा फुले यांच्यावर पडला होता. म्हणून त्यांनी पाश्चिमात्य विज्ञानाचे स्वागत करून धर्माशी प्रत्यक्ष संबंध नसलेल्या आधुनिक शिक्षणाचा त्यांनी आग्रह धरला होता. धर्म व समाज यांच्या विकासातील अडसर असणारी चातुर्वर्ण्य समाजव्यवस्था व जातिभेद समूळ नष्ट झाले पाहिजेत, यासाठी जोतिबा फुले यांनी चंग बांधला. म्हणूनच त्यांनी देव, धर्म, धर्मग्रंथ, गुरू, तीर्थस्थान, गुलामगिरी याविरोधी बंड पुकारले. सत्यशोधक समाजाची स्थापना करून त्यांनी ब्राह्मण्यविरोधी आघाडी उभारली. सत्य हे कोणत्याही धर्मग्रंथात नसून ते माणसाच्या विवेकबुद्धीत आहे या विचारावर भर देणारे महात्मा जोतिबा फुले स्वत: बुद्धिवादी होते म्हणूनच मानवी मूलभूत हक्कांचा विचार मनात बाळगून सामाजिक गुलामगिरीला विरोध करण्यासाठी त्यांनी सत्यशोधक समाजाची स्थापना केली व त्याद्वारे एक सामाजिक आंदोलन सुरू केले. (सत्यशोधक समाजासंबंधी अधिक माहितीसाठी प्रकरण एक पहा). समता, स्वातंत्र्य व विश्वबंधुत्व यांवर आधारलेली समाजव्यवस्था निर्माण करण्याचे ध्येय त्यांनी बाळगले होते. म्हणूनच महात्मा जोतिबा फुले यांनी ब्राह्मण्यावर आणि ब्राह्मणी प्रवृत्तींवर कडाडून हल्ला चढविला होता. पण विशिष्ट जातीतील व्यक्ती त्या हल्ल्यांचे लक्ष्य नव्हत्या. इ.सन १९३५ पर्यंत सत्यशोधक समाजाची चळवळ जोमात होती. परंतु, नंतर ही चळवळ व तिचा प्रभाव यांचा जोर कमी झाला. कारण काही अभ्यासकांच्या मताने सत्यशोधक चळवळ ही 'सत्यशोधक' न राहता 'सत्ताशोधक' बनली. या चळवळीच्या उदात्त प्रेरणा व उदात्तहेतू मागे पडला व एका अर्थाने महात्मा जोतिबा फुले यांच्या अनुयायांनीच त्यांचा पराभव केला. परंतु, यातून जर कोणी असा अर्थ काढत असेल की फुले यांची 'सत्यशोधक समाजाची' चळवळ अपयशी ठरली तर तो चूक ठरेल, कारण मानवमुक्तीच्या विचाराचे बीजारोपण या चळवळीने केले हेच या चळवळीचे यश होय.

महात्मा जोतिबा फुले व स्वामी दयानंद सरस्वती यांचे अपुरे कार्य पुढे नेण्याचे कार्य छत्रपती शाहू महाराज यांनी चालू ठेवले. आर्यसमाजाने दलितांना परंपरागत गुलामगिरीतून मुक्त करण्याचा प्रयत्न करताना त्यांनी दलितांना वेद व गायत्रीमंत्र शिकविण्याचे कार्य

केले. परंतु, आर्यसमाज व महात्मा फुले यांचे विचार यांचा वारसा पुढे चालू ठेवण्याचे काम छत्रपती शाहूमहाराज यांनी केले. परंतु, दुर्दैवाने त्यांचा हा प्रयत्न त्या वेळच्या कोल्हापूर राज्यापुरताच मर्यादित राहिला व छत्रपती शाहूमहाराजांच्या निधनानंतर ही दलित चळवळ निराधार बनली.

दलित चळवळीचा आढावा घेताना कै. स्वातंत्र्यवीर विनायक दामोदर सावरकर यांच्या कार्याचा व दृष्टिकोनाचाही उल्लेख होणे गरजेचे आहे. १९२४ साली स्थानबद्ध झालेल्या सावरकरांनी हिंदू धर्माची पुनर्रचना करण्याचा प्रयत्न केला होता. त्यांनी हिंदू समाजाच्या अंधश्रद्धेवर प्रहार करताना या समाजाच्या कर्मठ व परंपरावादी वृत्तीवर टीका केली होती. हिंदू समाजाची शुद्धी घडवून आणण्याचा त्यांचा प्रयत्न होता. परंतु काही तज्ज्ञांच्या मताने सावरकरी चळवळ ही म्हणावी तितकी क्रांतिकारक नव्हती. परंतु दलितांना प्रतिष्ठा मिळावी व त्यांची गुलामगिरी संपावी असे डॉ. सावरकरांना मनापासून वाटत होते. म्हणून सार्वजनिक पाणवठे आणि देवळे दलितांना खुली झाली पाहिजेत असे त्यांचे पक्के मत होते. सामाजिक अभिसरण घडवून आणण्याच्या दृष्टीने ते सहभोजनासारख्या कार्यक्रमांचे ते मनापासून स्वागत करीत. संक्रांतीच्या दिवशी ते दलित मुलांकडून सर्वांना तिळगूळ देत असत. जाती दूर करून हिंदू समाज एकजीव व अभेद्य व्हावा यासाठी त्यांचे प्रयत्न होते. इ.स. १९३७ साली काँग्रेस पक्षाचे सरकार सत्तेवर आल्यावर डॉ. विनायक दामोदर सावरकरांना फ्रान्स किनाऱ्यावर बोटीतून समुद्रात उडी टाकल्याबद्दलची नि अन्य क्रांतिकार्याविषयी झालेली ५० वर्षांची शिक्षा रद्द केल्यावर ते रत्नागिरीला स्थायिक झाले. परत त्यांनी हिंदू समाजातील अपप्रवृत्तींवर टीका करण्यास प्रारंभ केला. गायीला माता मानणाऱ्या सनातन्यांवर त्यांनी कडक शब्दांत टीका केली. रत्नागिरीचे विठ्ठल मंदिर अस्पृश्यांसाठी खुले करण्याच्या प्रयत्नाचे ते प्रणेते होते व त्यात अस्पृश्यांना प्रवेश मिळवून देण्यात ते यशस्वी झालेत. त्यावेळी ते म्हणाले,

*हे सुतक युगाचे सुटले।*
*आम्ही शतकाचे दास आज सहकारी।*
*आभार जाहले भारी।।*

राजकारणातील त्यांचा जहालापणा समाजकारणात नव्हता हे खरे पण समाजाच्या भेगा बुजविण्याचे त्यांचे प्रयत्न प्रामाणिक होते यात शंका नाही.

अस्पृश्योद्धाराच्या कार्याला राष्ट्रीय स्वरूप देण्याचे कार्य महर्षी विठ्ठल रामजी शिंदे यांनी केले. जातिनिरपेक्ष व धर्मनिरपेक्ष बुद्धीने त्यांनी अस्पृश्योद्धाराचे सर्वश्रेष्ठ कार्य केले. म्हणूनच महात्मा जोतिबा फुले यांचा वारसा खऱ्या अर्थाने त्यांनीच चालविला असे म्हटले पाहिजे. आर्थिक व राजकीय जागृतीसाठी शैक्षणिक जागृती अत्यावश्यक आहे हे जाणून त्यांनी डिप्रेस्ड क्लास मिशन (Depressed Class Mission दलित वर्ग संघटना)

ही संस्था स्थापन केली. विठ्ठल रामजी शिंदे यांच्या या कार्याने महात्मा गांधीसुद्धा प्रभावित झाले. म्हणूनच नागपूर काँग्रेसनंतर महात्मा गांधींनी त्यांची नियुक्ती काँग्रेस कार्यकारणीवर केली. परंतु, अस्पृश्यांच्या प्रश्नांना राजकीय वळण देणे त्यांना मान्य नव्हते. याच दृष्टिकोनातून शिंदे यांनी डॉ. बाबासाहेब आंबेडकरांच्या चळवळीवर वैचारिक टीका केली होती. अर्थात, त्याचा परिणाम त्यांना भोगावा लागला. ज्या समाजासाठी त्यांनी आपले तन-मन वेचले त्या समाजाची अप्रियता त्यांच्या वाट्याला आली.

अस्पृश्यतानिवारणाच्या कार्याने प्रभावित झालेल्या महात्मा गांधी यांनी स्वत:ला अस्पृश्यतानिर्मूलनाच्या कार्याला वाहून घेण्याचे ठरविले होते. प्रारंभी सनातनी असणारे महात्मा गांधी आल्यानंतर बदलू लागले. समताप्रस्थापनाच्या कार्यात सर्व अडचणींवर मात करून त्यांनी अस्पृश्यांसंबंधीचा त्यांचा संघर्ष तीव्र केला. राष्ट्रीय सभेलाही अस्पृश्यांच्या जीवनाचा विचार करण्याची प्रेरणा म. गांधींनीच दिली. व्यवसायस्वातंत्र्य व्यक्तीला असले पाहिजे व व्यवसायाच्या आधारे वर्गरचना व्हावी हा विचार त्यांनी प्रसृत केला. एवढेच नव्हे तर कोणतेही काम कोणीही करावे हा विचार समाजात रुजविण्याचा त्यांनी चंग बांधला. धर्म मानवांतील अंतर बुजवितो हे सांगून त्यांनी समतेचा महामंत्र समाजाला दिला. पण ही कामे त्यांनी संताच्या ममत्वाने व भूतदयेपोटी केली. सामाजिक क्रांती घडून यावी यासाठी त्यांनी ठोस पाऊल उचलले नाही असे आरोप महात्मा गांधींवर केले जातात. ते मूलत: सनातनी आहेत असे समजून डॉ. बाबासाहेब आंबेडकरही त्यांच्यापासून दूर गेले. इ.स. १९२१ नंतर महात्मा गांधीनी अधिक उदारमतवादी भूमिका घेतली होती. त्यानुसार त्यांनी आंतरजातीय विवाहास मान्यता, दलितांना काँग्रेसच्या सरकारात मंत्री म्हणून नेमण्यास मान्यता व संयुक्त मतदारसंघांची निर्मिती इत्यादी बाबत त्यांची भूमिका आग्रही होती. तसेच डॉक्टर बाबासाहेब आंबेडकरांच्या भूमिकेने ते प्रभावित झाले होते. म. गांधींच्या दलित चळवळीचे एक मोठे फलित म्हणजे त्यांनी सनातनी सवर्णांमध्ये उदारमतवादी विचारांचे बीजारोपण केले.

## डॉ. बाबासाहेब आंबेडकर व दलित चळवळ

महर्षी विठ्ठल रामजी शिंदे यांच्यानंतर १८ वर्षांनी डॉ. आंबेडकर जन्माला आलेत. (विठ्ठल रामजी शिंदे यांचा जन्म १८७३ सालचा तर डॉ. बाबासाहेब आंबेडकरांचा जन्म १८९१ सालचा) आजही व त्याकाळीही जात जन्माने ठरत असल्यामुळे महार जातीत जन्मलेल्या डॉ. बाबासाहेब आंबेडकरांना दलित, शोषित, पीडित व वंचित जातींची, सर्व दु:खे सोसावी लागलीत. म्हणूनच त्यांची दलित चळवळ अधिक आक्रमक व अधिक वास्तव होती. उपकार व भूतदया यांवर ही चळवळ आधारलेली नव्हती. प्रस्थापित समाजव्यवस्थेत गुदमरून गेलेल्या दलितांना नव संजीवनी देऊन त्यांना बंडखोरी करण्याचा

मंत्र दिला व खऱ्याखुऱ्या मुक्तिसंग्रामाची सुरुवात डॉ. बाबासाहेब आंबेडकरांनी केली. स्वाभिमान, स्वावलंबन व आत्मोद्धार हा त्यांच्या चळवळीचा गाभा होता. साऱ्या दलित बांधवांना खडबडून जागे करण्याचा प्रयत्न त्यांनी केला. सामाजिक व मानसिक दास्यात जखडलेल्या दलितांना मुक्तीसाठी बळ आणण्याची शिकवण त्यांनी दिली. ज्या समाजाने दु:ख, दरिद्र्य व दास्य पिढान्‌पिढ्या भोगले त्या समाजाची अस्मिता जागी करण्यासाठी त्यांनी आपली सारी तपश्चर्या पणाला लावली. 'नम्र व्हा पण अन्यायासमोर वाकू नका' हा संदेश त्यांच्या विदारक अनुभूतीतून जन्माला आला. स्वत: दलित असलेल्या या महान पंडिताने दलितांची बोच अनुभवली होती. म्हणूनच हिंदू समाजाला आवाहन करीत त्यांनी हिंदू समाजालाच आव्हान दिले होते.

देशावर अलोट प्रेम करणाऱ्या डॉ. आंबेडकरांनी महात्मा गांधींच्या पुढे काढलेले उद्‌गार म्हणजे त्यांच्या मनात खदखदणाऱ्या अतीव दु:खाचा स्फोट होय. ते म्हणाले, **'गांधीजी! मला मातृभूमी नाही' (Gandhijee! I have no homeland)** समाजाचा कोणताही गुन्हा केला नसतानाही पिढ्यान्‌पिढ्या ज्या जाती पददलित म्हणून राहतात, ज्यांच्या वाट्याला केवळ छळ व अत्याचार येतात त्या जातींची ठसठसणारी वेदनाच या उद्‌गारातून व्यक्त होते. वर्षानुवर्षे येणारे कडवट अनुभव, जातिभेदाच्या जहाल विषाचे चटके, सोसावा लागणारा छळ व अन्याय यांतून निर्माण झालेल्या विद्रोहभावनांची आग या उद्‌गारात दिसते. समतेचा मार्ग ममतेतून येत असेल तर चातुर्वर्ण्यव्यवस्थेतून ममता कशी निर्माण होणार, हा त्यांचा खरा प्रश्न आहे किंवा होता. त्याचे उत्तर कोणता सवर्ण वा स्पृश्य देणार?

(डॉ. बाबासाहेब आंबेडकराच्या चळवळीच्या अन्य पैलूंवर आपण प्रकरण एक-मध्ये सविस्तर चर्चा केली असल्याने त्याची पुनरावृत्ती टाळतो.)

## डॉ. बाबासाहेब आंबेडकर धर्मांतर व त्यानंतरची स्थिती

विजयादशमी म्हणजे दसरा, १४ ऑक्टोबर १९५६ रोजी डॉ. बाबासाहेबांनी त्यांच्या अनेक अनुयायांसह समानतेवर आधारलेल्या बौद्ध धर्माचा स्वीकार केला. परंतु, धर्मांतरानंतर केवळ दोन महिन्यांच्या आतच त्यांचे दु:खद निधन झाले. (६ डिसेंबर १९५६) त्यामुळे धर्मांतरानंतर दलितांच्या दर्जात काही बदल झाला का? धर्मांतराने दलितांची दु:खे पुसली गेली का? याचे उत्तर 'नाही' असेच आहे. आत्तापर्यंत हिंदू दलित म्हणून ओळखले जाणारे अस्पृश्य जातीतील लोक बौद्ध किंवा नवबौद्ध दलित या संज्ञेने संबोधले जाऊ लागले. डॉ. बाबासाहेबांनंतर धर्मांतराची लाट थांबली. काही तज्ज्ञांच्या मताने महाराष्ट्रापुरता विचार करता महार जातीव्यतिरिक्त काही अपवाद वगळता अन्य अस्पृश्य जातीतींल सभासदांनी धर्मांतर केल्याचे दिसत नाही. माणसामाणसांमधले संबंध

बदलणे हा जर सामाजिक परिवर्तनाचा गाभा मानला तर धर्मांतराने हे संबंध बदलले असे म्हणता येत नाही. १९६१ ते २००१ च्या कालावधीत झालेल्या जनगणनेच्या आधाराने असे म्हणता येईल की, भारतातील बौद्धधर्मीयांच्या लोकसंख्येत फार मोठे बदल झाल्याचे दिसत नाही.

डॉ. बाबासाहेब गेले! पण त्यांच्यानंतर तितका सामर्थ्यवान, तळमळीचा व त्यांच्यावर होणाऱ्या अन्यायांची चीड असणारा नेता दलितांना लाभला नाही याचे दु:ख वाटते. डॉ. बाबासाहेब आंबेडकर यांच्या स्वप्नातील 'भारतीय रिपब्लिकन पक्ष' कधीच अस्तित्वात आला नाही तर या पक्षातील नेत्यांच्या सत्तालालसेमुळे या पक्षाची अनेक शकले झालीत व ती अजूनतरी सांधली गेली नाहीत. दलितांची अस्मिता जपण्यासाठी व त्यांच्यासाठी लढाऊ बाणा निर्माण करण्यासाठी महाराष्ट्रात दलितांनी दलित पॅन्थर चळवळ सुरू केली. सुरुवातीला ही चळवळ महाराष्ट्राच्या शहरी भागात पसरली. नंतर ह्या चळवळीचा विस्तार गुजरात, कर्नाटक, आंध्रप्रदेश, उत्तर प्रदेश आणि अन्य काही राज्यांत झाला. दलित पॅन्थर्सच्या चळवळीची काही अध्ययने उपलब्ध आहेत. त्यात १९७९ साली जयश्री गोखले, इ. स. १९९१ जोगदंड पी. जी., इ. स. २००३ यागती चिन्नाराव यांची दोन अध्ययने इत्यादींचा अंतर्भाव होतो. इ. स. १९९८ साली दलित चळवळीचे अध्ययन करणाऱ्या शर्मिला रेगे असे म्हणतात की, दलित पँथर्सने दलित स्त्रियांच्या दडपशाहीच्या प्रश्नांकडे दुर्लक्ष केले.

दलित चळवळींचा आवाका इतका मोठा आहे की, काही पृष्ठांत त्यावर चर्चा करणे केवळ अशक्य. परंतु, दलितांची अस्मिता व सामाजिक न्याय यांचा शोध घेणाऱ्या दलित चळवळीचा आपण या ठिकाणी आढावा घेऊ व दलित चळवळीवरची आपली चर्चा संपवू. या अध्ययनात प्रामुख्याने डॉ. एम. एस. गोरे (१९८९, १९९३), गेल ऑम्बेट (१९९४) आणि योगेंद्रसिंग (१९९५) यांच्या अध्ययनाचा समावेश होतो.

डॉ. एम. एस. गोरे यांच्या विचारप्रणालीचा सामाजिक संदर्भ या ग्रंथात दलित सामाजिक चळवळींचा महत्त्वपूर्ण आढावा घेतला आहे. गोरे यांचा अभ्यास एक प्रकारचा 'व्यष्टि अध्ययनात्मक' स्वरूपाचा होता. डॉ. गोरे यांनी त्यांच्या ग्रंथात डॉ. बाबासाहेब आंबेडकरांच्या ततूसंबंधी विचारांचा जो सारांश दिला होता तो खालीलप्रमाणे.

(१) अस्पृश्य जरी हिंदू असले तरी ते सवर्णांप्रमाणे हिंदू समाजाचा भाग नाहीत.

(२) ऐतिहासिक दृष्टीने विचार करता अस्पृश्यांचे रातत शोषण होत आले आहे. असमानतेच्या तत्त्वांचा कळस म्हणजे अस्पृश्यता होय.

(३) ब्राह्मणवादाचे तत्त्वज्ञान म्हणजे श्रेणी रचनात्मक विषमतेचे तत्त्वज्ञान होय. तसेच हिंदुत्ववाद म्हणजे ब्राह्मणवाद होय. हे तत्त्वज्ञान अत्यंत ताठर असून अस्पृश्यांना निराश करणारे आहे.

(४) अस्पृश्यांना समानता व न्याय पाहिजे कोणाची सहानुभूती नको.

(५) न्याय हा केवळ प्रातिनिधिक स्वरूपाचा नको तर संरक्षक स्वरूपाचा असावा.

(६) अस्पृश्यांना वैधानिक स्वरूपात समानतेचे ध्येय प्राप्त करून केवळ चालणार नाही तर त्यांना राजकीय व आर्थिक क्षेत्रांतपण विशेष स्वरूपाचे संरक्षण मिळाले पाहिजे.

दलितांच्या प्रश्नांचा सर्वांगीण अभ्यास डॉ. एम. एस. गोरे यांनी केला होता. याशिवाय खालील संशोधकांनीपण त्यांच्या अध्ययनाच्या द्वारे दलितांच्या विविध प्रश्नांवर व दलित चळवळींवर प्रकाशझोत टाकला होता. या संशोधकांच्या नावाचा व सालाचा उल्लेख केवळ या ठिकाणी मी करणार आहे.

(१) शेट्टी व्ही. टी. राजशेखर (१९७८, १९८०)

(२) मार्क ज्यू रेगन्समेअर (१९७९, १९८०)

(३) शहा घनश्याम (१९८०, १९८८, १९९०)

(४) शहा ए. बी. (१९८१)

(५) सिंग आर. जी. (१९८१)

(६) उमेन टी. के. (T.K. Oommen) (१९८४)

(७) श्यामलाल (१९८४)

(८) पिंपळे प्रकाश आणि शर्मा सतीश (१९८४)

(९) शर्मा एस. के. (१९८५)

(१०) जोशी बी. (१९८६)

(११) मॅथू जॉर्ज (१९८६)

(१२) गेल ऑमवेट (१९९४)

दलित चळवळीचा आवाका व दलित चळवळीचे पैलू इतके विस्तृत आहेत की मर्यादित पृष्ठसंख्येत त्या सर्वांवर चर्चा करणे अशक्य आहे. माझ्या परीने मी जास्तीत जास्त दलित चळवळींच्या बाबींवर चर्चा करण्याचा प्रयत्न केला आहे.

## अन्य मागासवर्गीय जाती-जमातींच्या चळवळी
## (Movements of Other Backward Castes)

भारतात 'जातिव्यवस्था' हा जरी हिंदू समाजरचनेचा कणा असला तरी 'जात' या संज्ञेची व्याख्या करणे अवघड आहे व त्यापेक्षाही मागासवर्गीय जातीची व्याख्या करणे अधिक अवघड आहे. तसेच मागासवर्गीय जातीचे निकष कोणते, आर्थिक की सामाजिक हा प्रश्न महत्त्वाचा. सामाजिक निकषाचा विचार करता ज्या जाती 'द्विज' द्विज म्हणजे दोन जन्म धारण करणारा. लौकिक अर्थाने पहिला जन्म मातेच्या उदरातून झालेला जन्म. दुसरा जन्म उपनयनविधीनंतरचे जीवन होय. या विधीनंतर व्यक्तीच्या शिक्षणाला प्रारंभ

होऊन ती एक नवीन जीवन जगते. पूर्वी उपनयनविधीनंतर मुलगा गुरूच्या घरी विद्या शिकण्यासाठी जातो. गुरूच्या घरचे जीवन म्हणजे व्यक्तीचा दुसरा जन्म होय. पूर्वी उपनयनाचा अधिकार 'ब्राह्मण-क्षत्रिय आणि वैश्य' यांना होता म्हणून ते द्विज.

द्विज या संज्ञेला पात्र ठरत नाहीत त्या मागासवर्गीय जाती संबोधल्या जातात. द्विजांनाच केवळ उपनयनविधीचा अधिकार असतो. हिंदू धर्म तत्त्वज्ञानानुसार उपनयनाचा अधिकार ब्राह्मण, क्षत्रिय व वैश्य या त्रैवर्णिकांनाच आहे म्हणून ते द्विज म्हणजे मागासवर्गीय नाहीत. या दृष्टीने विचार करता केवळ शूद्रवर्णीयांना उपनयनाचा अधिकार नव्हता म्हणून शूद्र वर्णात समाविष्ट होणाऱ्या सर्व जाती अन्यमागासवर्गीय जाती या संज्ञेत मोडतात.

इ. स. १९७९ साली एम. एस. राव यांनी मागासवर्गीय जातींच्या चळवळींचा जो अभ्यास केला त्यावरून सर्व मागासवर्गीय जातीचा सामाजिक व आर्थिक स्तर एक-सारखा नसतो. या दृष्टीने विचार करता त्यांनी उच्चवर्णीय नसलेल्या जातीजमातींची तीन घटकांत विभागणी केली आहे ती खालीलप्रमाणे.

**(१) पहिला गट मागासवर्गीय जातीतील जमीनदार :** यात जाट, अहीर पंजाबातील, गुजर राजस्थानातील, मराठे महाराष्ट्रातील, वेल्लाळ, कम्म तमिळनाडूतील तर रेड्डी, कापू आंध्रप्रदेशातील, वोक्कलिग आणि बंट कर्नाटकातील यांचा समावेश होतो.

**(२) दुसरा गट हा कुळांचा, पारंपरिक व्यावसायिकांचा, बलुतेदारांचा :** यात बिहारमधील अहीर, कहार, गुजरातमधील कोळी, दक्षिण भारतातील वडार. यांची जात हिंदूधर्मात जरी समाविष्ट असली तरी ते अशुद्धतेकडे झुकणारे होते असे मानले जाते. गेल्या अनेक पिढ्यांमध्ये यांच्याकडे सत्ता नव्हती. यांच्यापैकी अनेक अल्पभूधारक, कुळं किंवा शेतावर रोजगार करणारे मजूर आहेत. जमीनदाराच्या जातीनुसार त्यांच्यावरचे सामाजिक व आर्थिक निर्बंध ठरत. यांतील जमीनदार हे अनेक वेळा कष्टकऱ्यांना वेठबिगार, मैलावाहक, घरकाम यांसारख्या कामांसाठी सक्ती करत व तसेच सणासुदीला यांच्याकडून भेटवस्तूंची सक्ती करत.

**(३) तिसरा व शेवटचा गट अस्पृश्यांचा :** यांना भारतीय घटनेनुसार अनुसूचित जाती अशी संज्ञा प्रदान करण्यात आली होती. यांपैकी बऱ्याचशा अनुसूचित जातींच्या आर्थिक व तसेच सामाजिक परिस्थितीत व इतर मागासवर्गीय जातींच्या आर्थिक, सामाजिक परिस्थितीत व गुणवत्तेत फरक आहे. जरी अनेक उच्चवर्णीय नसलेल्यांचा ब्राह्मणविरोधी चळवळीत अस्पृश्यांचा सहभाग होता. परंतु, अस्पृश्यांनी ब्राह्मणांच्या विरोधी केलेल्या अनेक चळवळींच्या अध्ययनावरून असे आढळून येते की अस्पृश्यांचा चळवळीत अन्य मागासवर्गीयांचा सहभाग नव्हता. असे असले तरी एम. एस. ए. राव (M.S.A.Rao) अस्पृश्यांचा समावेश इतर मागासवर्गीयांत करतात. दुसऱ्या एक संशोधिका

'ख्रिस्तोफी जेफ्रीलॉट' (Christophe Jaffrelot) या दलित तसेच इतर मागासवर्गीयांची गणना एकत्रितपणे खालच्या जातीतले अशीच करतात. या ठिकाणी आपण आपल्या विवेचनाच्या सोयीसाठी इतर मागासवर्गीय जाती व अनुसूचित जाती यांत भेद केला आहे. इतर मागासवर्गीय जातींच्या आंदोलनाची दिशा सुरुवातीला ब्राह्मणविरोध व नंतर अस्पृश्यांप्रमाणेच आम्हालाही आरक्षण मिळाले पाहिजे या प्रकारची होती. इ. स. १९७९ साली **एम. एस. ए. राव (M.S.A. Rao)** यांनी भारतातील मागासवर्गीय जातींच्या चळवळींचे त्यांच्यातील रचनेतील फूट आणि त्यांच्यातील जाणवलेले वाद या आधारावर चार भागांत विभाजन केले होते. ते खालीलप्रमाणे -

**(अ) पहिल्या प्रकारच्या** चळवळी या ब्राह्मणविरोधी चळवळी होत्या व त्यांचे नेतृत्व ब्राह्मणेतर जातीतील लोकांनी वा नेत्यांनी केले होते. अशा चळवळीत लग्नविधी ब्राह्मण पुरोहिताविना करण्याची ही चळवळ असून त्याचे नेतृत्व वेल्लाळ रेड्डी व कम्म जातीतील नेत्यांनी केले होते. महाराष्ट्र आणि तमिळनाडू येथील ब्राह्मणविरोधी चळवळीने अनेक सांस्कृतिक मुद्दे उपस्थित केले होते. ब्राह्मणविरोधी चळवळीच्या नेत्यांनी जातिभेदाला विरोध केला आणि जातीयवाद हे ब्राह्मणांनी दडपशाही- विरोधी वापरलेले एक हत्यार असल्याचे प्रतिपादन केले होते.

**(ब) दुसऱ्या प्रकारची** मागासवर्गीयांची चळवळ ही ब्राह्मणेतर जातींतील फाटाफुटीवर आधारलेली होती. त्यामध्ये मुख्यत: वरच्या वर्गातले आणि खालच्या वर्गातले ब्राह्मणेतर जातीतील लोक सहभागी झाल्याचे दिसते. उदा. यात बिहारमधील अहीर व कुर्मी, पंजाबमधील नेनिया, गुजरातमधील कोळी व महाराष्ट्रातील माळी यांचा सहभाग होता.

**(क) तिसऱ्या प्रकारच्या** चळवळीत शोषित वर्गातले किंवा अस्पृश्य यांची उच्चवर्णीय व इतर मागास वर्गीयांच्या विरुद्धची चळवळ यात येते.

**(ड) चौथ्या प्रकारात** आदिवासींच्या सामाजिक चळवळींचा अंतर्भाव होतो.

## मागासवर्गीय जातींच्या चळवळींचे काही मुद्दे

मागासवर्गीयांनी देशाच्या विविध भागांत ज्या चळवळी केल्यात त्या चळवळींचे काही विषय पुढीलप्रमाणे - शेतीविषयक बाबींमध्ये झालेले रचनात्मक बदल, आर्थिक बाजाराचे आगमन झाल्यामुळे शहराचा झालेला विकास व नागरीकरण प्रक्रिया गतिमान झाल्यामुळे ब्रिटिशांच्या सत्तेमुळे शिक्षण हे सर्वस्तरांना सहज उपलब्ध झाल्यामुळे मागासवर्गीयांना आपली आर्थिक स्थिती सुधारण्यास वाव मिळाल्यामुळे या चळवळी कार्यरत झाल्यात. १९ व्या शतकाच्या शेवटी व २० व्या शतकाच्या प्रारंभी इतर मागासवर्गीय जाती व जमाती यांच्यामध्ये अधिकारप्राप्तीची महत्त्वाकांक्षा निर्माण झाली.

यांतील पहिली पायरी म्हणून त्यांनी त्यांचा सांस्कृतिक विकास घडवून आणला. त्यासाठी त्यांनी अनेक धार्मिक पद्धती आणि जीवनपद्धती या उच्चवर्णीयांकडून आत्मसात केल्यात. त्यांनी त्यांच्या पूर्वजांच्या गोष्टींचे महत्त्व शोधून काढून समाजात वरचे स्थान मागितले. या संदर्भात झालेल्या संशोधनाचा धावता आढावा खालीलप्रमाणे.

(१) **बली फ्रेडरिक (Baily Frederick) 1957 :** जाती आणि आर्थिक आघाडी → ओरिसातील डोंगरी भागातील खेडी (Caste and Economic Frontier - A Village in High-land in Orissa) : या अध्ययनात ओरिसातील तेवीतोंती लोकांचा अभ्यास केला होता.

(२) **पटनाईक निर्वानंद आणि राय ए. के. (Patnaik Nirvananda and Roy A.K. (1960) :** तेली - ओरिसातील जातीचे तथ्यसंकलन भारतातील मानवशास्त्रीय सर्वेक्षण → तेली जातीचा अभ्यास.

(३) **मुखोपाध्याय ताराशिष आणि निकॉलस राल्फ (Mukhopadhyay Tarashish and Nicholas Ralph) :** पश्चिम बंगालमधील दोन खेड्यांतील राजकारण आणि कायदे या अंतर्गत त्यांनी बंगालमधील कैवर्त जातीचे वरील दृष्टिकोनातून अध्ययन केले होते. हे अध्ययन १९६२ साली करण्यात आले.

(४) **ओरेनस्टेन हेन्री (Orenstein Henry) 1963 :** जाती आणि संकल्पना- महाराष्ट्रातील मराठे (Caste and Coneepl - 'Maratha' in Maharashtra) : मराठा जातीचा अभ्यास केला होता.

(५) **श्रीनिवास एम. एन. (Shriniwas M.N.) 1966 :** आधुनिक भारतातील सामाजिक परिवर्तन – या अंतर्गत कर्नाटकातील लिंगायत समाजाचा अभ्यास केला होता.

(६) **शहा घनश्याम (Shah Ghanshyam) 1975 :** जाती मंडळ आणि राजकीय आणि राजकीय प्रक्रिया या अंतर्गत गुजरातमधील कोळी समाजाचा अभ्यास.

(७) **गेल ओम्वेट (Gail Omvedt) 1976 :** पश्चिम भारतातील ब्राह्मणेतरांच्या चळवळी. वसाहतवादी समाजातील सांस्कृतिक क्रांती या अंतर्गत मराठा, माळी व सनगर, धनगर यांच्या संदर्भात अध्ययन.

(८) **राव एम. एस. ए. (Rao M.S.A.) 1979 :** मागासवर्गीय आणि काळे (Blacks) यांच्यातील सामाजिक चळवळीअंतर्गत बिहारमधील यादव व कुर्मी जातींचा अभ्यास.

(९) **दास अरविंद एन (Das Arvind N) 1983 :** Agrarian Unrest and Socio - Economic Change in Bihar म्हणजे कृषक असंतोष आणि बिहारमधील

सामाजिक, आर्थिक परिवर्तन हे संशोधन बिहारमधील यादव व कुर्मी जातींशी संबंधित होते.

पूर्वीच्या काळी ब्राह्मण-ब्राह्मणेतर चळवळ जोरात होती व यात प्रामुख्याने सर्व क्षेत्रांतील ब्राह्मणी वर्चस्वाला विरोध करणे हा उद्देश होता. नंतर चळवळीचे रूप बदलले व ते दलित दलितेतर असे झाले. वाढत्या दलित अस्मितेला बहुजन समाजाकडून विरोध असे याचे रूप झाले. या संदर्भात हार्डग्रेव्ह आर. एल. (Hardgrave R.L.) (1965), आयर्शिक ई.एफ (Irschich E.F.) 1969, गेल ऑम्वेट (Gail Omvedt) 1976 यांची अध्ययने तमिळनाडूतील ब्राह्मणेतरांनी स्वतंत्र द्रविडीस्थानाची मागणी केली. त्यांच्या मताने भारतीय ब्राह्मण हा आम्हाला इंग्रजांपेक्षा जास्त परका आहे.

ब्राह्मणविरोधी चळवळीत पहिले ब्राह्मणेतर नेते होते महात्मा जोतिबा फुले, ह्या नंतर डॉ. बाबासाहेब आंबेडकर , कोल्हापूरचे छत्रपती शाहूमहाराज (सर्व महाराष्ट्र), रामस्वामी नायकर (तमिळनाडू) द्रविड मुन्नेत्र कळघम् पक्षाचे संस्थात्मक, आण्णा दुराई इत्यादी नेत्यांनी या चळवळींना दिशा दिली.

मराठवाडा नामांतर प्रकरणामुळे दलित-दलितेतर चळवळीला चालना मिळून अनेक दलितांना त्याचे विपरीत परिणाम भोगावे लागलेत. नामांतर प्रकरणाने मराठवाडा विभागात दलित दलितेतर जातीत मोठी दरी निर्माण होऊन अनेक ठिकाणी दलितांच्या वस्त्या व घरे जाळण्यात आलीत.

## भटक्या-विमुक्त जमाती... चळवळी

भटक्या जमाती असंघटित होत्या. व्यवसायानिमित्ताने सतत भटकावे लागत असल्याने गावगाड्याशी त्यांना गोडी गुलाबीनेच रहावे लागे. तसेच ब्रिटिश कालखंडात काही भटक्या जमातींवर गुन्हेगारी जमाती म्हणून शिक्का मारला गेला. परिणामत: या जमाती गावगाड्यापासून दूर गेल्या व गावगाड्याचे लोकही त्यांच्याकडे संशयाने पाहू लागले. परिणामत: भटक्या लोकांचे जीवन अधिक कठीण बनले. ज्या प्रमाणात आदिवासी, दलित व अन्य मागावर्गीय जाती यांच्यावर विपुल अध्ययने झालीत तशी ती भटक्या वा भटक्या विमुक्त जमातीच्या संदर्भात झाल्याचे दिसत नाही. पोटासाठी भटकणाऱ्या या लोकांनी चळवळ कोणाविरुद्ध केव्हा करावयाची? भटक्या जमातीचे सर्वात महत्त्वाचे वैशिष्ट्य म्हणजे त्यांची 'जात पंचायत'. जात पंचायतीचा प्रचंड पगडा प्रत्येक भटक्या विमुक्त जातीतील लोकांवर आढळतो व त्यामुळे पंचायतीनियमांचा भंग करण्याचे धाडस कोणी करत नाही. केल्यास कठोर शासन केले जाते. जात पंचायत ही, काही पंचांची ठेकेदारी बनली. पण आवाज उठवला तर जात पंचायतीकडून कडक शिक्षा मिळण्याची भीती. या संदर्भात डॉ. रामनाथ चव्हाण हे म्हणतात की स्वातंत्र्योत्तर

काळात भटक्या-विमुक्त समाजाच्या न्याय्य हक्कांसाठी लढा देणाऱ्या व तसा प्रयत्न करणाऱ्या पुरोगामी परिवर्तनशील विचारांच्या कार्यकर्त्यांनाही जातपंचायतीच्या विरोधात उभे राहता आले नाही. उलट, त्यांनी नियम मोडले म्हणून त्यांनाच आरोपीच्या पिंजऱ्यात उभे करण्यात आले.

परंतु, आता परिस्थिती बदलते आहे. जानेवारी २००२ साली जेजुरी येथे भरलेल्या वैदू समाजाच्या जात पंचायतीत असलेली बालविवाहाची प्रथा श्री. गुलाब वाघमोडे यांनी त्यांचे तरुण कार्यकर्ते एकत्र करून ही प्रथा जशी बदलावयास लावली तसेच तरुणींच्या खरेदी-विक्रीच्या प्रथेस आळा घातला. ह्या काही अपवादात्मक घटना वगळता पारंपरिक जात पंचायतीचा पगडा मोठा.

भटक्या व भटक्या-विमुक्त जमातींच्या संदर्भात समाजशास्त्रीय अध्ययने झाल्याचे दिसत नाही. श्री. गिरीश प्रभुणे यांची 'पारधी' आणि 'पालावरचे जिणे' या पुस्तकांव्यतिरिक्त फारशी पुस्तके नाहीत; अशी पुस्तके लिहिली गेली पाहिजेत. परंपराविरोधी चळवळी बाल्यावस्थेत आहेत हे तथ्य नाकारता येत नाही.

## समारोप

आदिवासी व दलित चळवळी या शीर्षकाच्या प्रकरणात आपण प्रामुख्याने आपले लक्ष्य हे आदिवासी आणि दलित चळवळींवर केंद्रित केले असले तरी अन्य मागासवर्गीयांच्या चळवळी व भटक्या-विमुक्त जमातींच्या चळवळींवरही आपण प्रकाशझोत टाकण्याचा प्रयत्न केला आहे.

आदिवासी जमातींच्या चळवळींच्या संदर्भात विचार करता या चळवळींचा प्रारंभ केव्हा झाला, या आदिवासी चळवळींची काही तज्ज्ञांनी केलेली वर्गीकरणे, काही महत्त्वाच्या आदिवासी चळवळी, त्यांसंबंधी महाराष्ट्र व आंध्रप्रदेशमधील दोन प्रसंग सांगून आदिवासी चळवळींवरची चर्चा संपवली.

त्यानंतर आपण दलित चळवळींकडे वळलो. यांत काही चळवळी दलितपणविरोधी होत्या तर काही गुलामगिरीविरुद्ध बंड करणाऱ्या होत्या. नंतर डॉ. बाबासाहेब आंबेडकर व दलित चळवळ, डॉ. बाबासाहेब आंबेडकर धर्मांतर व नंतरची स्थिती यांवर विवेचन करून दलित चळवळीच्या चर्चेला पूर्णविराग दिला.

प्रकरणाच्या शेवटी अन्य मागासवर्गीय जाती व भटक्या विमुक्त जमाती यांच्या काही चळवळींवर प्रकाशझोत टाकून प्रकरणाचा शेवट केला.

**स्वअध्ययनासाठी प्रश्न –**

**१) दीर्घोत्तरी प्रश्न (५०० शब्द)** (२०)

I) भारतातील आदिवासी चळवळींवर निबंध लिहा.

II) दलित चळवळींवर सविस्तर चर्चा करा.

III) दलित चळवळीतील डॉ. बाबासाहेब आंबेडकरांची भूमिका विशद करा.

**२) लघुत्तरी प्रश्न (१५० शब्द)** (१०)

I) महात्मा जोतिबा फुले - दलित चळवळ.

II) डॉ. सावरकरांची दलितांबाबतची भूमिका.

III) भटक्या-विमुक्त जमातींच्या चळवळी

IV) दलित दलितेतर चळवळ.

V) ब्राह्मण ब्राह्मणेतर चळवळ.

**४) टिपा द्या. (५० शब्द) (चार प्रश्न)** (५)

I) महर्षी विठ्ठल रामजी शिंदे व दलित

II) छत्रपती राजर्षी शाहूमहाराजांचे दलितांसंबंधी कार्य

III) दलित चळवळीची कोणतीही दोन अध्ययने

IV) म. जोतिबा फुले व दलित.

V) अन्य मागासवर्गीय जाती …… चळवळीचे काही मुद्दे.

# नमुना प्रश्नपत्रिका १

**सूचना :**     i) सर्व प्रश्न आवश्यक आहेत.

              ii) उजवीकडील अंक प्रश्नांचे **पूर्ण** गुण दर्शवितात.

**प्र. १. खालीलपैकी कोणत्याही एका प्रश्नाचे ५०० शब्दांत उत्तर लिहा.(२०)**

    १) दलित चळवळीने उपस्थित केलेल्या विविध प्रश्नांची चर्चा करा.

    २) अनुसूचित जमातींच्या अभ्यासाच्या अलगतावादी आणि एकात्मतावादी दृष्टिकोनांमधला फरक स्पष्ट करा.

**प्र. २. खालीलपैकी कोणत्याही एका प्रश्नाचे ५०० शब्दांत उत्तर लिहा.**

    १) अनुसूचित जातींच्या संदर्भातील संरक्षणात्मक भेदभावांच्या धोरणांवर निबंध लिहा.

    २) सामाजिक विलगीकरणाच्या संकल्पनेची आणि तिच्या सामाजिक - सांस्कृतिक पैलूंची चर्चा करा.

**प्र. ३. खालीलपैकी कोणत्याही दोन प्रश्नांची २५० शब्दांत उत्तरे लिहा.(२०)**

    १) भटक्या-विमुक्त जमातींबाबतच्या विविध पूर्वग्रहांचे व कलंकांचे वर्णन करा.

    २) सामाजिक राजकीय कोटिक्रम म्हणून 'दलित' या संकल्पनेचा ऐतिहासिक विकास विशद करा.

    ३) अनुसूचित जमातींसाठीच्या संविधानात्मक तरतुदींची चर्चा करा.

    ४) दलित-बहुजन प्रारूप (Paradigm) स्पष्ट करा.

**प्र. ४. खालीलपैकी कोणत्याही चारांवर प्रत्येकी १०० शब्दांत टिपा लिहा. (२०)**

    १) विस्थापनासंबंधीचे प्रश्न

    २) अस्मितेचे राजकारण

    ३) गुन्हेगार जमाती कायदा, १८७१

    ४) ब्रोकन-मॅन सिद्धान्त (Broken-Man)

    ५) विलगीकरणाचा आर्थिक पैलू

    ६) अस्पृश्यता

## नमुना प्रश्नपत्रिका २

**सूचना :** १) सर्व प्रश्न **आवश्यक** आहेत.

२) **उजवीकडील** अंक प्रश्नाचे पूर्ण **गुण** दर्शवितात.

**प्र. १. खालीलपैकी कोणत्याही एका प्रश्नाचे ५०० शब्दांत उत्तर लिहा. (२०)**

१) सामाजिक विलगीकरणाची संकल्पना सांगून तिच्या सामाजिक-सांस्कृतिक पैलूंची चर्चा दलितांच्या संदर्भात करा.

२) अनुसूचित जमातींच्या अभ्यासाच्या अलगतावादी आणि एकात्मतावादी दृष्टिकोनांची तुलना करा.

**प्र. २. खालीलपैकी कोणत्याही एका प्रश्नाचे ५०० शब्दांत उत्तर लिहा. (२०)**

१) अनुसूचित जमाती आणि भटक्या-विमुक्त जमातींच्या संदर्भात संविधानात्मक तरतुदींची चर्चा करा.

२) दलित चळवळीने उपस्थित केलेल्या प्रश्नांचे सविस्तर विवेचन करा.

**प्र. ३. खालीलपैकी कोणत्याही दोन प्रश्नांची २५० शब्दांत उत्तरे लिहा. (२०)**

१) भारतातील गुन्हेगार जमातींचा थोडक्यात इतिहास सांगा.

२) डॉ. बाबसाहेब आंबेडकर यांच्या 'ब्रोकन-मॅन' (Broken-Man) सिद्धान्ताची चर्चा करा.

३) खैरलांजीसारख्या घटनेचा संदर्भ घेऊन जातीय भेदभावाच्या स्वरूपाची चर्चा करा.

४) अनुसूचित जमातींवरील विकासाच्या परिणामांची चर्चा करा.

**प्र. ४. खालीलपैकी कोणत्याही चारांवर १०० शब्दांत टिपा लिहा. (२०)**

१) 'अस्मितेचे राजकारण' - संकल्पना.

२) गुन्हेगार जमाती कायदा, १८७१.

३) काळाराम मंदिर प्रवेशाची चळवळ.

४) भटक्या-विमुक्त जमातींच्या संदर्भात 'कलंका' चा मुद्दा.

५) अनुसूचित जमातीची वसाहतवादी व्याख्या.

६) अस्पृश्यतेविरुद्ध महात्मा जोतीराव फुले यांचा संघर्ष.

## नमुना प्रश्नपत्रिका ३

**सूचना :** १) सर्व प्रश्न **आवश्यक** आहेत.

२) उजवीकडील अंक प्रश्नांचे **पूर्ण** गुण दर्शवतात.

**प्र. १. खालीलपैकी कोणत्याही <u>एका</u> प्रश्नाचे ५०० शब्दांत उत्तर लिहा. (२०)**

१) अनुसूचित जमातींच्या संदर्भातील एल्विन यांच्या अलगतावादी दृष्टिकोनाची चर्चा करा.

२) सामाजिक विलगीकरण या संकल्पनेची व तिच्या आर्थिक-राजकीय पैलूंची चर्चा करा.

**प्र. २. खालीलपैकी कोणत्याही <u>एका</u> प्रश्नाचे ५०० शब्दांत उत्तर लिहा. (२०)**

१) अनुसूचित जातींच्या संदर्भातील विविध संविधानात्मक तरतुदींची चर्चा करा.

२) भटक्या-विमुक्त जमातींच्या चळवळीने उपस्थित केलेले हिंसा व कलंक हे मुद्दे विस्ताराने सांगा.

**प्र. ३. खालीलपैकी कोणत्याही <u>दोन</u> प्रश्नांची <u>२५०</u> शब्दांत उत्तरे लिहा. (२०)**

१) दलित चळवळींच्या संदर्भात 'अस्मितेचे राजकारण' ही संकल्पना स्पष्ट करा.

२) महात्मा जोतिबा फुले यांनी ब्राह्मणेतर दृष्टिकोनाला केलेल्या योगदानाची चर्चा करा.

३) आदिवासी समाजापुढील विस्थापनाच्या प्रश्नाची चर्चा करा.

४) गुन्हेगार जमातीच्या संदर्भातील कायदे थोडक्यात स्पष्ट करा.

**प्र. ४. खालीलपैकी कोणत्याही <u>चारांवर</u> प्रत्येकी <u>१००</u> शब्दांत टिपा लिहा. (२०)**

१) अनुसूचित जमातींसाठीचे आरक्षण धोरण.

२) भटक्या जमातींच्या शोषणाची नवी रूपे.

३) साम्राज्यवादी राजपत्रात दिलेली शोषित जातींची व्याख्या.

४) डॉ. घुर्ये यांचा आदिवासी समाजाच्या अभ्यासाचा एकात्मतावादी दृष्टिकोन.

५) डॉ. बाबासाहेब आंबेडकर यांचा 'ब्रोकन-मॅन' (Broken-Man) सिद्धान्त.

६) भटक्या विमुक्त जमातींचा अर्थ.

# संदर्भग्रंथ सूची

| अ.क्र.<br>(१) | लेखकाचे नाव<br>(२) | पुस्तकाचे शीर्षक किंवा लेखाचे शीर्षक<br>(३) |
|---|---|---|
| (1) | Ahuja Ram | Society in India |
| (2) | Ahuja Ram | Social Problems in India |
| (3) | Ahuja Ram | Indian Social System |
| (4) | Dube S. C. | Indian Society |
| (5) | Ghosh G. K.<br>Ghosh Shukla | Dalit Women |
| (6) | Kulkarni P.K. | Caste Attitude Amongst college Students. Report on a Research survey Published in Marathwada University Journal (social science). Vol. XV - XVI 1976-77 |
| (7) | Mathew K. M.<br>Chief Editor | Manorama Year Book. 2008. |
| (8) | Michael S. M. | Dalits in Modern India : Vision and values. |
| (9) | Nagla B. K. | Indian Sociological Thought. |
| (10) | Rao M. S. A. | Social Movement in India. |
| (11) | Sharma R. N. | Indian social Problems. |
| (12) | Singh Yogendra | Modernization of Indian Tradition. |
| (13) | Zelliot Eleanor | From Untouchables to Dalit. |
| (14) | काचोळे (डॉ.) दा. धों. | भारतीय सामाजिक विचारवंत |
| (15) | काळदाते (डॉ.) सुधा,<br>कुलकर्णी पी. के.<br>(अनुवादक) | ॲन इंट्रडक्शन टू सोशिओलॉजी<br>(समाजशास्त्र परिचय) |
| (16) | कीर धनंजय | डॉ. बाबासाहेब आंबेडकर |

| | | |
|---|---|---|
| (17) | कुलकर्णी पी. के. | सामान्य समाजशास्त्र |
| (18) | कुलकर्णी पी. के. | भारतातील धर्म |
| (19) | कुलकर्णी पी. के. | भारतातील सामाजिक समस्या |
| (20) | जोशी (डॉ.) व्ही. के., कुलकर्णी पी. के. | भारतीय समाज |
| (21) | नाडगोंडे गुरुनाथ | सामाजिक आंदोलने |

## परिवर्तनाचा वाटसरू (१) दलित आणि हिंदुत्व : एक झोत – १ ते ३० एप्रिल २००३

| | | |
|---|---|---|
| (22) | रावसाहेब कसबे | झोत नव्याने - राष्ट्रीय स्वयंसेवक संघ : चातुर्वर्ण्याचा समर्थक |
| (23) | रावसाहेब कसबे | भीमशक्ती - शिवशक्ती काही निरीक्षणे |
| (24) | सुहास पळशीकर | दलित राजकारणापुढील पेच |

## परिवर्तनाचा वाटसरू : १ ते १५ जानेवारी २००८

| | | |
|---|---|---|
| (25) | संपादकीय | बसपाचे आंबेडकरद्रोही राजकारण |

## परिवर्तनाचा वाटसरू – १ ते १५ जाने. २०१२

| | | |
|---|---|---|
| (26) | हर्ष जगताप | दलितवाद : तत्त्व आणि व्यवहार |
| (27) | घनश्याम शाह (अनु. सुनंदा कोगेकर) | दलितांची अस्मिता आणि राजकारण |
| (28) | घनश्याम शाह (अनु. प्राची चिकरे) | भारतातील सामाजिक चळवळी |
| (29) | घनश्याम शहा (अनु. प्रा. योगिनी वेंगुर्लेकर) | सामाजिक चळवळी व सरकारी |
| (30) | डॉ. रामनाथ चव्हाण | भटक्या विमुक्तांची जात पंचायत भाग १ आणि २ |

www.ingramcontent.com/pod-product-compliance
Lightning Source LLC
Chambersburg PA
CBHW051653260626
47170CB00004B/1487
* 9 7 8 8 1 8 4 8 3 4 5 2 9 *